ഉടൽ

രാഷ്ട്രീയവും പ്രതിനിധാനവും

Udal
Rashtreeyavum Prathinidhanavum
Gender Study

Editor
Dr. Anu Kuriakose

CHINTHA PUBLISHERS
Thiruvananthapuram

First Edition
February 2023

Published & Typesetting
Chintha Publishers, Thiruvananthapuram

Printed at
Print Express, Kochi

Cover Image
Sculpture By
Wangechi Mutu

Cover Design
Vinod Mangoes

ISBN : 978-93-94753-56-3

CO - 3224 / 6275

Email: chinthapublishers@gmail.com
Website: www.chinthapublishers.com

A version is available at National Libraries
Kolkata, Mumbai, Chennai and Delhi

Distribution
DESHABHIMANI BOOKHOUSE
H O Thiruvananthapuram 695035

Branch
Head Office Kunnukuzhi • Statue Thiruvananthapuram
KSRTC Bus Terminal Thampanoor • Saphalyam Complex Thiruvananthapuram
KSRTC Bus Station Alappuzha • KSRTC Bus Station Ernakulam
Machingal Lane Thrissur • IG Road Kozhikode
Mavoor Road Kozhikode • NGO Union Building Kannur
Central Bus Terminal Complex Thavakkara Kannur

ഉടൽ

രാഷ്ട്രീയവും പ്രതിനിധാനവും

എഡിറ്റർ

ഡോ. അനു കുര്യാക്കോസ്

ചിന്ത പബ്ലിഷേഴ്സ്
തിരുവനന്തപുരം-695 035

ഡോ. അനു കുര്യാക്കോസ്

കോഴിക്കോട് ജില്ലയിലെ നെല്ലിക്കോട് ജനനം. സെന്റ് തോമസ് സ്കൂൾ, ചിറ്റാരിക്കൽ, കാസർഗോഡ് നിന്നും സ്കൂൾ വിദ്യാഭ്യാസം പൂർത്തിയാക്കി. പ്രൊവിഡൻസ് വിമൻസ് കോളേജ്, മലാപ്പറമ്പ്, കോഴിക്കോട്, സെന്റ് ജോസഫ് കോളേജ് ദേവഗിരി, കോഴിക്കോട്, മാർ തെയോഫിലസ് ടീച്ചേഴ്സ് ട്രെയിനിങ് കോളേജ്, തിരുവനന്തപുരം എന്നിവയിലെ ബിരുദ ബിരുദാനന്തരപഠനത്തിനുശേഷം ഇന്ത്യൻ ഇൻസ്റ്റിറ്റ്യൂട്ട് ഓഫ് സ്പേസ് സയൻസ് ആന്റ് ടെക്നോളജിയിൽനിന്നും ഗവേഷണ ബിരുദം നേടി. ജാദവ്പുർ യൂണിവേഴ്സിറ്റി, കൊൽക്കത്തയിൽനിന്നും എഡിറ്റിങ് ആന്റ് പബ്ലിഷിങ്ങിൽ പി ജി ഡിപ്ലോമയും കരസ്ഥമാക്കി. ഇപ്പോൾ ഇന്ദിരാഗാന്ധി നാഷണൽ ഓപ്പൺ യൂണിവേഴ്സിറ്റിയിൽ വുമൺ ആന്റ് ജെന്റർ സ്റ്റഡീസിൽ എം എ ചെയ്യുന്നു.

മുഖ്യമന്ത്രിയുടെ പ്രഥമ നവകേരള പോസ്റ്റ് ഡോക്ടറൽ ഗവേഷണ പുരസ്കാരത്തിന് 2022 ൽ തെരഞ്ഞെടുക്കപ്പെട്ടിരുന്നു. നിരവധി ദേശീയ അന്തർദ്ദേശീയ ജേർണലുകളിൽ അക്കാദമിക പ്രബന്ധങ്ങൾ പ്രസിദ്ധീകരിച്ചിട്ടുണ്ട്. ഇപ്പോൾ തിരുച്ചിറപ്പള്ളി എൻ ഐ ടിയിൽ ഹ്യൂമാനിറ്റീസ് ആന്റ് സോഷ്യൽ സയൻസസ് വിഭാഗം അസിസ്റ്റന്റ് പ്രൊഫസർ ആയി ജോലി ചെയ്യുന്നു.

ഭർത്താവ് : അജോ എം ജെ

ഫോൺ : 8301099929

E-mail : anukuriakose29@gmail.com

ഉള്ളടക്കം

പ്രസാധകക്കുറിപ്പ്

അധികാരത്തിന്റെ സൂക്ഷ്മപ്രയോഗങ്ങളെക്കുറിച്ച് ഏറെ ആലോചനകൾ ഇന്ന് നടക്കുന്നുണ്ട്. നാമറിയാതെ നമ്മെ വന്നു പൊതിയുന്ന, എതിർപ്പുകളോ ആലോചനകളോ ഒന്നുമില്ലാതെ നാം സ്വീകരിച്ചു പോരുന്ന അധികാരപ്രയോഗത്തിന്റെ സൂക്ഷ്മ സ്ഥലികളും ബലതന്ത്രങ്ങളുമുണ്ട്. നമ്മുടെ ശരീരവും മനസ്സും കേവലമായി വന്നു ഭവിക്കുന്ന ഒന്നല്ലായെന്നും അത് നിരവധി അധികാര പ്രയോഗങ്ങളുടെ നിർമ്മിതിയാണ് എന്നും ഇന്ന് നമുക്ക് ഏറെ തിരിച്ചറിവുകളുണ്ട്. സ്ഥൂലതലത്തിലെന്നപോലെ തന്നെ സൂക്ഷ്മതലത്തിലും രാഷ്ട്രീയപ്രയോഗങ്ങൾ നിരന്തരം നടക്കുന്നുണ്ട്. അനുസരണയുള്ള പ്രജയെ സൃഷ്ടിച്ചെടുക്കുന്ന ഭരണകൂടവും, ആണധികാരത്തെ നിലനിർത്താൻ ശ്രമിക്കുന്ന പാട്രിയാർക്കൽ സമൂഹവും കൈവെക്കുന്ന പ്രധാനയിടമാണ് ശരീരം. ശരീരത്തിന്റെ രാഷ്ട്രീയം ഏറെ ആഴത്തിൽ പഠിക്കപ്പെടേണ്ടതുണ്ട്. പുരുഷാധിപത്യസമൂഹം എങ്ങനെയാണ് അതിനുതകുന്ന കർത്തൃത്വങ്ങളെ നിർമ്മിച്ചെടുക്കുന്നതെന്ന് പരിശോധിക്കുന്ന ലേഖനങ്ങളുടെ ഒരു സമാഹാരമാണ് അനു കുര്യാക്കോസ് എഡിറ്റു ചെയ്ത *ഉടൽ: രാഷ്ട്രീയവും പ്രതിനിധാനവും*. *സംഘടിത* മാസികയിൽ വന്ന ലേഖനങ്ങൾ പരിഷ്കരിച്ചു പ്രസിദ്ധീകരിക്കുവാൻ അനുമതി തന്ന *സംഘടിത*യുടെ എഡിറ്റർ കെ എം ഷീബയോടുള്ള കൃതജ്ഞത ഇവിടെ രേഖപ്പെടുത്തട്ടെ.

ചിന്ത പബ്ലിഷേഴ്സ്

ആമുഖം

ഉടൽ
രാഷ്ട്രീയവും പ്രതിനിധാനവും

ഉടൽ ഒരു രാഷ്ട്രീയമാണ്. സമകാലിക സമൂഹത്തിൽ ഉടലിനെക്കുറിച്ചുള്ള അക്കാദമികവും അല്ലാത്തവയുമായ ചർച്ചകൾക്ക് ഏറെ പ്രാധാന്യമുണ്ട്. *സംഘടിത* മാസികയുടെ ജൂലൈ 2022 ലക്കത്തിൽ 'പെണ്ണുടൽ' എന്ന വ്യവഹാരത്തെ വിഷയമാക്കി പ്രസിദ്ധീകരിച്ച ഒരു പറ്റം ലേഖനങ്ങൾ പുസ്തകമായി പ്രസിദ്ധീകരിക്കുകയാണ് ചിന്ത പബ്ലിഷേഴ്സ്. ഈയവസരത്തിൽ ഈ ലേഖനങ്ങളുടെ പ്രധാന വിശകലന വിഷയമായ 'പെണ്ണുടൽ' എന്ന സംജ്ഞയെ വിമർശനവിധേയമായി പരിശോധിക്കേണ്ടത് അനിവാര്യമാണ്, കാരണം ഈ ലേഖനങ്ങളെല്ലാം തന്നെ ഉടലിനെയും ലിംഗതന്മയെയും കൂട്ടിയിണക്കിയുള്ള ആലോചനകളാണ്.

കാലാകാലങ്ങളായുള്ള സ്ത്രീവാദ ചിന്താധാരകളെ പൊളിച്ചെഴുതിക്കൊണ്ടാണ് അക്കാദമിക രംഗത്ത് ജെന്റർ ഗവേഷകർ ഉടലിനെക്കുറിച്ചുള്ള സംവാദങ്ങളിൽ ഏർപ്പെട്ടിരിക്കുന്നത്. 'പെണ്ണുടൽ' എന്നത് 'പെണ്ണിന്റെ ഉടൽ' എന്ന് വിഗ്രഹിച്ചാൽ, എന്താണ് പെണ്ണത്തം? ആരാണ് പെണ്ണ്? എന്നിങ്ങനെ നിരവധി അനുബന്ധ ചോദ്യങ്ങളും കടന്നുവരും. പെണ്ണുടൽ എന്നത് കേവലം ജന്മനാ പെണ്ണിന്റെ സ്വഭാവഗുണങ്ങൾ (ക്രോമോസോമുകളാൽ) പേറിയ ഉടലുകൾ മാത്രമല്ല, മറിച്ചു പെണ്ണത്തം എന്നതിനെ ഒരു പെർഫോമൻസ് തലത്തിലേക്ക് കൊണ്ടുവരാൻ ശ്രമിക്കുന്ന ആണിന്റെ ഉടലും, ജെന്റർ ഫ്ളൂയിഡ് ആയിട്ടുള്ള ഉടലും, ആണെന്ന് അനുമാനിച്ചുകൊണ്ടാണ് ലേഖകർ ഈ വിഷയത്തെ കൈകാര്യം ചെയ്തിരിക്കുന്നത്. ഡിസബിലിറ്റി, സ്വവർഗ്ഗാനുരാഗം, ദളിത് എന്നിങ്ങനെ മറ്റ് ഇന്റർസെക്ഷനൽ വിഷയങ്ങളാൽ സങ്കീർണ്ണമാക്കപ്പെട്ടിരിക്കുന്ന, സമൂഹത്തിൽ അരികുവല്ക്കരിക്കപ്പെട്ടിരിക്കുന്ന പെണ്ണുട

ലുകളും ഈ ചർച്ചയുടെ ഭാഗമാണ്.

പെണ്ണുടലിന് അടിച്ചമർത്തപ്പെടലിന്റെ രാഷ്ട്രീയം പറയാനുണ്ട്. 'പെണ്മ' ഉടലിൽ പേറുന്നതുകൊണ്ടുതന്നെ ഇരിപ്പിലും നടപ്പിലും കിടപ്പിലും കഴിക്കുന്ന ആഹാരത്തിലും വസ്ത്രധാരണത്തിലും യാത്ര ചെയ്യുന്ന സമയത്തിലും സുഹൃത്ബന്ധങ്ങളിലും സാമൂഹിക മാധ്യമങ്ങളിൽ പോസ്റ്റ് ചെയ്യുന്ന ചിത്രങ്ങളിലുംവരെ നിരന്തരം വിവേചനങ്ങൾക്കും സാമൂഹിക നിയമങ്ങൾക്ക് അവർ വിധേയമാക്കപ്പെട്ടുകൊണ്ടിരിക്കുന്നു. അതിൽ ഏറ്റവും സദാചാര പരിശോധന നടത്തപ്പെടുന്നത് പെണ്ണുടലിന്റെ നഗ്നതയുടെയും ലൈംഗികതയുടെയും മേലാവും. കൊളോണിയൽ ചിന്താധാരയുടെ സൃഷ്ടിയായ സദാചാരം, മേൽസൂചിപ്പിച്ച എല്ലാ മേഖലകളിലും സ്ത്രീകളുടെ ഉടലുകളെയും തൃഷ്ണകളെയും 'മറച്ചു വെക്കേണ്ടത്,' 'നിശ്ശബ്ദമാക്കേണ്ടത്' എന്നിങ്ങനെ നിരവധി 'അരുതു' കളാൽ നിയന്ത്രിക്കാൻ ശ്രമിക്കുന്നു. മതം എന്നത് അത്തരത്തിലുള്ള ഒരു സാമൂഹിക നിർമ്മിതിയാണ്. എല്ലാ മതങ്ങളിലുമുണ്ട് സ്ത്രീശരീരത്തിന്റെ ജൈവികമായ പ്രത്യേകതകളെ മുൻനിർത്തിയുള്ള നിയന്ത്രണങ്ങൾ. അവ ആചാരങ്ങളിലുള്ള നിയന്ത്രണങ്ങൾ മുതൽ വസ്ത്രസ്വാതന്ത്ര്യത്തിലും കുഞ്ഞുങ്ങളെ പ്രസവിക്കണോ വേണ്ടയോ എന്ന് സ്വയം തീരുമാനമെടുക്കുന്നതിലുംവരെ സ്വാധീനം ചെലുത്തുന്നതായിക്കാണാം. ഇവയോടൊക്കെയുള്ള നിരന്തര കലഹങ്ങളിലൂടെയാണ് സ്ത്രീവാദ പ്രസ്ഥാനങ്ങൾ കാലാകാലങ്ങളായി ഉയർന്നുവന്നിരിക്കുന്നത്. സമകാലിക ഇന്ത്യൻ സ്ത്രീവാദ സംവാദങ്ങളിൽ ഉടൽ ഒരു പ്രധാന വിഷയമായി കടന്നുവരുന്നു. സ്ത്രീ ശരീരത്തെ കേന്ദ്രീകരിച്ചുള്ള ചർച്ചകൾക്കും വിവാദങ്ങൾക്കും ഒരിക്കലും വിരാമമുണ്ടാവില്ല. 'മാറ് മറയ്ക്കൽ' പ്രക്ഷോഭം നടത്തിയ കാലഘട്ടത്തെയും ബുർഖ ധരിച്ചു ക്ലാസിൽ കയറാൻ സമരം നടത്തിയ കാലഘട്ടത്തെയും പ്രത്യേകം സ്മരിക്കുമല്ലോ. സിനിമാപ്രവർത്തകരായ ഒരുകൂട്ടം സ്ത്രീകൾ 'ഞങ്ങൾക്കും കാലുകളുണ്ട്' എന്ന മുന്നേറ്റവുമായി വന്നതും സമീപകാലത്താണ്. 'അവൾക്കൊപ്പവും' 'മീ ടൂ' കാമ്പയിനുമടക്കം പല സ്ത്രീവാദ സമരങ്ങളും ശ്രമിക്കുന്നത് പെണ്ണുടലുകളുടെ ആത്യന്തികമായ സ്വാതന്ത്ര്യപ്രഖ്യാപനത്തിനാണ്.

പെണ്ണുടലുകളോടൊപ്പംതന്നെ പെണ്മ പ്രദർശിപ്പിക്കുന്ന ഉടലുകളും നിരന്തരമായ സാമൂഹികവിമർശനങ്ങൾക്കും പരിഹാസങ്ങൾക്കും വിധേയമാക്കപ്പെടുന്നതായി കാണാം. മറ്റു ലിംഗതന്മയിലുള്ളവരോട്, 'പെണ്ണിനെപ്പോലെ കരയുന്നോ,' 'പെണ്ണിനെപ്പോലെ നടക്കുന്നോ,' 'പെൺ ശബ്ദം,' 'പെണ്ണിന്റെ ജോലി' എന്നിങ്ങനെയുള്ള പരിഹാസങ്ങൾ ബലഹീനതയുടെ ബിംബങ്ങളായാണ് സമൂഹം അവതരിപ്പിക്കുന്നത്. അതുവഴി പെണ്ണുടലുകളും പെണ്മയും 'അബല' എന്ന് മുദ്രകുത്തപ്പെടുന്നു. എന്നാൽ, കൗതുകകരമായ മറ്റൊരു വസ്തുത ഇതേ പെണ്മ തന്നെ അമ്മയായും ദേവിയായും വാഴ്ത്തപ്പെടുന്നു എന്നുള്ളതാണ്.

പൊതുവിടത്തിൽ ഒരാൾ തനിക്ക് രക്തബന്ധമില്ലാത്ത സ്ത്രീയോട് ലൈംഗികാതിക്രമത്തിന് മുതിർന്നാൽ അവിടെ ഉയർന്നുകേൾക്കുന്ന ആദ്യ ചോദ്യം 'നിനക്കൊന്നും വീട്ടിൽ അമ്മയും പെങ്ങളുമില്ലേ എന്ന താവും.' അമ്മയും പെങ്ങളും അല്ലാത്ത സ്ത്രീകളോടും മര്യാദയോടെ പെരുമാറേണ്ടതല്ലേ എന്ന് അത്തരക്കാർ ശ്രദ്ധിക്കേണ്ടതുണ്ട്. ഇത്ത രത്തിൽ വാഴ്ത്തപ്പെടേണ്ടത്/വിമർശിക്കപ്പെടേണ്ടത്, നല്ലത്/ചീത്ത എന്നിങ്ങനെ സമൂഹനിർമ്മിതിയായ ദ്വന്ദങ്ങൾ ആണ് ലിംഗതന്മയെ നിയന്ത്രിക്കുന്ന പ്രധാന ഘടകമെന്നു നിരീക്ഷിക്കാം.

പെണ്ണുടൽ, പെണ്ണത്തം, പെണ്മ എന്നിങ്ങനെ സെക്സ്, ജെന്റർ വ്യവ ഹാരങ്ങളുടെ പശ്ചാത്തലത്തിൽ സിനിമയിലെയും സാഹിത്യത്തിലെയും പൊതുവിടത്തിലെയും പ്രതിനിധാനങ്ങളെക്കുറിച്ചാണിവിടെ ലേഖകർ സംവദിക്കാൻ ശ്രമിക്കുന്നത്. ഡിസബിലിറ്റി ആക്ടിവിസ്റ്റും ഗവേഷക യുമായ ശാരദാദേവി, ഡിസേബിൾഡ് പെൺ/ക്വീർ ഉടലുകളെക്കുറിച്ചു വിശദമാക്കുമ്പോൾ ജയ്ൻസിയും സജ്നയും ബിൻസി മരിയയും ദളിത് പെണ്ണുടലുകളെക്കുറിച്ചുള്ള വായനകളവതരിപ്പിക്കുന്നു. ബിഗ് ബോസ് പരിപാടിയിലെ ജാസ്മിൻ മൂസ എന്ന പെണ്ണുടലിന്റെ പശ്ചാത്തലത്തിൽ ലെസ്ബിയൻ സ്വത്വം പേറുന്ന ഉടലുകളെക്കുറിച്ച് ഡോ. നീതു സംസാരിക്കുമ്പോൾ പൊതുവിടങ്ങളിലെയും സിനിമയിലെയും ട്രാൻസ് സ്ത്രൈണത, ട്രാൻസ് ഉടൽ ദൃശ്യത എന്നിവയെക്കുറിച്ച് ഡോ. അനു കുര്യാക്കോസ് വിമർശനപരമായി ആലോചിക്കുന്നു. സിനിമയിലെ ഭക്ഷണം, ഭ്രാന്ത്, എന്നീ ദൃശ്യബിംബങ്ങളിലൂടെ പെണ്ണുടലുകളുടെ രാഷ്ട്രീയം പരിശോധിക്കുകയാണ് ഡോ. ജിജിയും, ഡോ. ഗായത്രിയും തങ്ങളുടെ ലേഖനങ്ങളിൽ. ജെന്റർ അനുശീലനങ്ങളിലൂടെ ഉടൽ അപഹസിക്കപ്പെടുന്നതിന്റെ വിവിധ മാനങ്ങളാണ് നിരുപമയും അഡ്വ. ബിൻസിയും ആധുനിക സാമൂഹികമാധ്യമങ്ങളുടെയും നിയമ വ്യവസ്ഥകളുടെയും പശ്ചാത്തലത്തിൽ വിഷയമാക്കിയിരിക്കുന്നത്. പെണ്ണുടലിനെക്കുറിച്ചും അവർ നേരിടുന്ന സമകാലിക വസ്ത്ര സദാചാരപൊലീസിങ്ങിനെയും വിമർശനവിധേയമാക്കിയിരിക്കുകയാണ് ഗവേഷകയായ സുദിന. രോഗാതുരമാവുന്ന പെണ്ണുടലിന്റെ സാംസ്കാ രിക പ്രതിനിധാനങ്ങളെക്കുറിച്ചു ശരണ്യ സംസാരിക്കുമ്പോൾ 'സ്ത്രൈണ കല' എന്ന് പരക്കെ അറിയപ്പെടുന്ന മോഹിനിയാട്ടം എന്ന കേരളീയ നൃത്തകലാരൂപത്തെ ഉടലിന്റെ ചലനങ്ങളുടെ പശ്ചാത്തല ത്തിൽ രാഷ്ട്രീയമായി അവതരിപ്പിക്കുകയാണ് അമിത് എന്ന മോഹി നിയാട്ടം നർത്തകനായ ഗവേഷകൻ. പെണ്ണുടലിന്റെ അവകാശമായ ആർ ത്തവാവധിയെക്കുറിച്ചും ഒളിച്ചുവെക്കപ്പെട്ടുകൊണ്ടിരിക്കുന്ന ആർത്ത വത്തെക്കുറിച്ചും ഗവേഷകയായ റോസും ഡോ. ബാലസുന്ദരിയും തങ്ങളുടെ പഠനത്തിൽ വിശദമായി പരിശോധിക്കുന്നുണ്ട്. ഡോ. ഇപ് ഷിത തന്റെ പി എച്ച് ഡി ഗവേഷണകാലത്ത് നടത്തിയ ഫീൽഡ് പഠന ത്തിൽ നിരീക്ഷിച്ച ഷോപ്-ഫ്ളോർ ജീവനക്കാരികളുടെ സൗന്ദര്യാത്മക

അദ്ധ്യാനത്തെക്കുറിച്ചും അതിലൂടെ എങ്ങനെയാണ് 'പെണ്ണുടൽ' എന്ന ബിംബം വാണിജ്യവല്ക്കരിക്കപ്പെടുന്നതെന്നും വിശദമാക്കിത്തരുന്നു.

'പെണ്ണത്തം' എന്ന വാക്കിനു പല പരിമിതികളുമുണ്ടെന്നു നമുക്ക് മനസ്സിലാക്കാം. കാരണം, ഒരു പ്രത്യേക ഉടലിനു മാത്രമായി ആ ലിംഗ തന്മ അവകാശപ്പെടാനാവില്ല. മാത്രമല്ല, അത് ദ്വന്ദത്തിലടിസ്ഥാനപ്പെടുത്തിയ പാട്രിയാർക്കൽ ലിംഗ വ്യവസ്ഥിതിയുടെ ഉല്പന്നവുമാണ്. പുനർവായനയിൽ പെണ്ണത്തത്തെ നമ്മുടെ സാമൂഹിക നിർമ്മിതികളിൽ അടിസ്ഥാനപ്പെടുത്തി ഒരു ശീലം മാത്രമായി കാണാൻ നമുക്ക് സാധിക്കണം. ഈ ഗ്രന്ഥത്തിൽ എഴുതിയ ലേഖകർ പറയാൻ ശ്രമിച്ചിരിക്കുന്ന ഒരു കാര്യവുമാണിത്. ഒരു പ്രത്യേക ഉടലിലേക്ക് പെണ്ണത്തം ആരോപിക്കപ്പെടുമ്പോൾ വ്യക്തമായ ഒരു സാംസ്കാരിക രാഷ്ട്രീയം നിർമ്മിച്ചെടുക്കാനുള്ള ഒരു ശ്രമമായി അത് മാറുന്നു. ഈയർത്ഥത്തിൽ 'പെണ്ണുടൽ' എന്നാൽ ജന്മനാ ഒരു പ്രത്യേക sex assign ചെയ്യപ്പെട്ട് അത് പെർഫോം ചെയ്യുന്ന സിസ്ജെൻഡർ ഉടലുകൾ മാത്രമല്ല, പെണ്ണത്തം എന്ന സാമൂഹിക നിർമ്മിതിയിലേക്ക് ഉൾച്ചേരാൻ ശ്രമിക്കുന്ന ട്രാൻസ് സ്ത്രീയുടെ ഉടലുകളും തുല്യ പ്രാധാന്യമർഹിക്കുന്നു. ഡിസബിലിറ്റി, ജാതി, ജെൻഡർ എന്നിങ്ങനെ ഉടലിനെ പ്രശ്നവല്ക്കരിക്കുന്ന സമസ്യകളെ സിനിമപോലുള്ള സാംസ്കാരിക മണ്ഡലങ്ങളിലെ ഉടലിന്റെ ബിംബകല്പനകൾ, പൊതുവിടത്തിലെ ഉടലിന്റെ ദൃശ്യതയുടെ രാഷ്ട്രീയം എന്നിവയെ വിമർശനപരമായി വിശകലനം ചെയ്യേണ്ടതുണ്ട്. ഉടൽ ഒരു വ്യക്തിയെ പ്രശംസിക്കാനും അപഹസിക്കാനുമിടയാക്കുന്ന സാമൂഹിക പരിസരത്തിലാണ് നാം ജീവിക്കുന്നത്. അതിനാൽത്തന്നെ ഈ ചർച്ചകളും പ്രാധാന്യമർഹിക്കുന്നു.

പെണ്ണുടലിനെക്കുറിച്ചുള്ള എല്ലാ വ്യവഹാരങ്ങളും ഇവിടെ ഉൾക്കൊള്ളിച്ചു എന്ന് അവകാശപ്പെടാനാവില്ല. ക്വീർ, ട്രാൻസ്ജെൻഡർ, ഇന്റർസെക്സ്, ബൈസെക്ഷ്വൽ, അസെക്ഷ്വൽ മുതലായ ലിംഗലൈംഗിക വ്യക്തിത്വങ്ങളവകാശപ്പെടുന്നവർ ലേഖകരോ വിഷയമോ ആയി നേരിട്ട് കടന്ന് വന്നിട്ടില്ല എന്നിരിക്കിലും, ലേഖകർ ആ ആശയങ്ങളെക്കൂടി ചേർത്ത് നിർത്താൻ പരിശ്രമിച്ചിരുന്നുവെന്ന് പ്രസ്താവിക്കുകയാണ്. ഈ ലേഖന സമാഹാരങ്ങൾ പുസ്തകരൂപത്തിൽ ഇറങ്ങുമ്പോൾ ഏറ്റവും സ്നേഹത്തോടെയും നന്ദിയോടെയും സ്മരിക്കുന്നത് *സംഘടിത*യുടെ പത്രാധിപയായ ഡോ. ഷീബയെയാണ്. എല്ലാ ലേഖകർക്കും പ്രത്യേകിച്ച്, ശ്രീ. രഞ്ജിത്തി (എഡിറ്റർ, ചിന്ത പബ്ലിഷേഴ്സ്) നും അന്വേഷി വിമൻസ് കൗൺസിലിനും *സംഘടിത*യുടെ മറ്റ് പ്രവർത്തകർക്കും വ്യക്തിപരമായി നന്ദി പറഞ്ഞുകൊണ്ട് ഈ ലേഖനങ്ങൾ വായനയ്ക്കായി സമർപ്പിക്കുന്നു.

ഡോ. അനു കുര്യാക്കോസ്

ഡിസേബിൾഡ് പെൺ/ക്വീർ ഉടലുകളും ഇന്റർസെക്ഷണൽ ഫെമിനിസവും

ഡോ. ശാരദാ ദേവി വി

ഈ ലേഖനത്തിൽ ഉടനീളം ഞാൻ ഉപയോഗിക്കുന്നത് 'ഡിസബിലിറ്റി,' 'ഡിസേബിൾഡ്,' 'ഡിസബിലിറ്റിയുള്ള/ഡിസബിലിറ്റികളുള്ള വ്യക്തി/വ്യക്തികൾ' തുടങ്ങിയ പദപ്രയോഗങ്ങളാണ്. അതിനുള്ള കാരണം വ്യക്തമാക്കിത്തന്നെ ആരംഭിക്കാം. മലയാളത്തിൽ ഈ വാക്കുകൾക്ക് തത്തുല്യമായ പദങ്ങൾ ഇതുവരെ നിലവിൽ ഇല്ല. അതിനാൽ 'ട്രാൻസ്ജെൻഡർ' എന്ന വാക്ക് പോലെ ഇവയും മലയാളത്തിൽ ഉപയോഗിക്കാം. 'ഡിസബിലിറ്റി', 'ഡിസേബിൾഡ്' എന്നീ പദങ്ങളെ പലരും തെറ്റായിട്ടാണ് മനസ്സിലാക്കിയിരിക്കുന്നത്. വൈകല്യവും ഡിസബിലിറ്റിയും ഒന്നാണെന്നാണ് പൊതുബോധം. വൈകല്യം എല്ലാവർക്കും അറിയാവുന്നതുപോലെ ശാരീരിക/മാനസിക/ബൗദ്ധിക വ്യത്യാസങ്ങളെയാണ് സൂചിപ്പിക്കുന്നത്. അത് ഒരു മെഡിക്കൽ ആശയമാണ്. എന്നാൽ ഡിസബിലിറ്റി എന്നത് ഒരു സാമൂഹികാശയമാണ്. ജെൻഡർ സമൂഹസൃഷ്ടിയാകുന്നതുപോലെ ഡിസബിലിറ്റിയും ഉണ്ടാകുന്നത് സമൂഹത്തിന്റെ ഇടപെടലിലൂടെയാണ്. മുഖ്യധാരാസമൂഹത്തിൽ ജീവിക്കുവാൻ സഹായിക്കുന്ന തരത്തിലുള്ള സൗകര്യങ്ങളും സാഹചര്യങ്ങളും വൈകല്യമുള്ള ഒരു വ്യക്തിക്ക് ലഭിക്കാതെ വരുമ്പോഴാണ് ആ വ്യക്തി ഡിസേബിൾഡ് ആയിത്തീരുന്നത്. അതായത് വൈകല്യമുള്ളൊരാൾ ഡിസേബിൾഡ് ആകുന്നതിൽ സമൂഹത്തിന്റെ പങ്ക് വളരെ വലുതാണ്. ഞാൻ ഒരു ഡിസേബിൾഡ് വ്യക്തിയാണ് എന്നോ ഡിസബിലിറ്റിയുള്ള വ്യക്തിയാണ് എന്നോ പറയുന്നതുകൊണ്ട് ഞാൻ അറിയിക്കാൻ ശ്രമിക്കുന്നത് സമൂഹത്തിന്റെ ഈ പങ്കിനെക്കുറിച്ചാണ്. അതുവഴി സമൂഹം ഇതിനെക്കുറിച്ച് മാറി ചിന്തിക്കാനും ഡിസേബിൾഡ് സൗഹൃദമായി പ്രവർത്തിക്കാനും ഇടവന്നേക്കാം എന്നാണ് എന്റെ

പ്രതീക്ഷ. 'ഭിന്നശേഷിക്കാർ,' 'ദിവ്യാംഗർ,' 'സ്പെഷ്യലി ഏബിൾഡ്' എന്നിങ്ങനെയുള്ള കർണ്ണമധുരംപോലെ തോന്നുന്ന പദപ്രയോഗങ്ങൾ യുഫെമിസം (Euphemism) മാത്രമാണ്. അവ ഡിസബിലിറ്റികളുള്ള വ്യക്തികളുടെ ജീവിതയാഥാർത്ഥ്യങ്ങളെ മറച്ചുവെക്കുകയും അവരെ സമൂഹത്തിൽനിന്ന് കൂടുതൽ വേർതിരിക്കുകയുമാണ് ചെയ്യുന്നത്. അവയൊന്നുംതന്നെ രാഷ്ട്രീയമായി ശരിയായ വാക്കുകളല്ല. അതിനാൽ അത്തരം വാക്കുകൾ ഈ ലേഖനത്തിൽ ഉപയോഗിക്കുന്നില്ല.

ഡിസബിലിറ്റി സ്റ്റഡീസ് പണ്ഡിതനായ മൈക്ക് ഒലിവർ, ഡിസബിലിറ്റി, വൈകല്യത്തിൽനിന്ന് എങ്ങനെ വ്യത്യസ്തമാണ് എന്നതിനെക്കുറിച്ച് എഴുതിയിട്ടുണ്ട്. വൈകല്യം (impairment) ഒരു മെഡിക്കൽ ആശയമാണെങ്കിൽ ഡിസബിലിറ്റി എന്നത് വൈകല്യമുള്ള ആളുകൾ അഭിമുഖീകരിക്കുന്ന സാമൂഹിക അടിച്ചമർത്തലിനെയാണ് സൂചിപ്പിക്കുന്നത്. ഡിസേബിൾഡ് സ്ത്രീകളും പുരുഷന്മാരും അടിച്ചമർത്തലും വിവേചനവും നേരിടുന്നുണ്ട്. എന്നാൽ ദ്വന്ദ്വലിംഗാധിഷ്ഠിതവും പുരുഷകേന്ദ്രീകൃതവും ഏബ്ളിയിസ്റ്റുമായ ഒരു സമൂഹത്തിൽ, ഡിസേബിൾഡ് സ്ത്രീകളും വ്യത്യസ്ത ലൈംഗിക, ലിംഗ ആഭിമുഖ്യമുള്ള (sexual and gender orientations) ഡിസേബിൾഡ് വ്യക്തികളും അനുഭവിക്കുന്ന ബുദ്ധിമുട്ടുകൾ വളരെയധികമാണ്.

പ്രശസ്ത ഡിസേബിൾഡ് സ്ത്രീവാദ പണ്ഡിതയായ സൂസൻ വെണ്ടെല്ലിന്റെ അഭിപ്രായത്തിൽ, ഡിസേബിൾഡ് വ്യക്തികൾക്ക് ശരീരത്തെക്കുറിച്ചുള്ള സാംസ്കാരിക ആശയങ്ങളെ മറികടക്കാൻ കഴിയും. നോൺ-ഡിസേബിൾഡ് വ്യക്തികൾക്ക് 'നോർമൽ' ആകാനും സന്തോഷകരമായ ജീവിതം നയിക്കാനും ചെയ്യേണ്ടി വരുന്ന കാര്യങ്ങൾ ഡിസേബിൾഡ് വ്യക്തികൾക്ക് ചെയ്യേണ്ടതില്ല. ഡിസേബിൾഡ് വ്യക്തികളെ കേൾക്കാൻ സമൂഹം തയ്യാറായാൽ അതുവഴി മനുഷ്യ ശരീരത്തെയും മനസ്സിനെയും സംബന്ധിക്കുന്ന അറിവിന്റെ ഒരു വിസ്ഫോടനം തന്നെ സംഭവിക്കും എന്നാണ് വെണ്ടെൽ പറയുന്നത്.

ഡിസബിലിറ്റി പലപ്പോഴും ഒരു സ്ത്രീവാദ പ്രശ്നമായി വിശേഷിപ്പിക്കപ്പെടാറുണ്ട്. പ്രാചീന കാലം മുതൽ സ്ത്രീകളെ ഡിസേബിൾഡ് വ്യക്തികളുമായി താരതമ്യപ്പെടുത്താറുണ്ട്. ഉദാഹരണത്തിന്, ഗ്രീക്ക് ചിന്തകൻ അരിസ്റ്റോട്ടിൽ 'അംഗഭംഗം വന്ന പുരുഷന്മാർ' (mutilated males) എന്നായിരുന്നു സ്ത്രീകളെ വിശേഷിപ്പിച്ചത്. ഡിസബിലിറ്റി എന്ന അവസ്ഥയെയും സ്ത്രീത്വത്തെയും ബലഹീനത, നിഷ്ക്രിയത്വം, ആശ്രിതത്വം എന്നിവയുമായി ബന്ധപ്പെടുത്തിയാണ് സമൂഹം പലപ്പോഴും വീക്ഷിക്കാറുള്ളത്. വ്യവസ്ഥാപിത പ്രത്യയശാസ്ത്രം അവയെ അപ്രധാനമാക്കുന്നു. പെൺഭ്രൂണഹത്യ, യൂജിനിക്സ് (eugenics) പ്രസ്ഥാനം, വൈകല്യമുള്ള ഭ്രൂണത്തെ നശിപ്പിക്കുക എന്നിവ ഇതിനു ചില ഉദാഹരണങ്ങൾ മാത്രം.

എല്ലാ സ്ത്രീകൾക്കും ഒന്നിലധികം സ്വത്വങ്ങളുണ്ട്. ഡിസബിലിറ്റി

അതിൽ ഒരു സ്വത്വമാണ്. അത് 'സ്ത്രീ' എന്ന വിഭാഗത്തിന്റെ ഏകീകൃത സ്വഭാവത്തെ തകർക്കുകയും ജെൻഡർ എന്ന ആശയത്തെ വെല്ലുവിളിക്കുകയും ചെയ്യുന്നു. ഡിസബിലിറ്റി എന്ന ഇന്റർസെക്ഷൻ സ്ത്രീകൾ തമ്മിലുള്ള അധികാര ബന്ധങ്ങൾ, ശരീരത്തിന്റെ അവസ്ഥ, ഡിസബിലിറ്റികളില്ലാത്തവർ ആസ്വദിക്കുന്ന പ്രത്യേക പ്രിവിലേജുകൾ, സ്വത്വ രാഷ്ട്രീയം എന്നിവയെക്കുറിച്ച് നിരവധി ചോദ്യങ്ങളാണ് ഉയർത്തുന്നത്.

ഒരു ഡിസബിലിറ്റി സ്റ്റഡീസ് ഗവേഷക ആയപ്പോഴാണ് ഞാൻ ഫെമിനിസത്തിലെ ഇന്റർസെക്ഷനുകളെക്കുറിച്ചു കൂടുതൽ മനസ്സിലാക്കുന്നതും ഡിസബിലിറ്റി ഇന്റർസെക്ഷനെക്കുറിച്ചു പഠിക്കുന്നതും. സ്ത്രീവാദ പ്രസ്ഥാനത്തിന്റെ രണ്ടാം തരംഗത്തിൽ ഉയർന്നുവന്ന 'പേർസണൽ ഈസ് പൊളിറ്റിക്കൽ' ("Personal is Political") എന്ന മുദ്രാവാക്യം ഡിസബിലിറ്റി ഫെമിനിസത്തെ സ്വാധീനിച്ചിട്ടുണ്ട്. 1980 കളിൽ ആണ് ഈ ഇന്റർസെക്ഷൻ രൂപപ്പെടുന്നത്. അതുവരെ സ്ത്രീ പ്രസ്ഥാനങ്ങളിലോ ഡിസബിലിറ്റി അവകാശ സമരങ്ങളിലോ ഡിസബിലിറ്റികളുള്ള സ്ത്രീകളുടെ പ്രാതിനിദ്ധ്യം ഉണ്ടായിരുന്നില്ല. ഡിസേബിൾഡ് ഫെമിനിസ്റ്റുകളുടെ അഭിപ്രായത്തിൽ, ജെൻഡറിനെപ്പോലെ ഡിസബിലിറ്റിയും ഒരു സമൂഹസൃഷ്ടിയാണ്. അപ്രാപ്യമാക്കപ്പെടുന്ന ചുറ്റുപാടുകൾ, പല തരത്തിലുള്ള വിവേചനം തുടങ്ങിയ തടസ്സങ്ങൾ നീക്കം ചെയ്യുന്നത് ഡിസബിലിറ്റിയുള്ള വ്യക്തികൾക്ക് സമൂഹത്തിൽ തുല്യത കൈവരിക്കുന്നതിനു സഹായകമാകും. ഡിസബിലിറ്റിയുടെ അനുഭവം ഓരോ ഡിസേബിൾഡ് വ്യക്തിക്കും വ്യത്യസ്തമായിരിക്കും. ജെൻഡർ ഉൾപ്പെടെ പല ഘടകങ്ങൾ കൂടി ചേർന്നാണ് ഒരു ഡിസേബിൾഡ് വ്യക്തിയുടെ അനുഭവങ്ങൾ രൂപപ്പെടുത്തുന്നത്. ഡിസബിലിറ്റികൾ ഉള്ള സ്ത്രീകൾക്ക് ഡിസബിലിറ്റി അടിസ്ഥാനമാക്കിയുള്ള വിവേചനങ്ങളും ലിംഗ വിവേചനങ്ങളും ഒരുമിച്ചു നേരിടേണ്ടി വരുന്നുണ്ട്.

മുഖ്യധാരാ സ്ത്രീസ്വാതന്ത്ര്യവാദ പ്രസ്ഥാനത്തിന്റെ ചരിത്രത്തിലൂടെ കടന്നുപോകുമ്പോൾ ഒരു കാര്യം ബോദ്ധ്യമാകും. മുഖ്യധാരാ സ്ത്രീവാദ പ്രവർത്തകർ കൂടുതൽ പ്രാധാന്യം നല്കിയത് ഡിസബിലിറ്റികൾ ഇല്ലാത്ത സ്ത്രീകൾ നേരിടുന്ന പ്രശ്നങ്ങൾക്കാണ്. ലോകത്തിന്റെ പല ഭാഗങ്ങളിലുള്ള വനിതാപഠന കേന്ദ്രങ്ങൾ ഡിസേബിൾഡ് അല്ലാത്ത സ്ത്രീകളുടെ കാഴ്ചപ്പാടിന് മുൻതൂക്കം കൊടുക്കുന്ന പ്രവണത പലപ്പോഴും കാണിക്കുന്നുണ്ട്. പുരുഷ കേന്ദ്രീകൃതവും ഏബ്ലിയിസ്റ്റും ആയ ഒരു സമൂഹത്തിൽ ഡിസബിലിറ്റികൾ ഉള്ള സ്ത്രീകളുടെ വ്യത്യസ്ത അനുഭവങ്ങളെ അവ അർഹിക്കുന്ന രീതിയിൽ പരിഗണിച്ചു പ്രശ്നങ്ങൾക്ക് പരിഹാരങ്ങൾ തേടുന്നതിൽ മുഖ്യധാരാ സ്ത്രീസ്വാതന്ത്ര്യവാദ പ്രവർത്തകർ പലപ്പോഴും പരാജയപ്പെടുകയാണ് ചെയ്തിട്ടുള്ളത്. ഇത് ഒരു തരം സാമൂഹിക അദൃശ്യതയായിട്ടാണ് ഞാൻ ഉൾപ്പെടെ പല ഡിസേബിൾഡ് സ്ത്രീ സ്വാതന്ത്ര്യവാദികളും വിലയിരുത്തുന്നത്. അതുകൊണ്ടാണ് ഞങ്ങൾക്ക് പലപ്പോഴും മുഖ്യധാരയിൽ

ഉള്ള സ്ത്രീസ്വാതന്ത്ര്യവാദ പ്രവർത്തനങ്ങളെ ഞങ്ങളുടെ ജീവിതങ്ങളുമായി ബന്ധിപ്പിച്ചു മനസ്സിലാക്കാൻ സാധിക്കാത്തത്.

ഇന്റർസെക്ഷണൽ സ്ത്രീസ്വാതന്ത്ര്യവാദ ചർച്ചകളിൽ പലപ്പോഴും ഡിസേബിൾഡ് സ്ത്രീകൾ അദൃശ്യരാണ്. ബാക്കി പല ഇന്റർസെക്ഷനുകളും ചർച്ച ചെയ്യപ്പെടുമ്പോൾ ഡിസബിലിറ്റി എന്ന തുല്യപ്രാധാന്യമുള്ള ഇന്റർസെക്ഷൻ അവഗണിക്കപ്പെടുന്നു. അത് സ്ത്രീസ്വാതന്ത്ര്യവാദ പ്രസ്ഥാനത്തിന്റെ പരാജയം തന്നെയാണ്. പ്രശസ്ത ഇന്ത്യൻ ഡിസേബിൾഡ് സ്ത്രീസ്വാതന്ത്ര്യവാദിയും പണ്ഡിതയുമായ ഡോ. അനിതാ ഘായുടെ അഭിപ്രായത്തിൽ, ഇന്ത്യയിലെ ഫെമിനിസ്റ്റ് പ്രസ്ഥാനങ്ങളിലെ ഡിസബിലിറ്റി ഇന്റർസെക്ഷന്റെ അദൃശ്യതയെക്കുറിച്ച് തന്റെ ചിന്തകൾ എഴുത്തിലൂടെ പങ്കുവെച്ച സ്ത്രീപക്ഷ ചിന്തകയാണ് നിവേദിത മേനോൻ. ഫെമിനിസ്റ്റ് പ്രസ്ഥാനത്തിലെ ഡിസബിലിറ്റിയുടെ അദൃശ്യതയെ പുരുഷാധിപത്യ വ്യവസ്ഥിതിയുള്ള സമൂഹത്തിൽ സ്ത്രീകൾ നേരിടുന്ന അദൃശ്യതയുമായി താരതമ്യപ്പെടുത്താൻ കഴിയും എന്നാണ് നിവേദിത മേനോൻ നിരീക്ഷിക്കുന്നത്. ഇന്ത്യൻ സ്ത്രീസ്വാതന്ത്ര്യവാദ പ്രസ്ഥാനത്തിനെ സംബന്ധിച്ച് ശ്രദ്ധ കൊടുക്കേണ്ടതായ വളരെയധികം പ്രശ്നങ്ങളുണ്ട്. എന്നാൽ വളരെ കുറച്ച് റിസോഴ്സുകൾ മാത്രമാണുള്ളത്. തൽഫലമായി അവകാശങ്ങൾ നിഷേധിക്കപ്പെട്ട ഡിസേബിൾഡ് ന്യൂനപക്ഷത്തേക്കാൾ ഡിസബിലിറ്റികൾ ഇല്ലാത്തവരെന്ന ഭൂരിഭാഗത്തിന്റെ ജീവിതങ്ങളിലേക്കാണ് സ്ത്രീസ്വാതന്ത്ര്യവാദ പ്രസ്ഥാനം പ്രവർത്തനം കേന്ദ്രീകരിച്ചിരിക്കുന്നത്.

ഇന്ത്യയിൽ, ഡിസബിലിറ്റിയോടുള്ള പൊതു സമീപനം ഇപ്പോഴും ദാനധർമ്മങ്ങളിൽ അധിഷ്ഠിതമാണ് എന്ന കാര്യം അനുഭവങ്ങളിലൂടെയും പഠനങ്ങളിലൂടെയും ഞാൻ മനസ്സിലാക്കിയതാണ്. ഡിസബിലിറ്റികളുള്ളവരുടെ അവകാശങ്ങൾ സംരക്ഷിക്കാൻ ഒരു ആക്ട് തന്നെ നിലവിലുണ്ടെങ്കിലും ഇപ്പോഴും നമ്മുടെ രാജ്യത്തു അവകാശങ്ങൾ അടിസ്ഥാനമാക്കിയുള്ള പ്രവർത്തനങ്ങൾ ശരിയായ രീതിയിൽ നടക്കുന്നില്ല. ഇത് സ്ത്രീസ്വാതന്ത്ര്യവാദ പ്രസ്ഥാനങ്ങളിലും പ്രതിഫലിക്കുന്നുണ്ട്. ഇന്ത്യ പോലെ പുരുഷാധിപത്യ മൂല്യങ്ങൾ അധികാരം സ്ഥാപിച്ച ഒരു രാജ്യത്ത് നോൺ-ഡിസേബിൾഡ് സ്ത്രീകൾ കടന്നുപോകുന്ന വിവേചനങ്ങളും ചൂഷണങ്ങളും അതിക്രമങ്ങളും ചർച്ച ചെയ്യപ്പെടാറുണ്ട്. സമൂഹം പലപ്പോഴും ഡിസബിലിറ്റികൾ ഉള്ള വ്യക്തികളെ ശാരീരികമായി ആകർഷണീയരായി പരിഗണിക്കാറില്ല എന്ന വസ്തുത ജെന്നി മോറിസ് ഉൾപ്പെടെ പല ഡിസേബിൾഡ് ഫെമിനിസ്റ്റ് വക്താക്കളും ചൂണ്ടിക്കാട്ടിയിട്ടുണ്ട്. സാധാരണയായി അംഗീകരിക്കപ്പെട്ട കാര്യങ്ങളിൽ നിന്നു ഏതെങ്കിലും തരത്തിലുള്ള വ്യതിയാനം കാണിക്കുന്നവയെ മാറ്റി നിർത്തുന്ന ഒരു സംസ്കാരത്തിൽ വൈകല്യങ്ങൾ ഉള്ളതിനാൽ ഡിസേബിൾഡ് ആക്കപ്പെടുന്ന ഉടലുകൾ അപൂർണ്ണതയുടെ പ്രതീകങ്ങളായി മാറുന്നു.

പുരുഷാധിപത്യ വ്യവസ്ഥയിൽ സ്ത്രീകൾ ചെയ്യണം എന്നു കല്പിക്കപ്പെട്ടിട്ടുള്ള ചില പ്രവർത്തികളുണ്ട്. വിവാഹം കഴിക്കുക, ഭാര്യയും മരുമകളും അമ്മയും എന്ന നിലകളിൽ ഭർത്താവിന്റെയും ഭർത്താവിന്റെ മാതാപിതാക്കളുടെയും മക്കളുടെയും കാര്യങ്ങൾ ശ്രദ്ധിക്കുക എന്നത് സ്ത്രീകളുടെ ധർമ്മങ്ങളായിട്ടാണ് പുരുഷകേന്ദ്രീകൃത സമൂഹം കരുതുന്നത്. സുന്ദരമായ ശരീരത്തെക്കുറിച്ചുള്ള മിത്ത് വൈകല്യമുള്ള സ്ത്രീ ശരീരത്തെ സ്ത്രീത്വമില്ലാത്തതായി നിർവ്വചിക്കുന്നു. അത്തരത്തിൽ സ്ത്രീത്വം നിഷേധിക്കപ്പെട്ട വൈകല്യമുള്ള സ്ത്രീശരീരങ്ങൾ ഡിസേബിൾഡ് കൂടി ആയിത്തീരുന്നു. ശാരീരിക രൂപത്തിന്റെ കാര്യത്തിൽ ഒരു ഡിസേബിൾഡ് സ്ത്രീ, പ്രത്യേകിച്ച് വീൽച്ചെയർ ഉപയോക്താവായ ഒരു സ്ത്രീ, സമൂഹം മുന്നോട്ടുവെച്ചിട്ടുള്ള ഒരു 'നോർമൽ' സ്ത്രീയുടെ വാർപ്പ് രൂപവുമായി പൊരുത്തപ്പെടുന്നില്ലായിരിക്കാം. അതിനാൽ മേല്പറഞ്ഞ പ്രവർത്തികൾ ചെയ്യാൻ പ്രാപ്തർ അല്ല ഡിസേബിൾഡ് സ്ത്രീകൾ എന്ന പൊതുബോധം ഇപ്പോഴും സമൂഹത്തിൽ നിലനില്ക്കുന്നുണ്ട്. ഈ പൊതുബോധം തെറ്റായ ഒരു ശരീരസങ്കല്പം സൃഷ്ടിക്കുന്നു. തങ്ങൾക്ക് അപൂർണ്ണങ്ങളായ ശരീരങ്ങൾ ആണെന്ന് പല ഡിസേബിൾഡ് സ്ത്രീകളും ചിന്തിക്കും. അത് അവരുടെ ആത്മവിശ്വാസത്തെ സാരമായി ബാധിക്കും. സ്വയം മൂല്യമില്ലാത്തവരെന്നു കരുതി അവർ തങ്ങളുടെ അസ്തിത്വത്തെ തന്നെ ചോദ്യം ചെയ്യുന്ന സ്ഥിതിയിലേക്ക് എത്തിച്ചേരും. അങ്ങനെ സ്ത്രീത്വവും (feminity) ലൈംഗികതയും (sexuality) നിഷേധിക്കപ്പെടുന്നു. ഡിസബിലിറ്റികളുള്ള സ്ത്രീകൾക്ക് വീട്ടുജോലികൾ ചെയ്യാനും അർത്ഥവത്തായ ലൈംഗികബന്ധം നിലനിർത്താനും കഴിയില്ലെന്നത് തെറ്റായ ധാരണയാണ്. അത്തരം തെറ്റായ ധാരണകൾ പൊളിച്ചെഴുതി തങ്ങളുടേതായ രീതിയിൽ കുടുംബ ജീവിതം നയിക്കുന്ന ഡിസേബിൾഡ് സ്ത്രീകളെ എനിക്ക് അറിയാം. എന്നാൽ അവരുടെ എണ്ണം പരിശോധിച്ചാൽ വളരെ കുറവാണ്. വിവാഹവും കുടുംബജീവിതവും മാതൃത്വവും ഒക്കെ ഡിസബിലിറ്റികൾ ഇല്ലാത്ത സ്ത്രീകൾക്ക് തെരഞ്ഞെടുക്കാൻ കഴിയുന്നവയാകുമ്പോൾ ഡിസേബിൾഡ് സ്ത്രീകൾക്ക് അവ തെരഞ്ഞെടുക്കാനുള്ള അവസരങ്ങൾ പോലും നിഷേധിക്കപ്പെടുന്നു.

അലൈംഗികത (asexuality) എന്ന ലൈംഗികമായ ആഭിമുഖ്യത്തെ (sexual orientation) പലപ്പോഴും ഡിസബിലിറ്റിയുമായി സമൂഹം ചേർത്ത് വയ്ക്കാറുണ്ട്. അത് വഴി ഡിസേബിൾഡ് വ്യക്തികളെ, പ്രത്യേകിച്ചു ഡിസേബിൾഡ് സ്ത്രീകളെ, അലൈംഗികരായി (asexual persons) ചിത്രീകരിക്കുന്നു. പരമ്പരാഗതമായി സ്ത്രീത്വം ശാരീരിക രൂപവുമായും പ്രവർത്തനങ്ങളുമായും ബന്ധപ്പെട്ടിരിക്കുന്നു. അതിനാൽ സ്ത്രീകൾ ചെയ്യേണ്ടതെന്ന് കരുതപ്പെടുന്ന കർത്തവ്യങ്ങൾ നിർവ്വഹിക്കുവാൻ ഡിസബിലിറ്റികളുള്ള സ്ത്രീകൾ പ്രാപ്തർ അല്ലെന്ന മിഥ്യാ ധാരണ കാരണം പലപ്പോഴും അവരെ സ്ത്രീകൾ ആയിപ്പോലും പരിഗണി

ക്കുന്നില്ല.

എഴുത്തുകാരിയായ സീമന്തിനി നിരഞ്ജനയുടെ അഭിപ്രായത്തിൽ ഫെമിനിസ്റ്റ് പഠനങ്ങൾ ശരീരത്തിന് ഊന്നൽ നല്കുന്നത് പ്രതീകാത്മകമായിട്ടാണ്. ശരീരം അപരമായ ഒരു സാമൂഹിക യാഥാർത്ഥ്യത്തെ സൂചിപ്പിക്കുന്ന ഒരു അടയാളം (symbol) ആകുന്നു. അതിൽ പല സാമൂഹിക അർത്ഥങ്ങളും മറഞ്ഞിരിക്കുന്നുണ്ട്. സമൂഹത്തിന്റെ ഒരു നേർ ചിത്രമോ അല്ലെങ്കിൽ ഒരു പ്രതിബിംബമോ ആയി ശരീരത്തെ പഠിക്കുന്നു. എന്നാൽ ഇന്ത്യൻ ഫെമിനിസ്റ്റ് പ്രസ്ഥാനം വൈകല്യം (impairment) ഉള്ള ശരീരത്തെ വിശകലനപരമായ അനന്തരഫലം ഉളവാക്കുന്ന ഒന്നായി പലപ്പോഴും കരുതിയിട്ടില്ല.

ഫെമിനിസത്തിന്റെ രണ്ടാം തരംഗത്തിന്റെ ശ്രദ്ധ കേന്ദ്രീകരിച്ചിരുന്നത് സ്ത്രീകൾക്ക് തങ്ങളുടെ ശരീരങ്ങളിലുള്ള അവകാശത്തിലാണ് എന്നത് നമുക്ക് അറിയാം. പെൺ ഉടലുകളെ പുരുഷന്റെ voyeuristic നോട്ടത്തിനും (male gaze) ആനന്ദത്തിനും വേണ്ടി വസ്തുവല്ക്കരിക്കുന്നതിനെ (objectification) കാലങ്ങളായി സ്ത്രീപക്ഷ വാദികൾ എതിർക്കുന്നുണ്ട്. നോൺ-ഡിസേബിൾഡ് സ്ത്രീകൾ ലൈംഗികപരമായി വസ്തുവല്ക്കരിക്കപ്പെടുമ്പോൾ (sexual objectification) അലൈംഗികരായിട്ടോ ലൈംഗികത ഇല്ലാത്തവരായിട്ടോ (desexualized persons) ഒക്കെയാണ് ഡിസേബിൾഡ് സ്ത്രീകൾ വസ്തുവല്ക്കരിക്കപ്പെടുന്നത്. വൈകല്യങ്ങൾ (impairments) ഉള്ള പെൺശരീരങ്ങളും പല തരത്തിലുള്ള ശാരീരികവും ലൈംഗികവും ആയ ആക്രമണങ്ങൾക്ക് വിധേയമാക്കപ്പെട്ടു ഡിസേബിൾഡ് ആകുന്നു എന്ന് പല പഠനങ്ങളും വെളിപ്പെടുത്തുന്നുണ്ട്.

അന്താരാഷ്ട്ര മനുഷ്യാവകാശ സംഘടനയായ ഹ്യൂമൻ റൈറ്റ്സ് വാച്ച്, ഇന്ത്യയിൽ നടത്തിയ ഒരു പഠനം അനുസരിച്ചു ഡിസേബിൾഡ് സ്ത്രീകൾ ബലാത്സംഗം ചെയ്യപ്പെടുകയോ ശാരീരികമായി പീഡിപ്പിക്കപ്പെടുകയോ ലൈംഗികമായി ആക്രമിക്കപ്പെടുകയോ ചെയ്യാനുള്ള സാദ്ധ്യത മൂന്നിരട്ടിയാണ്. മാധ്യമങ്ങൾ റിപ്പോർട്ട് ചെയ്ത കേസുകൾ ചില ഉദാഹരണങ്ങൾ മാത്രം. കേരളത്തിൽ കുറച്ചു നാളുകൾക്കു മുമ്പാണ് ബുദ്ധിപരമായി വെല്ലുവിളികളുള്ള പ്രായപൂർത്തി ആകാത്ത ഒരു പെൺകുട്ടിയെ പലർ ചേർന്ന് ചൂഷണം ചെയ്യുകയും ആ പെൺകുട്ടി ഗർഭിണിയാകുകയും തുടർന്ന് പൊലീസ് പോക്സോ കേസ് എടുക്കുകയും ചെയ്തത്. ഈ വർഷം, മലപ്പുറത്ത് കിടപ്പിലായ അമ്മയുടെ മുമ്പിൽവെച്ചാണ് ശാരീരികവും മാനസികവുമായ ബുദ്ധിമുട്ടുകൾ ഉള്ള മകൾ പീഡിപ്പിക്കപ്പെട്ടത്. ഡൽഹിയിൽ മെയ് മാസം അവസാനം ബസ് യാത്രയ്ക്കിടയിൽ വഴി തെറ്റി നിന്ന കാഴ്ചയില്ലാത്ത സ്ത്രീയെ വഴി കാണിച്ചു സഹായിക്കാം എന്ന വ്യാജേന ഒരിടത്തേക്ക് കൊണ്ടുപോയി ഒരാൾ പീഡിപ്പിക്കുകയും തുടർന്ന് അറസ്റ്റിലാവുകയും ചെയ്തു. മുകളിൽ സൂചിപ്പിച്ചതു ചില ഉദാഹരണങ്ങൾ മാത്രം. റിപ്പോർട്ട് ചെയ്യപ്പെ

ട്ടിട്ടില്ലാത്ത അതിക്രമങ്ങൾ നിരവധി ഉണ്ടാകും. നോൺ-ഡിസേബിൾഡ് സ്ത്രീകൾക്ക് തങ്ങളുടെ ശരീരങ്ങളുടെ അവകാശം സ്ഥാപിക്കാൻ ഒരു പരിധിവരെയെങ്കിലും കഴിയുമ്പോൾ ഡിസേബിൾഡ് സ്ത്രീകൾക്ക് അത് ഒട്ടും എളുപ്പമല്ല. തങ്ങളുടെ ശരീരങ്ങളെ സംബന്ധിക്കുന്ന വിഷയങ്ങളിൽ തീരുമാനങ്ങൾ എടുക്കാനുള്ള അവസരങ്ങൾ ഡിസേബിൾഡ് സ്ത്രീകൾക്ക് പലപ്പോഴും കിട്ടുന്നില്ല. ഡിസേബിൾഡ് പെൺ ഉടലുകളിലേക്കുള്ള കടന്നുകയറ്റങ്ങൾ തടയാൻ നിലവിൽ രാജ്യത്തുള്ള നിയമ സംവിധാനങ്ങൾ പലപ്പോഴും അപര്യാപ്തങ്ങൾ ആയിത്തീരുന്നു.

ഡിസേബിൾഡ് സ്ത്രീകൾക്ക് ലൈംഗിക, പ്രത്യുല്പാദന അവകാശങ്ങൾ പലപ്പോഴും നിഷേധിക്കപ്പെടുന്നു. അവയുമായി ബന്ധപ്പെട്ട വിവരങ്ങൾ പലപ്പോഴും ഡിസേബിൾഡ് സ്ത്രീകൾക്ക് ലഭ്യമല്ല. വിവാഹം, മാതൃത്വം തുടങ്ങിയ കാര്യങ്ങളിൽ സ്വന്തമായി തീരുമാനങ്ങളെടുക്കാൻ പലപ്പോഴും അവർക്കു കഴിയുന്നില്ല. ഈയടുത്തു നടന്ന ഉത്രയുടെയും ഹേനയുടെയും കൊലപാതകങ്ങൾ പരിശോധിച്ചാൽ 'കുറവുകൾ' ഉള്ള സ്ത്രീകളെ വിവാഹം കഴിക്കുന്നതിന് നഷ്ടപരിഹാരം എന്ന പോലെ സ്ത്രീധനം ആവശ്യപ്പെടുന്ന രീതി ഇപ്പോഴും നിലവിൽ ഉണ്ടെന്നു ബോദ്ധ്യപ്പെടും. സമൂഹത്തിന്റെ ഏബ്ളിയിസ്റ്റ് ചിന്തകൾക്ക് വിരുദ്ധമായി വൈകല്യമുള്ള ഒരു സ്ത്രീ പ്രണയിച്ചു നോൺ-ഡിസേബിൾഡ് ആയ ഒരു വ്യക്തിയെ വിവാഹം കഴിച്ചാൽ അവരുടെ ബന്ധത്തെ പൊതുബോധം മഹത്ത്വവല്ക്കരിക്കുന്നു. ഡിസേബിൾഡ് ആയ ഒരു സ്ത്രീയെ വിവാഹം കഴിച്ചു എന്നതിന്റെ പേരിൽ മാത്രം നോൺ-ഡിസേബിൾഡ് പുരുഷൻ വാഴ്ത്തപ്പെടും. അത്തരത്തിലുള്ള വാർത്തകൾ പലപ്പോഴും നാം മാധ്യമങ്ങളിലൂടെ അറിയാറുണ്ട്. എന്നാൽ ഒരു ഡിസേബിൾഡ് പുരുഷനെ വിവാഹം കഴിച്ചതിന്റെ പേരിൽ നോൺ-ഡിസേബിൾഡ് സ്ത്രീ ഈ പുരുഷകേന്ദ്രീകൃത സമൂഹത്തിൽ വാഴ്ത്തപ്പെടില്ല.

ഞാൻ പലപ്പോഴും എഴുതാറും സംസാരിക്കാറുമുള്ള ഒരു വിഷയമാണ് അക്സിസിബിലിറ്റി. ഡിസബിലിറ്റിയുടെ തരം അനുസരിച്ച് ആവശ്യമുള്ള അക്സിസിബിലിറ്റിയിലും വ്യത്യാസങ്ങൾ വരും. ഡെഫ് ആയ സ്ത്രീകൾക്കും കാഴ്ചയില്ലാത്ത സ്ത്രീകൾക്കും പലപ്പോഴും പ്രധാനപ്പെട്ട വിവരങ്ങൾ ലഭ്യമാകാത്തതിന് കാരണം അക്സിസിബിൾ ആയ സൗകര്യങ്ങൾ ഇല്ലാത്തതാണ്. എന്നെപ്പോലെ വീൽച്ചെയർ ഉപയോക്താക്കളായ സ്ത്രീകൾക്ക് പ്രധാനമായി ആവശ്യം റാമ്പ്, ലിഫ്റ്റ് ഉൾപ്പെടെയുള്ള സംവിധാനങ്ങളാണ്. ഇത്തരം സൗകര്യങ്ങളുടെ അഭാവം ശരീരത്തിന്റെ അധികാരവുമായി ബന്ധപ്പെട്ടിരിക്കുന്നു. അത് എങ്ങനെ എന്ന് ഒരു സംഭവത്തിലൂടെ വിശദമാക്കാം. ഇന്ത്യയിൽ ഡിസബിലിറ്റി അവകാശങ്ങൾക്കുവേണ്ടി പ്രവർത്തിക്കുന്നവരിൽ ഒരാൾ ആണ് വീൽച്ചെയർ ഉപയോക്താവായ വിരാലി മോഡി. 2017 ൽ വിരാലി #MyTrainToo എന്ന ഒരു ക്യാമ്പയിൻ തുടങ്ങി. ട്രെയിനുകൾ വീൽച്ചെയർ

സൗഹൃദങ്ങൾ ആക്കിമാറ്റുകയിരുന്നു ഉദ്ദേശ്യം. ഈ ക്യാമ്പയിന് പ്രചോദനം ആയതു വിരാലിക്കു മുന്ന് വ്യത്യസ്ത സന്ദർഭങ്ങളിലുണ്ടായ ദുരനുഭവങ്ങൾ ആയിരുന്നു. ട്രെയിനുകൾ വീൽച്ചെയർ സൗഹൃദങ്ങൾ അല്ലാത്തതിനാൽ പോർട്ടർമാർ വീൽച്ചെയർസഹിതം ട്രെയിനിലേക്ക് കയറ്റുന്നതിനിടയിൽ വിരാലിയുടെ ശരീരത്തിന്റെ പല ഭാഗങ്ങളിലും അനാവശ്യമായി സ്പർശിച്ചു. അപ്പോൾ വിരാലിക്കുണ്ടായ മാനസിക ട്രോമയായിരുന്നു പിന്നീട് ആ ക്യാമ്പയിനിലേക്ക് അവളെ എത്തിച്ചത്. വീൽച്ചെയർ സൗഹൃദമല്ലാത്ത ഇടങ്ങളിൽ ചെല്ലുമ്പോൾ മറ്റുള്ളവരുടെ സഹായങ്ങൾ തേടേണ്ടി വരുന്ന ഡിസേബിൾഡ് സ്ത്രീകളും ഇത്തരം ചൂഷണങ്ങൾക്ക് വിധേയരാകാനുള്ള സാദ്ധ്യതകൾ തള്ളിക്കളയാൻ ആകില്ല.

ഹെറ്ററോ സെക്ഷ്വൽ ഭൂരിപക്ഷം ആയ സമൂഹത്തിൽ നോൺ-ഡിസേബിൾഡ് സ്ത്രീകൾക്ക് തങ്ങളുടെ ജെൻഡറും സെക്ഷ്വാലിറ്റിയും പ്രകടിപ്പിക്കുന്നതിനുള്ള നിയന്ത്രണങ്ങൾ എത്രത്തോളമെന്നു നമുക്ക് അറിയാം. പ്രത്യേകിച്ച് LGBTIQ+ ആഭിമുഖ്യങ്ങൾ ഉള്ളവർ നേരിടുന്ന ആക്ഷേപങ്ങളും അതിക്രമങ്ങളും. അങ്ങനെ ഉള്ളപ്പോൾ ഏബ്ളിയിസം കുടി പ്രകടിപ്പിക്കുന്ന ഈ സമൂഹത്തിൽ അലൈംഗികരെന്നു കരുതപ്പെടുന്ന ഡിസേബിൾഡ് സ്ത്രീകളുടെ, വിശേഷിച്ചു LGBTIQ+ വിഭാഗങ്ങളിൽ ഉള്ളവരുടെ, അവസ്ഥ ഊഹിക്കാവുന്നതേയുള്ളു. *Margarita with a Straw* എന്ന സിനിമ ചിലരെ പ്രകോപിപ്പിക്കുകയും അസ്വസ്ഥരാക്കുകയും ചെയ്തതിൽ അത്ഭുതപ്പെടാനില്ല. നോൺ-ഡിസേബിൾഡ് ആയ ക്വീർ വ്യക്തികൾക്ക് ഹോമോഫോബിക് സമൂഹത്തിൽ നിന്ന് നേരിടേണ്ടിവരുന്ന പ്രശ്നങ്ങളെക്കുറിച്ച് അവരുടെ തുറന്നു പറച്ചിലുകളിലൂടെയും എഴുത്തുകളിലൂടെയും നാം അറിയാറുണ്ട്. ഡിസേബിൾഡ് ക്വീർ വ്യക്തികൾക്ക് ഒരേ സമയം ഹോമോഫോബിയയെയും ഏബ്ളിയിസത്തെയുമാണ് നേരിടേണ്ടി വരുന്നത്. (ഏബ്ളിയിസം എന്ന വാക്കുകൊണ്ട് സൂചിപ്പിക്കുന്നത് വൈകല്യങ്ങൾ ഉള്ള വ്യക്തികളോടുള്ള വിവേചനവും സാമൂഹിക മുൻവിധിയും ആണ്.) പലപ്പോഴും ഇക്കാര്യം ക്വീർ പ്രസ്ഥാനങ്ങളിൽപ്പോലും വേണ്ടത്ര ചർച്ച ചെയ്യപ്പെടാറില്ല എന്നത് ദൗർഭാഗ്യകരമാണ്.

സമൂഹവും ഫെമിനിസ്റ്റ് പ്രസ്ഥാനവും ശ്രദ്ധ നല്കി പരിഹാരങ്ങൾ തേടേണ്ടതായി ഇത്തരത്തിൽ ഡിസേബിൾഡ് പെൺ/ക്വീർ ഉടലുകൾ നേരിടുന്ന പ്രശ്നങ്ങൾ നിരവധിയാണ്. കേവലം ഈ ഒരു ലേഖനത്തിൽ ചർച്ച ചെയ്യാവുന്നതിലും അപ്പുറത്തുള്ളവയാണ് അതീവ ഗൗരവ സ്വഭാവമുള്ള ആ പ്രശ്നങ്ങൾ.

ഗ്രന്ഥ സൂചി

Addlakha, Renu. Gender, Subjectivity, and Sexual Identity: How Young People with Disabilities Conceptualise the Body, Sex, and

Marriage in Urban India. Centre for Women's Development Studies, 2007.

Campbell, Fiona Kumari. Contours of Ableism: The Production of Disability and Abledness. Springer, 2009.

Daily, *Keralakaumudi*. "Death of Newly-Wed in Cherthala; Police Says Its Murder, Dowry Abuse, Husband Arrested." *Keralakaumudi* Daily, keralakaumudi.com/en/news/news.php?id=828062&u=. Accessed 30 Oct. 2022.

Express News Service. "Delhi: Visually Impaired Woman Raped While Trying to Find a Bus, 1 Held." *The Indian Express*, 2 June 2022, indianexpress.com/article/delhi/delhi-visually-impaired-woman-raped-while-trying-to-find-a-bus-1-held-7948838/. Accessed 21 July 2022.

Ghai, Anita. (Dis)Embodied Form: Issues of Disabled Women. Shakti Books, 2003.

---. Rethinking Disability in India. London Routledge, 2015.

Margarita with a Straw. Directed by Shonali Bose, Viacom18 Motion Pictures, 2015.

Morris, Jenny. Encounters with Strangers: Feminism and Disability. Women's Press, 1996.

---. Pride against Prejudice. Women's Press Ltd., 1991.

Oliver, Michael. Understanding Disability. London Macmillan Education Uk, 1996.

OpIndia Staff. "Kerala: Mentally Challenged Girl Raped in Front of Paralysed Mother in Malappuram, Accused Shihab Arrested." OpIndia, 25 Feb. 2022, www.opindia.com/2022/02/kerala-shihab-rapes-mentally-challenged-girl-in-front-of-bedridden-mother/. Accessed 4 Apr. 2022.

Philip, Shaju. "Uthra Murder Case: Man Gets 17-Year Rigorous Imprisonment, 2 Life Terms for Using Snake to Kill Wife." *The Indian Express*, 14 Oct. 2021, indianexpress.com/article/cities/thiruvananthapuram/uthra-murder-case-kerala-nsake-to-kill-wife-7570783/. Accessed 30 Oct. 2022.

Piepmeier, Alison, et al. "Disability Is a Feminist Issue: Bringing Together Women's and Gender Studies and Disability Studies." Disability Studies Quarterly, vol. 34, no. 2, Mar. 2014, https://doi.org/10.18061/dsq.v34i2.4252.

Rao, Shashank. "'I Was Groped by Porters,' Alleges Disabled US Citizen Living in Mumbai." Mid-Day, 10 Feb. 2017, www.mid-day.com/mumbai/mumbai-news/article/mumbai-sexually-assaulted-by-porters-us-citizen-starts-petition-for-change-paraplegic-virali-modinews-17984151. Accessed 20 Apr. 2022.

Sahgal, Kanav. "The Agony of Being Queer and Disabled in India." Women's Web: For Women Who Do, 14 June 2021, www.womensweb.in/2021/06/queer-and-disabled-in-india-june21wk2sr/. Accessed 30 Oct. 2022.

Sengupta, Shampa. "Criminal Justice System & Young Girls/Women with Disabilities - My Take by Shampa Sengupta." Newz Hook | Disability News - Changing Attitudes towards Disability, 8 July 2019, newzhook.com/story/22762/. Accessed 20 June 2020.

Wendell, Susan. The Rejected Body: Feminist Philosophical Reflections on Disability. Routledge, 1996.

"Women and Girls with Disabilities." Human Rights Watch, www.hrw.org/legacy/women/disabled.html. Accessed 14 March 2021.

ഉലച്ചിലിന്റെ രാഷ്ട്രീയം
ശരീരം, ചലനം, ജെന്റർ

അമിത്ത് കെ

ആമുഖം

ശരീരം, ചലനം, ജെന്റർ ഈ മൂന്ന് സങ്കല്പനങ്ങളേയും ചേർത്തുവച്ച് ആലോചിക്കാനുള്ള ശ്രമമാണിത്. മോഹിനിയാട്ടം പരിശീലിക്കുന്ന ഒരാൾ (ൺ), ശരീരത്തെയും സമൂഹത്തെയും ആ നൃത്തരൂപത്തെയും അടുത്തറിയാൻ നടത്തുന്ന ശ്രമത്തിന്റെ ഭാഗം എന്നേ ഇതിനെ വിശേഷിപ്പിക്കേണ്ടതുള്ളൂ. സത്താപരമായ (essential) സംവർഗ്ഗം എന്ന നിലയ്ക്കല്ല ഇവിടെ ആൺ, പെൺ എന്നീ വിഭാഗങ്ങളെ അടയാളപ്പെടുത്തുന്നത് എന്ന് ആമുഖമായി പറയട്ടെ. ജൈവികമായതോ ആർജ്ജിച്ചെടുക്കുന്നതോ ആയ പ്രത്യേകതകൾ ഈ വിഭാഗങ്ങൾക്കോരോന്നിനും സവിശേഷമായി ഉണ്ടായിരിക്കണം എന്നോ അതിനാൽ അവ വിഭിന്നങ്ങളാണ് എന്നോ ലേഖനം പറഞ്ഞുവയ്ക്കുന്നില്ല. ചരിത്രത്തിൽ ഉറച്ചുപോയ സംവർഗ്ഗങ്ങൾ എന്നേ ആൺ, പെൺ എന്നീ സംജ്ഞകൾ ഉപയോഗിക്കുമ്പോൾ അർത്ഥമാക്കുന്നുള്ളൂ. അതിനാൽ തമ്മിൽ കലരാത്ത, അനന്യമായ വിഭാഗങ്ങളാണവ എന്ന് മനസ്സിലാക്കേണ്ടതില്ല. ആ നിലയ്ക്ക് സ്വന്തം തന്മയെത്തന്നെ പൂർണ്ണമായ അർത്ഥത്തിൽ ആൺ എന്ന് വിളിക്കാൻ ഇവിടെ മുതിരുന്നുമില്ല. ചരിത്രപരവും ഭാഷാപരവുമായി ഈ വഴിയിൽ പൊതുവെ ഉയരുന്ന വെല്ലുവിളികൾ ലേഖനത്തിനും നേരിടേണ്ടി വരും എന്ന് സാരം. മോഹിനിയാട്ടം പഠിക്കുന്ന പുരുഷൻ എപ്പോഴും നേരിടേണ്ടിവരുന്ന ചോദ്യമാണ്, മോഹിനിയാട്ടം പുരുഷന്മാർ ചെയ്യുമോ എന്നത്. നിലവിൽ മോഹിനിയാട്ടം അവതരിപ്പിക്കുന്ന പുരുഷനർത്തകരെ എണ്ണിയെടുത്തു പറഞ്ഞാൽ മാത്രം തീരുന്നതല്ല ആ സംശയം. അതിനകത്ത് ഒരു കലാരൂപത്തിന്റെ സൗന്ദര്യശാസ്ത്രപരമായ അംശങ്ങൾ എങ്ങനെയാണ് ജെന്റേർഡ് ആയിത്തീരുന്നത്

എന്നതിനെ സംബന്ധിക്കുന്ന ചില കാര്യങ്ങളുണ്ട്. ശരീരത്തെ, അതിന്റെ ചലനത്തെ ജെന്റേർഡ് ആക്കിത്തീർക്കുന്നതിന്റെ രാഷ്ട്രീയവുമുണ്ട്. അത്തരം ചില കാര്യങ്ങളെക്കുറിച്ചാണ് ഈ ലേഖനം.

ആട്ടം, ലിംഗതന്മ: ശരീരത്തിന്റെ അടരുകൾ

മോഹിനിയാട്ടം സ്ത്രീകളുടെ കല എന്ന് പൊതുവെ അംഗീകരിക്കപ്പെടുമ്പോഴും എല്ലാ സ്ത്രീകളേയും മോഹിനിയാട്ടത്തിന് ഇണങ്ങുന്നവരാണെന്ന് കണക്കാക്കി കാണുന്നില്ല. മെലിഞ്ഞുനീണ്ട ശരീരമുള്ളവർക്ക് യോജിച്ചതല്ല മോഹിനിയാട്ടം എന്ന പൊതുബോധം ശക്തമാണ്. ഉയരമുള്ള ശരീരത്തിന്റെയും മെലിഞ്ഞുനീണ്ട കൈകാലുകളുടെയും പേരിൽ മാറ്റിനിർത്തപ്പെട്ടിട്ടുണ്ടെന്ന് ദിവ്യ നെടുങ്ങാടിയെപ്പോലുള്ള നർത്തകർ തുറന്നു പറയാറുണ്ട്. മോഹിനിയാട്ടത്തിന് ചേർന്ന സ്ത്രീശരീരം, ചേരാത്ത സ്ത്രീശരീരം എന്ന ദ്വന്ദം സമൂഹം നിർമ്മിച്ചിട്ടുണ്ട്. അവിടെയാണ് 'സ്ത്രീ' എന്ന സംവർഗ്ഗത്തെ തന്നെ പ്രശ്നവല്ക്കരിക്കേണ്ടി വരുന്നത്. സ്ത്രീകളുടെ കല എന്നതിലെ സ്ത്രീ എന്താണ് എന്ന് ചോദിക്കേണ്ടി വരുന്നത്. 'സ്ത്രൈണം' എന്ന് സാമ്പ്രദായികമായി നിർവ്വചിച്ചെടുത്ത കല്പനയോട് തീർത്തും യോജിച്ച് പോകുന്ന ഒരു ശരീരമാണ് മോഹിനിയാട്ടത്തിന് അനുഗുണമായ സ്ത്രീശരീരമായി പൊതുവെ കണക്കാക്കുന്നത്. ശരീരത്തെ സംബന്ധിച്ചുള്ള ആഴത്തിലുള്ള അന്വേഷണം ഇവിടെ ആവശ്യമുണ്ട്. എന്താണ് ശരീരം, എന്താണ് നൃത്ത ശരീരം എന്നീ ചോദ്യങ്ങൾ പരിശോധിക്കേണ്ടതുമുണ്ട്.

കേവലമായ ഭൗതികശരീരം നിലനില്ക്കുന്നില്ല എന്നതാണ് പ്രാഥമികമായ കാര്യം. ശരീരം സാമൂഹികമായ ഭാവനകളും അർത്ഥങ്ങളും പേറുന്നുണ്ട്. ശരീരത്തിന്റെ പ്രവൃത്തികളും അങ്ങനെതന്നെ. അതിന്റെ ഒരർത്ഥം ജന്റർ ഇടപെടാത്ത ശരീരം എന്നത് മിഥ്യയാണ് എന്നതാണ്. ജന്റർ പെർഫോമേറ്റീവ് (gender performative) ആണ് എന്ന് പറയുന്നതിന്റെ കാതൽ അതാണ്. ജനനത്തിനു മുൻപേതന്നെ ശരീരവും അതിന്റെ ചലനങ്ങളുമെല്ലാം നിശ്ചയിക്കപ്പെട്ടു കഴിഞ്ഞിരിക്കും. അതിലേക്ക് ചേരുമ്പോഴാണ് ഒരു ശരീരത്തിന് അർത്ഥമുണ്ടാവുന്നത്. ഒരു ശരീരം വിലകല്പിക്കപ്പെടുന്നത്. അംഗീകരിക്കപ്പെടുന്നത്. അതിൽ ശരീരത്തെ അമർത്തി വയ്ക്കാൻ കഴിയാത്തവരൊന്നും തന്നെ സമൂഹത്തിന് സ്വീകാര്യരല്ല.

ഒരു ശരീരം സാമൂഹികമായി ഭൗതികവല്ക്കരിക്കപ്പെടുന്നത് (materialize) ദീർഘ കാലമെടുത്താണ്. അങ്ങനെയൊരു പ്രക്രിയയിലൂടെയാണ് ശരീരം ശരീരമാകുന്നത്. അതിനാൽ ദീർഘകാലമായി വഹിക്കുന്ന ശരീരബാഹ്യമായ ഒരു അധിക ഭാരം എല്ലാ ശരീരത്തിന്മേലുമുണ്ട്. അങ്ങനെയാണ് പുരുഷശരീരത്തിൽ ഉറപ്പുള്ളത്, സംരക്ഷണം ഉറപ്പു നല്കുന്നത്, ഉലയാത്തത്, കായികക്ഷമതയുള്ളത് എന്നീ അർത്ഥങ്ങൾ

ചേരുന്നത്. സ്ത്രീശരീരത്തിൽ മൃദുലമായത്, സംരക്ഷിക്കപ്പെടേണ്ടത്, ബലമില്ലാത്തത് എന്നീ അർത്ഥങ്ങൾ ചേരുന്നത്.

മോഹിനിയാട്ടശരീരത്തിന്റെ സാമൂഹികവിവക്ഷകൾ

നൃത്തശരീരവും ഭൗതികശരീരമല്ല എന്ന് ഇനി എളുപ്പം നിരൂപിക്കാമല്ലോ. നൃത്തശരീരവും സാമൂഹികശരീരമാണ്. അതിനാൽ നൃത്തത്തിനായി ഓരോ കാലത്തെയും സമൂഹം തെരഞ്ഞെടുക്കുന്ന ശരീരങ്ങൾക്ക് പിന്നിൽ അക്കാലത്തെ സാമൂഹികബലതന്ത്രങ്ങൾ പ്രവർത്തിക്കുന്നുണ്ട് എന്ന് പറയാം. അതിനാൽ ആ തെരഞ്ഞെടുപ്പിൽ ഒരു ദളിത് ശരീരം വരണമെന്നില്ല. കറുത്ത ശരീരം വരണമെന്നില്ല. നിലനില്ക്കുന്ന സൗന്ദര്യസങ്കല്പങ്ങൾക്ക് പുറത്തുള്ള ഒരു ശരീരവും വരണമെന്നില്ല. സാമ്പത്തികമായി പിന്നോക്കം നില്ക്കുന്ന ശരീരവും വരണമെന്നില്ല. മോഹിനിയാട്ടത്തെ സംബന്ധിച്ച് പുരുഷശരീരം സ്വാഭാവികമായും തെരഞ്ഞെടുക്കപ്പെടുന്നില്ല. ജനനത്തിനു മുൻപേതന്നെ പുരുഷന് മോഹിനിയാട്ടം വിലക്കപ്പെട്ടതാവുന്നുണ്ട്. എന്തുകൊണ്ട് അതിന്റെ ചലനം പുരുഷരിൽ കാണാൻ സമൂഹം താല്പര്യപ്പെടുന്നില്ല എന്നതിനെക്കുറിച്ചുകൂടി ഇവിടെ ആലോചിക്കേണ്ടതുണ്ട് എന്ന് തോന്നുന്നു.

മോഹിനിയാട്ടചലനത്തെ പലപ്പോഴും അടയാളപ്പെടുത്തുന്നത് 'ഉലച്ചിൽ' ആയാണ്. ഈ ഉലച്ചിലിനെ തെങ്ങോലകളുടെ, നെല്ക്കതിരിന്റെ ചലനത്തോട് ചേർത്തുനിർത്തി അവതരിപ്പിക്കുന്നത് പതിവാണ്. നാട്യശാസ്ത്രഗ്രന്ഥങ്ങളുടെ വെളിച്ചത്തിൽ ഈ ഉലച്ചിലിനെ 'ആന്തോളിക' എന്ന സാങ്കേതികപദത്തിലൂടെ ഡോ. നീന പ്രസാദ് അവതരിപ്പിക്കുന്നുണ്ട്. എങ്ങനെ ആയാലും ഒരു നൈരന്തര്യത്തെ മോഹിനിയാട്ട ചലനത്തിൽ കണ്ടെടുക്കാം. ആ ചലനം ക്രമത്തിൽ ആവർത്തിക്കുന്ന ഒന്നാണ്. വർത്തുളവുമാണ്. മോഹിനിയാട്ടത്തിലുള്ള 'ആട്ടം' എന്താണെന്നതും പരിശോധിച്ചുനോക്കാവുന്നതാണ്. 'ഊഞ്ഞാലാട്ടം', 'ചാഞ്ചാട്ടം' എന്നിവ പോലെ, 'ആട്ടം' ചേർന്ന വാക്കുകൾ ഇപ്പോഴും പ്രചാരത്തിലുണ്ടല്ലോ. അവിടെയൊക്കെ ആട്ടം എന്നത് ഇളക്കത്തേയോ നിരന്തരമുള്ള ചലനത്തെയോ ഒക്കെ കുറിക്കുന്നു. അത് സ്ത്രൈണമായ ഗുണമായി കണക്കാക്കപ്പെടുന്ന സമൂഹമാണ് നമ്മുടേത്. അപ്പുറത്ത് ഉറപ്പിന്റെയും ദൃഢതയുടെയും പര്യായമാണ് masculine എന്നത്. അതിനാൽ ഉലയുന്ന, ആടുന്ന ഒരു പുരുഷശരീരം സങ്കല്പിക്കാൻ ഈ സമൂഹത്തിന് ബുദ്ധിമുട്ടുണ്ടാവുന്നത് സ്വാഭാവികമാണ്.

ആണുങ്ങൾ മോഹിനിയാട്ടം ചെയ്യുമോ എന്ന ചോദ്യത്തിന് അനുബന്ധമായി ഉയരുന്ന വേറെ ചില ചോദ്യങ്ങളും ഉണ്ട്. ഏത് വേഷം ധരിക്കും? മുടി എന്തു ചെയ്യും? എന്നിങ്ങനെ 'ആഹാര്യ'ത്തെ സംബന്ധിക്കുന്നവയാണ് അതിലൊരു വിഭാഗം. മറ്റൊരു വിഭാഗം മോഹിനിയാട്ടത്തിൽ അവതരിപ്പിച്ചു കാണുന്ന വിഷയങ്ങളെ (Theme) പറ്റിയുള്ളതാണ്. 'ശൃംഗാരം' എങ്ങനെ അവതരിപ്പിക്കും? നായികയുടെ ഭാവങ്ങൾ

എങ്ങനെ കൊണ്ടുവരും? എന്നീ ചോദ്യങ്ങൾ അക്കൂട്ടത്തിൽപെടുന്നു. വാസ്തവത്തിൽ ഈ ചോദ്യങ്ങളുടെ ആധാരം സാമൂഹികമായി നടക്കുന്ന ശരീരചലനത്തിന്റെ 'ജെന്ററിങ്' (gendering of body movements) എന്ന പ്രക്രിയയാണെന്നാണ് ഈ ലേഖനം വാദിക്കുന്നത്. അതിന്റെ അനുബന്ധമായി ഉയരുന്ന പ്രശ്നങ്ങളാണ് മേല്പറഞ്ഞവ. അങ്ങനെ നോക്കുമ്പോൾ ആണുങ്ങൾ മോഹിനിയാട്ടം ചെയ്യുമോ എന്ന ചോദ്യത്തിനടിയിൽ ആൺശരീരം ഉലയാനുള്ളതാണോ എന്ന ചോദ്യം അടിഞ്ഞുകിടക്കുന്നതായി കാണാം. അതിനാൽ ഉറച്ചു പടുത്ത ഒരു ശരീരത്തിൽ നിന്ന് വിടുതി നേടിയ, രാഷ്ട്രീയപ്രാധാന്യമുള്ള ശരീരമാണ് ഒരു മോഹിനിയാട്ട നർത്തകന്റേത് എന്ന് പറയാം. അത് ഇനിയും ഭാതികവല്ക്കരിക്കപ്പെട്ടിട്ടില്ലാത്ത ശരീരമാണ്. സാമൂഹികമായി അംഗീകരിക്കപ്പെട്ടിട്ടില്ലാത്ത ശരീരമാണ്.

ഉപസംഹാരം

'സ്ത്രീകളുടെ കല' എന്ന സംജ്ഞയെ പ്രശ്നവല്ക്കരിക്കുമ്പോൾ ശരീരത്തെയും അതിന്റെ ചലനത്തെയും ജെന്ററിങ് ചെയ്തുവന്നതിന്റെ രാഷ്ട്രീയമാണ് തെളിഞ്ഞുവരുന്നത്. ഓരോ ജെന്ററിനും പൂർവ്വനിശ്ചിതമായ ചില ശാരീരിക പ്രത്യേകതകളും, ശരീരചലന സാദ്ധ്യതകളും സാമൂഹം കല്പിച്ചിട്ടുണ്ട്. മോഹിനിയാട്ടത്തെ സ്ത്രീകളുടെ കല എന്ന് വിളിച്ചുപോരുന്നത് അതിന്റെ അടിസ്ഥാനത്തിലാണ്. എന്നാൽ പുതിയൊരു ശരീരസാദ്ധ്യത മുന്നോട്ട് വയ്ക്കാൻ മോഹിനിയാട്ടം അവതരിപ്പിക്കുന്ന നർത്തകന് സാധിച്ചേക്കും. കാരണം സമൂഹം പരിചയപ്പെട്ടിട്ടില്ലാത്ത ഒരു പുതിയ പുരുഷശരീരമാണ് മോഹിനിയാട്ടനർത്തകന്റേത്. അത് ഉലയുന്ന ഒരു പുരുഷശരീരമാണ്.

കലയുടെ നിയമങ്ങളും പ്രകാരങ്ങളും എല്ലാക്കാലത്തും സ്ഥിരമായി നില്ക്കുന്ന ഒന്നല്ല. നിരന്തരം അത് പുതുതാവുന്നുണ്ട്. ഓരോ കാലത്തും അതത് കാലത്തെ മോഹിനിയാട്ടം ഉണ്ടായിരിക്കും. ആധുനിക പൂർവ്വകാലത്ത് കാണികൾ കണ്ട മോഹിനിയാട്ടമേയല്ല ഇന്നത്തെ കാണി ആസ്വദിക്കുന്നത്. കലയിലേക്കുള്ള നോട്ടം മാറുന്നുണ്ട്. കണ്ട് കണ്ടും കൂടെയാണ് ഒന്ന് കലയാവുന്നത്. കണ്ട് കണ്ടാണ് കലയിലെ മാറ്റം അംഗീകരിക്കപ്പെടുന്നത്. സ്വീകരിക്കപ്പെടുന്നത്. അതിന് തുടർച്ചയുണ്ടാവുന്നത്. കാഴ്ച തന്നെയാണ് കലയെ പൂരിപ്പിക്കുന്നതും പൂർത്തിയാക്കുന്നതും. പുരുഷന്മാരുടെ മോഹിനിയാട്ടം അങ്ങനെ കാഴ്ചപ്പെടട്ടെ.

ഗ്രന്ഥസൂചി

Butler, Judit. *Bodies that Matter*. Routledge, New York. 1993
Butler, Judit. *Gender Trouble*. Routledge, New York. 1999.

ദളിത് സ്ത്രീ ഉടലിന്റെ രാഷ്ട്രീയം

ജയിൻസി ജോൺ

മീനാ കന്തസാമിയുടെ 'Becoming a Brahmin' എന്ന കവിതയിൽ, ശൂദ്രനെ ബ്രാഹ്മണനാക്കുന്നതിനുള്ള അൽഗോരിതത്തെക്കുറിച്ച് വളരെ സറ്റയറിക്കലായി പറയുന്നുണ്ട്. സുന്ദരിയായ ഒരു ശൂദ്രസ്ത്രീയെ ഒരു ബ്രാഹ്മണനുമായി വിവാഹം കഴിപ്പിക്കുക, അയാളുടെ പെൺകുട്ടിയെ അവൾ പ്രസവിച്ചാൽ, ആ കുട്ടിയെ വീണ്ടും ഒരു ബ്രാഹ്മണനുമായി വിവാഹം കഴിപ്പിക്കുക, ഈ പ്രക്രിയ മൂന്നോ നാലോ ആറു തവണകളായി തുടരുക, അവസാന പ്രൊഡക്ട് ഒരു ബ്രാഹ്മണൻ ആകുന്നു. ഈ അൽഗോരിതത്തെ പിന്തുണച്ചത് രാഷ്ട്രപിതാവായിരുന്നു എന്നും, കവയിത്രി പറയുന്നു. എന്നാൽ, ഒരു പറയനെ ബ്രാഹ്മണൻ ആക്കുന്നതിനുള്ള അൽഗോരിതത്തിനായി മറ്റൊരു രാഷ്ട്രപിതാവിനെ തന്നെ കാത്തിരിക്കുകയാണെന്നും, മനഃപൂർവ്വമല്ലാത്ത കാലതാമസത്തിന് ക്ഷമാപണം എന്നും പറഞ്ഞ്, കവിത അവസാനിക്കുന്നു. മൂർച്ചയുള്ള ഈ കവിത, ജാതി വ്യവസ്ഥയുടെ നട്ടെല്ലായി സ്വന്തം ജാതിക്കുള്ളിൽ നിന്നു മാത്രമുള്ള വിവാഹം എങ്ങനെ നിലനില്ക്കുന്നു എന്നും, ജാതി ശുദ്ധിയിൽ, സ്ത്രീയുടെ ശരീരം എങ്ങനെ ഉപയോഗിക്കപ്പെടുന്നു എന്നും കൃത്യമായി പറഞ്ഞു വെക്കുന്നുണ്ട്. ജാതി ശുദ്ധി കൈവരിക്കാനുള്ള ഒരു അൽഗോരിതത്തിലും ഉൾപ്പെടാൻ പോലും സാദ്ധ്യതയില്ലാത്ത, അത്രയ്ക്കും മലിനമായ, ദേശരാഷ്ട്രത്തിന്റെ സമീപഭാവിയിലെങ്ങും ദൃശ്യമാകാത്ത ദളിത് സ്ത്രീ ശരീരങ്ങളുടെ രാഷ്ട്രീയം പറയേണ്ടതാവശ്യമായിത്തീരുന്നതും ഇവിടെയാണ്.

സ്ത്രീപക്ഷ സിദ്ധാന്തങ്ങളുടെ ആരംഭകാലങ്ങളിൽ, സ്ത്രീയുടെ ശരീരവും, സാമൂഹ്യാവസ്ഥകളും വിചാരവ്യവസ്ഥയും തമ്മിലുള്ള ബന്ധത്തെ പൂർണ്ണമായും നിരാകരിക്കുന്ന നിലപാടുകളാണുണ്ടായി

രുന്നത്. ഭൗതികമായതും ബൗദ്ധികമായതും എന്ന ദ്വന്ദ്വവല്ക്കരണവും അതോടൊപ്പം, സ്ത്രീകൾ ശരീരംകൊണ്ട് മാത്രം നിർവ്വചിക്കപ്പെടേണ്ട വരും ബൗദ്ധികവും യുക്തിപരവുമായ യാതൊരു പ്രവർത്തനങ്ങൾക്കും പ്രാപ്തിയില്ലാത്തവരുമാണ് തുടങ്ങിയ അന്നു നിലനിന്നിരുന്ന വിശ്വാ സങ്ങളെ ചോദ്യം ചെയ്യുന്നതിന്റെ ഭാഗമായായിരുന്നു ഫെമിനിസ്റ്റ് ചിന്താ ധാരയുടെ ഇത്തരത്തിലുള്ള പ്രാരംഭ ഇടപെടലുകൾ. പിന്നീട്, സ്ത്രീ സ്വത്വം നിർമ്മിക്കപ്പെടുന്നതിൽ ശരീരത്തിനുള്ള പങ്ക് അടിവരയിട്ടു കൊണ്ടും ലൈംഗികത, മാതൃത്വം, പ്രത്യുല്പാദനം തുടങ്ങി സ്ത്രീയുടെ ശരീരസംബന്ധമായ അവകാശങ്ങളെയും സങ്കീർണ്ണതകളെയും മുൻ നിർത്തി കൊണ്ടുമാണ് സ്ത്രീപക്ഷവാദം മുന്നോട്ടുപോയത്.

പാർശ്വവല്കൃതസമൂഹങ്ങളിലെ സ്ത്രീകളുടെ കാര്യത്തിൽ, അത് കറുത്ത വർഗ്ഗക്കാരായവരോ ദളിതരോ ആദിവാസികളോ ആകട്ടെ, ശരീരം എന്നത് കുറേക്കൂടി സങ്കീർണ്ണവും പ്രാധാന്യമർഹിക്കുന്നതുമായി ത്തീരുന്നു. ഒരു ദളിത് സ്ത്രീയെ സംബന്ധിച്ചിടത്തോളം, ശരീരം, സാമൂ ഹികവും ചരിത്രപരവും രാഷ്ട്രീയവുമായ നിലനില്പിന്റെ അടിസ്ഥാന ഘടകവും നിർണ്ണായകവുമാണ്. ജാതികേന്ദ്രീകൃതമായ ഇന്ത്യൻ സാമൂഹ്യ വ്യവസ്ഥിതിയിൽ ദളിത് ശരീരം എന്നത് ചൂഷണങ്ങളുടെയും അവഹേളനങ്ങളുടെയും മാറ്റിനിർത്തലിന്റെയും ചരിത്രംകൊണ്ടും സമ കാലിക യാഥാർത്ഥ്യംകൊണ്ടും നിർവ്വഹിക്കപ്പെടുന്ന ഒന്നാണല്ലോ. അതിൽ തന്നെ, ദളിത് സ്ത്രീയുടെ ശരീരം നിരന്തരമായ ജാതി വൈരാ ഗ്യത്തിനും ആക്രമണത്തിനും വിധേയമാക്കപ്പെട്ടു കൊണ്ടിരിക്കുന്നു. ഈ സാഹചര്യത്തിൽ, പാശ്ചാത്യ സ്ത്രീപക്ഷവിചാരത്തിന്റെ ഒരു പുനർവായ നയായിക്കൂടി ദളിത് സ്ത്രീയുടെ ശരീരരാഷ്ട്രീയത്തെ കാണേണ്ടതുണ്ട്. ദളിത് സ്ത്രീപക്ഷവായനകളിൽ ശരീരവും അതിന്റെ രാഷ്ട്രീയവും എത്ര ത്തോളം പ്രധാനമാണെന്ന് വിലയിരുത്താനാണ് ഈ ലേഖനത്തിൽ ശ്രമിക്കുന്നത്.

ലിംഗഭേദത്തിന്റെ അടിസ്ഥാനത്തിലുള്ള അടിച്ചമർത്തൽ സ്ഥല കാലവ്യത്യാസമില്ലാതെ നിലനിന്നുപോരുന്ന ഒന്നാണെങ്കിലും ഈ വിവേ ചനത്തിന്റെ സ്വഭാവവും രീതിയുമെല്ലാം ഏതു സാമൂഹ്യ പശ്ചാത്തല ത്തിലാണോ സാംസ്കാരിക ഇടത്തിലാണോ സ്ത്രീകൾ അല്ലെങ്കിൽ മറ്റു ലിംഗന്യൂനപക്ഷങ്ങൾ ഉൾപ്പെട്ടിരിക്കുന്നത് എന്നതിനെ ആശ്രയിച്ചി രിക്കും. ജാതി, വർഗ്ഗം, വംശം തുടങ്ങിയ ഘടകങ്ങൾ നിർണ്ണായകമായി തീരുന്നത് ഇവിടെയാണ്. വെളുത്ത വർഗ്ഗക്കാരിയുടെയും ആഫ്രോ - അമേരിക്കൻ സ്ത്രീയുടെയും പുലയ സ്ത്രീയുടെയും പണിയ സ്ത്രീ യുടെയും അനുഭവങ്ങളും അവർ നേരിടുന്ന വിവേചനവും, വ്യത്യസ്തവും ഓരോന്നും പ്രത്യേക വിധത്തിലുള്ള വിശകലനം ആവശ്യപ്പെ ടുന്നതുമാണ്. ഇതിൽ തന്നെ, ശാരീരികമായ പ്രത്യേകതകൾ വംശീയ അധിക്ഷേപങ്ങൾക്ക് കാരണമായിത്തീരുന്നതും, അടിമത്തത്തിനും ലൈംഗിക അതിക്രമങ്ങൾക്കും കാരണമായി ശാരീരിക അദ്ധ്വാന

ത്തിന്റെയും ലൈംഗികതയുടെയും അടയാളങ്ങളായി അടിമശരീരങ്ങളെ പരിഗണിക്കുന്നതുമെല്ലാം വിമർശനവിധേയമായിത്തീരുന്നു. സ്ത്രീ ശരീരം രാഷ്ട്രീയത്തിന്റെ വിശാലമായ സാദ്ധ്യതകൾ ഇന്ത്യൻ ഫെമിനിസ്റ്റ് പ്രസ്ഥാനത്തിലും, ശക്തമായ സാന്നിദ്ധ്യം അറിയിച്ചിട്ടുണ്ട്. എന്നാൽ, ഇന്ത്യൻ സാമൂഹ്യയാഥാർത്ഥ്യങ്ങളുടെ അടിസ്ഥാനഘടകമായ ജാതി, ഇത്തരം ചർച്ചകളിൽ ഫലപ്രദമായി കടന്നു വന്നിട്ടുണ്ടോ എന്നത് വിലയിരുത്തേണ്ടതുണ്ട്.

പോസ്റ്റ് മണ്ഡൽ കാലഘട്ടത്തിലായിരുന്നു ഇന്ത്യയിലെ സ്ത്രീപക്ഷ ചിന്തയിൽ ജാതി അഡ്രസ് ചെയ്യപ്പെടേണ്ടതിന്റെ ആവശ്യകതയെ കുറിച്ചുള്ള ചർച്ചകൾ ഉയർന്നു വന്നത്. ഇത്തരമൊരു ദളിത് സ്ത്രീപക്ഷ വിമർശനം രൂപപ്പെടുത്തിയെടുക്കുന്നതിൽ, ഉമാ ചക്രവർത്തിയുടെ ബ്രാഹ്മണിക പുരുഷാധിപത്യം എന്ന ആശയം വലിയ പങ്കു വഹിച്ചു. മണ്ഡൽ വിരുദ്ധ പ്രക്ഷോഭങ്ങൾ ഒരേസമയം ഇന്ത്യൻ പൊതുബോധത്തിന്റെ ജാതീയത തുറന്നു കാട്ടുകയും സവർണ്ണ മേധാവിത്തവും ഏകതാനതയും നിലനിന്നിരുന്ന ഇന്ത്യൻ ഫെമിനിസ്റ്റ് പ്രസ്ഥാനത്തിന്റെ പോരായ്മകൾ വെളിച്ചത്തു കൊണ്ടുവരുകയും ചെയ്തുവെന്നു പറയാം. ജാതി അടിസ്ഥാനത്തിലും ലിംഗഭേദം അടിസ്ഥാനമാക്കിയും ശ്രേണീകരിക്കപ്പെട്ട സാമൂഹ്യ വ്യവസ്ഥിതിയാണ് ഇന്ത്യയിൽ നിലനില്ക്കുന്നതെന്നും ഈ ബ്രാഹ്മണിക സാമൂഹ്യക്രമമാണ് സ്ത്രീകളുടെ അടിച്ചമർത്തലിനു കാരണം എന്നും ഉമാ ചക്രവർത്തിയുടെ പഠനം സ്ഥാപിക്കുന്നു. ബ്രാഹ്മണിക പുരുഷ മേധാവിത്തം പ്രബലപ്പെടുന്നതും പ്രവർത്തിക്കുന്നതും സ്ത്രീശരീരങ്ങളുടെ മേൽ ദൃശ്യവും അദൃശ്യവുമായ നിയന്ത്രണങ്ങൾ ഏർപ്പെടുത്തിക്കൊണ്ടാണ്. ഉയർന്ന ജാതിയിൽ പെട്ട സ്ത്രീകളുടെ ലൈംഗികതയെയും പ്രത്യുല്പാദനത്തെയും നിയന്ത്രിക്കുന്നതു വഴി ജാതി ശുദ്ധി നിലനിർത്തുകയും പിതൃകേന്ദ്രീകൃതമായ കുടുംബവ്യവസ്ഥിതി ഊട്ടിയുറപ്പിക്കുകയും ചെയ്യുന്നു. സ്ത്രീയുടെ ചാരിത്ര്യശുദ്ധി എന്ന നിർമ്മിതിയിലും അതു വഴി ജാതി ശുദ്ധിയിലുമാണ് ബ്രാഹ്മണിക പുരുഷാധിപത്യം കേന്ദ്രീകരിക്കപ്പെട്ടിരിക്കുന്നത്. ഇന്നും ഇന്ത്യയിൽ നടക്കുന്ന ദുരഭിമാനക്കൊലകളുടെ കാരണവും ഇതു തന്നെയാണ്. ജാതി ഇല്ലാതാക്കാനുള്ള ഒരേയൊരു വഴി മിശ്രവിവാഹങ്ങളാണെന്ന അംബേദ്കർ ആശയം ഇന്നും അസാദ്ധ്യമായ ഒന്നായി തുടരുന്നതിന്റെ പിന്നിലും, ആത്യന്തികമായി സ്ത്രീ ശരീരവുമായി ബന്ധപ്പെട്ട അലിഖിതനിയമങ്ങളും നിയന്ത്രണങ്ങളുമാണ്. ഹിന്ദു സാമൂഹ്യ ഘടനയുടെ നിർമ്മിതി തന്നെ സ്ത്രീയും ഭൂമിയും ഉൾപ്പെടുന്ന ഒരു നിയന്ത്രിത മേഖലയുടെയും അതിനുള്ളിലെ ആചാരശുദ്ധിയുടെയും സംരക്ഷണത്തിലൂടെയാണ് സാദ്ധ്യമായത്. ഇവിടെ, പുരുഷന്റെയും കുലത്തിന്റെയും അഭിമാനം സ്ത്രീയുടെ ശരീരവുമായി ബന്ധപ്പെട്ടിരിക്കുന്നു. ആർത്തവമുമായി ബന്ധപ്പെട്ട് മേൽ ജാതിസമൂഹങ്ങളിൽ നിലനിന്നിരുന്ന ചടങ്ങുകളെക്കുറിച്ചുള്ള ആന്ത്രോപ്പോളജിക്കൽ പഠനങ്ങൾ, സ്ത്രീയുടെ

ശുദ്ധിയും ജാതി ശുദ്ധിയും തമ്മിലുള്ള ബന്ധം ചൂണ്ടിക്കാട്ടുന്നു. ശൈശവ വിവാഹങ്ങളുടെപോലും കാരണം, ഇത്തരത്തിൽ ജാതിക്കു പുറത്തേക്ക് സ്ത്രീ പോകാതിരിക്കുക എന്നതായിരുന്നു. വർണ്ണസങ്കരം മുതലായ, പുരാതന ഗ്രന്ഥങ്ങളിലെ ആശയങ്ങൾ രക്തശുദ്ധി, ജാതി ശുദ്ധി എന്നിവ സംരക്ഷിക്കുന്നതിനും അതിനായി സ്ത്രീശരീരങ്ങളെ നിയന്ത്രിക്കുന്നതിനുമുള്ള തെളിവുകളായി പഠനങ്ങൾ ചൂണ്ടിക്കാണിക്കുന്നു. സ്ത്രീയുടെ ലൈംഗികതയെയും സ്ത്രീശരീരത്തെയും നിയന്ത്രിച്ചുകൊണ്ടും സംരക്ഷിച്ചുകൊണ്ടുമാണ്, ഇന്ത്യയിൽ കാലാകാലങ്ങളായി ജാതി വ്യവസ്ഥ നിലനിന്നുപോരുന്നത്. ജാതി ശുദ്ധി മലിനമാക്കപ്പെടും എന്ന ഭയംകൊണ്ട്, സ്ത്രീയുടെ സഞ്ചാരം, വസ്ത്രധാരണം എന്നിവയെല്ലാം നിയന്ത്രിക്കപ്പെടുന്നു. കാലങ്ങളായി രൂപപ്പെട്ടു വന്ന ഈ മനുവാദതത്ത്വങ്ങളാണ് സമകാലിക സമൂഹത്തിലും നിലനില്ക്കുന്നത്.

ദളിത് സ്ത്രീ രാഷ്ട്രീയത്തെ സ്വതന്ത്രവും വ്യത്യസ്തവുമായ ഒന്നായി അടയാളപ്പെടുത്തിക്കൊണ്ടാണ് 1995 ൽ ഗോപാൽ ഗുരുവിന്റെ 'Dalit Women Talk Differently' എന്ന ലേഖനം കടന്നുവരുന്നത്. സ്ത്രീകൾക്കെതിരായ അക്രമങ്ങളിൽ ജാതി ഒരു ഘടകമായി പരിഗണിക്കണമെന്നും ദളിത്-ആദിവാസി സ്ത്രീകൾ നേരിടുന്ന ലൈംഗികാതിക്രമങ്ങളിൽ അവരുടെ സാമൂഹ്യ പശ്ചാത്തലം എങ്ങനെ പ്രധാനമായിത്തീരുന്നുവെന്നും ഗുരു ചൂണ്ടിക്കാട്ടുന്നുണ്ട്. ലൈംഗിക അതിക്രമങ്ങളെ, കുറ്റകൃത്യം, ആൺ-ഹിംസ (male violence), മനഃശാസ്ത്രപരമായ കാരണങ്ങൾ തുടങ്ങിയ പൊതു വിഭാഗങ്ങൾ ഉപയോഗിച്ചു മാത്രമല്ല, ജാതി എന്ന സാമൂഹ്യ-രാഷ്ട്രീയ പശ്ചാത്തലംകൂടി കണക്കിലെടുത്ത് വിശകലനം ചെയ്യേണ്ടതുണ്ട് എന്നു പറഞ്ഞുവെക്കുന്നുണ്ടെങ്കിലും, ഈ പഠനത്തിൽ ദളിത് സ്ത്രീയുടെ ശരീരം എങ്ങനെ ജാതി അധിക്ഷേപത്തിന്റെ സ്ഥിരമായ ഇരയായി മാറ്റപ്പെടുന്നു എന്നുള്ളതിലേക്ക് കടക്കുന്നില്ല. സവർണ്ണസ്ത്രീയുടെയും ദളിത് സ്ത്രീയുടെയും അനുഭവപരിസരങ്ങൾ തമ്മിൽ വലിയ വ്യത്യാസം ഉണ്ടെന്നും അതിനാൽ തന്നെ ദളിത് സ്ത്രീ തന്നെയാണ് ദളിത് സ്ത്രീവാദത്തെ മുന്നോട്ടു നയിക്കേണ്ടത് എന്നും ഗുരു പറഞ്ഞുവയ്ക്കുന്നു. ഇവിടെ, ഉയർത്തിക്കാട്ടിയ വ്യത്യാസം, പ്രതിനിധാനം എന്നൊരു ഘടകത്തിലേക്കു ചുരുങ്ങേണ്ട ഒന്നല്ല. അതുപോലെ, ലൈംഗികാതിക്രമങ്ങളിൽ മറ്റു കാരണങ്ങൾക്കൊപ്പം ജാതി കൂടി ചേർത്തു വായിക്കുന്നതുകൊണ്ടു മാത്രം, ദളിത് സ്ത്രീ നേരിടുന്ന ശാരീരിക അതിക്രമങ്ങളെ പൂർണ്ണമായും മനസ്സിലാക്കാൻ കഴിയില്ല. ജാതീയമായ വിവേചനം പേറിക്കൊണ്ടാണ്, ഒരു ദളിത് സ്ത്രീ പിറന്നു വീഴുന്നതുതന്നെ. സ്ത്രീ എന്ന ലിംഗഭേദവ്യവഹാരത്തിന്റെ അടയാളങ്ങളോടൊപ്പമോ അതിലേറെയോ ജാതിയുടെ അടയാളങ്ങൾ ദളിത് സ്ത്രീ ശരീരത്തിൽ ആലേഖനം ചെയ്യപ്പെടുന്നു. സാമൂഹികവും ചരിത്രപരവുമായി അശുദ്ധി അടിച്ചേല്പിക്കപ്പെട്ട സ്ത്രീ ശരീരങ്ങളായാണ് ദളിത് സ്ത്രീ നിലനില്ക്കുന്നത്. ആ നിലനില്പ് തന്നെ, അവരുടെ

ശരീരത്തിന്മേലുള്ള കർത്തൃത്വം ഇല്ലാതാക്കുന്നതാണ്. അതുകൊണ്ടു തന്നെയാണ്, ദളിത് സ്ത്രീയുടെ ശരീരം, ജാതിയുടെ പേരിലുള്ള അതി ക്രമങ്ങളിൽ ആദ്യത്തെ ഇരയായിത്തീരുന്നതും. ഇവിടെ, ലൈംഗികാ തിക്രമങ്ങളിൽ കടന്നുവരുന്ന മറ്റു ഘടകങ്ങളേക്കാൾ ജാതി സുപ്രധാന മായി തീരുന്നു. ദളിത് സ്ത്രീയുടെ ഏറ്റവും പാർശ്വവല്ക്കരിക്കപ്പെട്ട അവസ്ഥ കൊണ്ടു തന്നെ മറ്റു സ്ത്രീകളെക്കാൾ, കൂടുതൽ ആഴത്തിൽ സാമൂഹ്യ യാഥാർത്ഥ്യങ്ങളെ നോക്കിക്കാണുന്നതിനുള്ള ത്രാണി അവർ ക്കുണ്ടെന്ന് ഗോപാൽ ഗുരു വാദിക്കുന്നു. മുഖ്യധാരാ സ്ത്രീ വാദത്തിന്റെ അധീശത്തശബ്ദങ്ങളോടു മാത്രമല്ല, ദളിത് വാദത്തിലെ തന്നെ ശബ്ദങ്ങ ളോടും കലഹിച്ചുകൊണ്ടാണ്, ദളിത് സ്ത്രീ ജ്ഞാനപരമായും രാഷ്ട്രീയ പരമായും അവരുടെ ദൃശ്യത വീണ്ടെടുക്കേണ്ടത് എന്ന് ഗുരു അടിവരയിട്ടു പറയുന്നുണ്ട്. ഇവിടെ, ഗുരു ചൂണ്ടിക്കാണിക്കുന്ന പ്രതിനിധാനത്തിന്റെ പ്രശ്നങ്ങൾ ഉന്നയിക്കപ്പെടുന്നതിനും മുമ്പ് തന്നെ, ദളിത് ശരീരങ്ങൾ, അതിൽ തന്നെ, ദളിത് സ്ത്രീ ശരീരങ്ങൾ സാമൂഹികമായി ഒരു നിത്യ മായ അധകൃതാവസ്ഥയിലാണ് നിലകൊള്ളുന്നത്, എന്നുകൂടി കണക്കി ലെടുക്കേണ്ടിയിരിക്കുന്നു. അനുഭവങ്ങളുടെ വ്യത്യസ്തതയും വിശാല തയും സ്വന്തമായുള്ളപ്പോൾ തന്നെ, അതുന്നയിക്കപ്പെടേണ്ട രാഷ്ട്രീയ-സാംസ്കാരിക-ജ്ഞാനവേദികളിൽ ദളിത് സ്ത്രീ അവളുടെ ശരീരം എന്നതിൽ പരിമിതപ്പെട്ടു പോകുന്നു. ദളിത് സ്വത്വങ്ങളെ നിരന്തരമായി മാറ്റി നിർത്തുന്ന കല്പിത അശുദ്ധിയാണ് ഇവിടെ ഒന്നാമതായി പ്രവർത്തിക്കുന്നത്. (ഗുരുവിന്റെ ലേഖനത്തിൽ അദ്ദേഹം രൂപപ്പെടുത്തിയ ദളിത് പുരുഷമേധാവിത്തം എന്ന ആശയം സമകാലിക ദളിത് സ്ത്രീ ചിന്തകർ അതിന്റെ ദളിത് വിരുദ്ധ സ്വഭാവം ചൂണ്ടിക്കാട്ടി നിരാകരി ക്കുന്നുണ്ട്. ദളിത് പുരുഷ ശരീരങ്ങളുടെ മേലും ആഫ്രോ-അമേരിക്കൻ പുരുഷ ശരീരങ്ങളുടെ മേലും, ഒരേ സമയം കല്പിക്കപ്പെടുന്ന തീവ്ര ലൈംഗികതയും പുരുഷത്വമില്ലായ്മയും, അവയുടെ ജാതീയതയും വംശീയവുമായ വ്യംഗ്യാർത്ഥങ്ങളും കൂടെ ഇവിടെ ചേർത്തു വായി ക്കേണ്ടതാണ്. ദളിത് സ്ത്രീ ശരീരത്തിന്റെ, മുൻപു സൂചിപ്പിച്ച നിരന്ത രമായി അക്രമവിധേയമാകുന്ന അവസ്ഥയ്ക്ക് ഈ ഘടകങ്ങൾ കൂടെ കാരണമാകുന്നുണ്ട്.) ശരീരത്താൽ മാത്രം നിർവ്വചിക്കപ്പെടുന്ന ദളിത് സ്ത്രീക്ക് ഗുരു സൂചിപ്പിച്ച ഈ ജ്ഞാനപരമായ ദൃശ്യത എത്തിപ്പിടിക്കാ വുന്നതിലപ്പുറമായിത്തീരുന്നു. അക്കാദമിക് രംഗത്ത് ദളിത് സ്ത്രീവാദ ചർച്ചകൾക്ക് ഉമാ ചക്രവർത്തിയുടെയും ഗോപാൽ ഗുരുവിന്റെയും പഠനങ്ങൾ ശക്തമായ തുടക്കം കുറിച്ചു. ഗുരുവിന്റെ ലേഖനത്തിനു തുടർ ച്ചയായി ഷർമിള റെഗേയുടെ 'ദളിത് ഫെമിനിസ്റ്റ് സ്റ്റാന്റ് പോയിന്റ് തിയറി' കടന്നു വന്നു. ദളിത് സ്ത്രീ വീക്ഷണകോണിലൂടെ എല്ലാ വിഭാഗ ങ്ങളിലും പെട്ട സ്ത്രീകളുടെ വിമോചനം സാദ്ധ്യമാണെന്ന് റെഗെ വാദിച്ചു. സവർണ്ണ സ്ത്രീയുടെ വിശേഷാധികാരങ്ങൾ തുറന്നു കാട്ടി ക്കൊണ്ടു തന്നെ, ഫെമിനിസ്റ്റ് പ്രസ്ഥാനത്തിനു കൈവരേണ്ടുന്ന

വിശാലമായ സഖ്യങ്ങളുടെ ആവശ്യകത റെഗെ ഉയർത്തിക്കാട്ടി. ദളിത് സ്ത്രീ വീക്ഷണം എന്നത്, പാരമ്പര്യമായി കിട്ടുന്നതല്ല, എന്നും അത് നിരന്തരമായി സ്വയവിമർശനത്തിലൂടെ നേടിയെടുക്കേണ്ട ഒന്നാണെന്നും റെഗെ വാദിക്കുന്നു. മുൻപ് സൂചിപ്പിച്ചതുപോലെ ദളിത് സ്ത്രീ ശരീരം വിന്യസിക്കപ്പെടുന്ന സാംസ്കാരിക-രാഷ്ട്രീയ ഇടങ്ങളിൽ, ഇത്തരം ഒരു സഖ്യം (alliance) എത്രത്തോളം പ്രായോഗികമാക്കപ്പെടുന്നുണ്ട് എന്നതും കൂടി ഇവിടെ പ്രധാനമാണ്. റെഗെയുടെ ദളിത് സ്ത്രീ വീക്ഷണം, മുഖ്യധാരയിൽ നില്ക്കുന്ന സ്ത്രീകൾക്ക് വളരെ പ്രയോജനകരമായി ഉപയോഗപ്പെടുത്താവുന്ന ഒന്നായിത്തീരുകയും, മറിച്ച്, ദളിത് സ്ത്രീക്ക് അവരുടെ സ്വന്തം അനുഭവത്തിൽ നിന്നുള്ള വീക്ഷണം പോലും പ്രകടിപ്പിക്കാൻ കഴിയാതെ വരികയും ചെയ്യുന്നു - പ്രത്യേകിച്ച്, അക്കാദമിക്-ആക്ടിവിസ്റ്റ് മേഖലകളിലെ ദൃശ്യത എന്നത് ഒരു തരം മത്സരസ്വഭാവം കൈവരിച്ചു കഴിഞ്ഞ ഈ ഘട്ടത്തിൽ. ദളിത് സ്ത്രീ വീക്ഷണം എന്നതിൽ ദളിത് സ്ത്രീശരീരരാഷ്ട്രീയത്തിന്റെ ഭാഗം എങ്ങനെയാണ് ദളിതരല്ലാത്ത സ്ത്രീകൾ നേടിയെടുക്കുക, അല്ലെങ്കിൽ അത്തരമൊരു താദാത്മ്യത്തിന് അവർ തയ്യാറാകുമോ മുതലായ അനേകം ചോദ്യങ്ങൾ ഇവിടെ കടന്നു വരുന്നുണ്ട്.

ഇന്ത്യ പോലെയുള്ള ഒരു പുരുഷാധിപത്യസമൂഹത്തിൽ, ദേശ രാഷ്ട്രത്തിന്റെ നിർമ്മിതിയിലും സംരക്ഷണത്തിലും സ്ത്രീശരീരം വഹിക്കുന്ന പങ്ക് സുപ്രധാനമാണ്. ഇവിടെ, സംസ്കാരം, വിശ്വാസം എന്നിവയുടെ നിലനില്പ്, സ്ത്രീശരീരങ്ങളുടെ നിയന്ത്രണം വഴിയാണ് സാദ്ധ്യമായിത്തീരുന്നത്. സ്വാതന്ത്ര്യാനന്തര ഇന്ത്യയിൽ, ആധുനിക ഭാരതീയ സ്ത്രീ, വിദ്യാഭ്യാസം നേടിയവളും മാന്യമായ വിവാഹം, കുടുംബജീവിതം, ഗാർഹികത (domesticity) എന്നിവയ്ക്ക് പ്രാപ്തയുമായിരിക്കണം എന്ന സങ്കല്പമാണ് രൂപപ്പെട്ടു വന്നത്. ഇന്ത്യൻ സംസ്കാരത്തിന്റെ സംരക്ഷണം, കോളനിവല്ക്കരണത്താൽ മലിനമാക്കപ്പെടാത്ത ഭാരതീയ മൂല്യങ്ങൾ തുടങ്ങിയ നിർമ്മിതികൾ, ഈ കാലഘട്ടത്തിൽ സ്ത്രീശരീരം ഏറ്റെടുത്തു വഹിക്കേണ്ട ചുമതലകളായിത്തീർന്നു. അതിവൈകാരികവും തീവ്രവുമായ ദേശസ്നേഹമുണർത്താൻ ഭാരതാംബ എന്ന പ്രതീകം എങ്ങനെ ഉപയോഗിക്കപ്പെടുന്നു എന്നുള്ളത് ഇതിന്റെ ഉദാഹരണമാണ്. അതേ സമയം, ഇത്തരമൊരു ഐഡിയൽ ആയ ഇന്ത്യൻ സ്ത്രീ സങ്കല്പത്തോടു ചേർന്നു നില്ക്കുന്നവരല്ല, ദളിത് സ്ത്രീകൾ. സാംസ്കാരികമോ രാഷ്ട്രീയമോ ആയ നമ്മുടെ പൊതു വ്യവഹാരങ്ങളിൽ, പാർശ്വവല്ക്കരിക്കപ്പെട്ട സമൂഹങ്ങളിലെ സ്ത്രീകൾ എങ്ങനെയാണ് പരിഗണിക്കപ്പെടുന്നത് എന്ന് ലളിതമായി ചിന്തിച്ചാൽ ഇതു വ്യക്തമാകും. ഇന്ത്യൻ മിഡിൽ ക്ലാസ് സ്ത്രീ, ആഗോളവല്ക്കരണത്തിന്റെയും ഉദാരവല്ക്കരണത്തിന്റെയും സമ്മർദ്ദങ്ങൾ അതിജീവിച്ച് ഇന്ത്യൻ സംസ്കാരത്തിന്റെ സംരക്ഷകയായി നിലകൊള്ളുന്നു. അതേ സമയം, ഇങ്ങനെ നിർമ്മിക്കപ്പെടുന്ന ഇന്ത്യൻ സ്ത്രീത്വത്തിന്റെ

പവിത്രതയോട് ഒരിക്കലും ദളിത് സ്ത്രീ ചേർത്തു വെയ്ക്കപ്പെടുന്നില്ല. ദളിത് സ്ത്രീയും മുസ്ലിം സ്ത്രീയും ആദിവാസി സ്ത്രീയും, ഇവിടെ മലിനവും പ്രാകൃതവും, പുരോഗമന മൂല്യങ്ങൾ വഴിയുള്ള വീണ്ടെടുക്കലും ദേശീയതയിലേക്കുള്ള ചേർത്തുവയ്ക്കലും ആവശ്യപ്പെടുന്നതുമായ ശരീരങ്ങളായാണ് പരിഗണിക്കപ്പെടുന്നത്. വിവാഹം, വസ്ത്രം, മതവിശ്വാസം മുതലായ തിരഞ്ഞെടുപ്പുകളുമായി ബന്ധപ്പെട്ട് അടുത്ത കാലത്തുണ്ടായ ചർച്ചകൾ പരിശോധിക്കുമ്പോൾ തന്നെ, ഇത് വ്യക്തമാകുന്നുണ്ട്.

മേല്പറഞ്ഞതുപോലെ ഇന്ത്യ എന്ന സാമൂഹിക സാംസ്കാരിക സ്വത്വത്തിന്റെ നിർമ്മിതി ഭാരതീയ സ്ത്രീയുടെ കടമയായിത്തീരുകയും അതിന്റെ നേരെ വിപരീതമായി ദളിത് സ്ത്രീത്വം കടന്നു വരികയും ചെയ്യുന്നതിനെക്കുറിച്ച് ക്ലാരിൻഡ സ്റ്റിൽ (2017) അവരുടെ വിശദമായ പഠനത്തിൽ വ്യക്തമാക്കുന്നു. എന്നാൽ സ്റ്റില്ലിന്റെ പഠനം ശ്രദ്ധേയമായിത്തീരുന്നത്, ദളിത് സമൂഹങ്ങൾക്കുള്ളിലെ അധികാരത്തിന്റെ രാഷ്ട്രീയത്തിൽ ദളിത് സ്ത്രീ എങ്ങനെ പങ്കു വഹിക്കുന്നു എന്നു വിശദമാക്കുന്നതിലൂടെയാണ്. മേൽജാതിക്കാരുടെ ആധിപത്യം ദളിതരുടെ മേൽ ചരിത്രപരമായി സ്ഥാപിക്കപ്പെട്ടതിന്റെ ഒരു വഴിയാണ് ദളിത് സ്ത്രീ ശരീരത്തിന്റെ മേലുള്ള അതിക്രമങ്ങൾ. ജാതി അധികാരത്തിന്റെ ഏറ്റവും ക്രൂരമായ പ്രകടനം ദളിത് സ്ത്രീകളുടെമേലുള്ള ലൈംഗിക അക്രമങ്ങളായിരുന്നു എന്നു മാത്രമല്ല, ഇന്നും, വളരെ സ്വാഭാവികമായ ഒന്നായി ജാതി-ലൈംഗികാതിക്രമം ഇന്ത്യയുടെ പല ഭാഗങ്ങളിലും തുടരുന്നുണ്ട്. ദളിത് സ്ത്രീ തൊഴിലാളികൾ ബഹുമാനിക്കേണ്ടതില്ലാത്തതും മുൻപ് തന്നെ മലിനമായതും അതിനാൽത്തന്നെ അക്രമത്തിന് അർഹവുമായ ശരീരങ്ങളായി കണക്കാക്കപ്പെടുന്നു. എന്നാൽ, സൗത്ത് ഇന്ത്യൻ ദളിത് സമുദായങ്ങളായ മഡിഗ, മാല എന്നിവയെക്കുറിച്ചുള്ള പഠനം വഴി, ദളിത് സ്ത്രീത്വം എങ്ങനെയാണ്, ദളിത് സമൂഹങ്ങളിലെ തുല്യത, ബഹുമാനം മുതലായവ ഉല്പാദിപ്പിക്കുന്നതെന്ന് സ്റ്റിൽ നിരീക്ഷിക്കുന്നു. ദളിത് സമുദായങ്ങൾക്കുള്ളിൽ, സ്ത്രീകളെ സംരക്ഷിക്കാൻ കഴിയാത്തത് ജാതീയമായ പിന്നോക്കാവസ്ഥയുടെ ഏറ്റവും പ്രധാനപ്പെട്ട ഘടകമായാണ് കണക്കാക്കപ്പെടുന്നത്. അതിനാൽത്തന്നെ, സാമ്പത്തികവും രാഷ്ട്രീയവുമായ അധികാരം കൈവരിക്കുന്ന പ്രക്രിയയിൽ, ദളിത് സ്ത്രീ ശരീരത്തിന്റെ മാന്യത (honour) സംരക്ഷിക്കേണ്ടത് ഒരു പ്രധാന റെറ്ററിക്കായി (rhetoric) കടന്നുവരുന്നു. സവർണ്ണ പുരുഷനും ദളിത് പുരുഷനും തമ്മിലുള്ള ജാതി-അധികാര-യുദ്ധങ്ങളിൽ ദളിത് സ്ത്രീയും സവർണ്ണ സ്ത്രീയും അവരുടെ ശരീരങ്ങളും, എങ്ങനെ ഉപയോഗിക്കപ്പെടുന്നു എന്നതിനെക്കുറിച്ച് ധാരാളം പഠനങ്ങൾ ഉണ്ടായിട്ടുണ്ടെങ്കിലും അവയൊന്നും അക്കാദമികമായും പൊതുവ്യവഹാരങ്ങളിലും വേണ്ടത്ര ശ്രദ്ധിക്കപ്പെട്ടില്ല. ഇതിനു പ്രധാന കാരണം, ഈ ലേഖനത്തിൽത്തന്നെ മുമ്പ് സൂചിപ്പിച്ചതുപോലെ, ദളിത് പുരുഷ മേധാവിത്തം തുടങ്ങിയ സങ്ക

ല്പങ്ങൾ, വീണ്ടും ദളിത് പുരുഷനെ അധികൃത സ്ഥാനത്തേക്ക് പിന്ത ള്ളുന്നു എന്നതായിരുന്നു. ഇവിടെ ശ്രദ്ധിക്കേണ്ട ഒരു വസ്തുത, ഇത്തരം പഠനങ്ങൾ, ദളിത് സ്ത്രീയെ ഇരയായി മാത്രം ചിത്രീകരിക്കുകയും ദളിത് സ്ത്രീയെയും സവർണ്ണ സ്ത്രീയെയും ഏകതാനമായ അളവുകൾ കൊണ്ട് പരിശോധിക്കുകയും ചെയ്യുന്നു എന്നുള്ളത് വലിയ പോരായ്മ തന്നെയാണ്. ഇവിടെയാണ് ക്ലാരിൻഡാ സ്റ്റിൽ, ദളിത് സ്ത്രീ, സമുദാ യത്തിനുള്ളിലെ, മാന്യത, അധികാരം മുതലായവയുടെ മാറുന്ന സ്വഭാ വത്തെ, വ്യത്യസ്തമായ പ്രതിരോധമാർഗ്ഗങ്ങളിലൂടെ നേരിടുന്നത് എങ്ങ നെയാണെന്നു വ്യക്തമാക്കുന്നത്. സാമ്പത്തികവും സാമൂഹികവുമായ ഒരു ഉന്നതശ്രേണിയിലേക്കുള്ള പ്രയാണം (upward mobility) ദളിത് സമൂ ഹങ്ങളിൽ ഒരു മിഡിൽ ക്ലാസ് മൊറാലിറ്റിയുടെയും പുരുഷാധിപത്യ ത്തിന്റെയും വിനിയോഗത്തിന് കാരണമാകുന്നുണ്ട്. അതേസമയം, ഇത്തരം മാറ്റങ്ങളെ ദളിത് സ്ത്രീ അവളുടേതായ രീതിയിൽ പ്രതിരോ ധിക്കാനും, തയ്യാറാകുന്നുണ്ടെന്ന് സ്റ്റിൽ വാദിക്കുന്നു. ഇതേ മാതൃകയിൽ, ദളിത് സമൂഹങ്ങളെക്കുറിച്ചുള്ള പഠനങ്ങൾ, ദളിത് സ്ത്രീ ശരീരവും ദളിത് സ്വത്വത്തിന്റെ നിർമ്മിതിയും എങ്ങനെ ബന്ധപ്പെട്ടിരിക്കുന്നു എന്നതിൽ ശ്രദ്ധ കേന്ദ്രീകരിക്കേണ്ടത് ആവശ്യമാണ്.

അക്കാദമികമായ ദളിത് ഫെമിനിസ്റ്റ് ചർച്ചകൾക്കു വളരെമുമ്പ് തന്നെ ഇന്ത്യയിൽ ദളിത് സ്ത്രീകൾ അവരുടെ അവകാശങ്ങൾക്കായുള്ള പ്രക്ഷോഭങ്ങൾ തുടങ്ങുകയും സ്വതന്ത്രമായ ഒരു ദളിത് സ്ത്രീ രാഷ്ട്രീയ പ്രസ്ഥാനം രൂപപ്പെടുകയും ചെയ്തിരുന്നു. 1980 കളിൽ തന്നെ, ആരംഭിച്ച ഇത്തരം സംവാദങ്ങളിൽ, തൊട്ടുകൂട്ടായ്മ, ദേവദാസി സമ്പ്രദായം, തോട്ടിപ്പണി തുടങ്ങിയ വിഷയങ്ങൾ കടന്നു വന്നിരുന്നു. ജാതിയുടെ അടി സ്ഥാനത്തിലുള്ള വിവേചനവും അദ്ധ്വാനത്തിന്റെ ചൂഷണവും ലിംഗാ ടിസ്ഥാനത്തിലുള്ള അടിച്ചമർത്തലും നേരിടുന്ന ദളിത് സ്ത്രീ, ദളിതരിൽ തന്നെ ദളിതരാണെന്ന് റൂത്ത് മനോരമയെ പോലുള്ളവർ ചൂണ്ടിക്കാട്ടി. ദളിത് സ്ത്രീ ശരീരങ്ങൾ മേൽ–ജാതിയിൽപെട്ട പുരുഷന്മാരുടെ എതിർ ക്കപ്പെടാൻ കഴിയാത്ത അതിക്രമങ്ങൾക്കിരയാകുന്ന അവസ്ഥയും നിർ ബ്ബന്ധിത ലൈംഗികത്തൊഴിലിലേക്കും ബാർ ഡാൻസിങ്ങിലേക്കുമെല്ലാം തള്ളപ്പെടുന്ന സാഹചര്യവുമെല്ലാം, വിവിധ ദളിത് സ്ത്രീ സംഘടനകൾ ഉയർത്തിക്കാട്ടിയിരുന്നു. സൈദ്ധാന്തിക തലത്തിൽ ഉള്ളതിനേക്കാൾ, ശരീര രാഷ്ട്രീയത്തിന്റെ ഇടപെടലുകൾ കാണപ്പെടുന്നത് ഇത്തരം സംഘ ടനാപ്രവർത്തനങ്ങളിലും പ്രക്ഷോഭങ്ങളിലുമാണ്. പൊതു–സ്വകാര്യ ഇടങ്ങളിൽ, സവർണ്ണപുരുഷന്റെയും ദളിത് പുരുഷന്റെയും വിവേചന ങ്ങളെ ചെറുത്തു തോല്പിച്ചുകൊണ്ടാണ് ദളിത് സ്ത്രീ അവളുടേതായ രാഷ്ട്രീയം സംസാരിക്കുന്നത് എന്നതും ഏറെ പ്രധാനമാണ്. അത്തരം ചെറുത്തുനില്പുകളുടെ ചരിത്രവും അവയിൽ ശരീരം എങ്ങനെ നിർവ്വ ചിക്കപ്പെടുകയും കർത്തൃത്വനിർമ്മിതിക്കായി ഉപയോഗിക്കപ്പെടുന്നു

എന്നതും, ദളിത് സ്ത്രീ വാദത്തിന്റെ ജ്ഞാനമേഖലയിലേക്ക് കൂടുതലായി കടന്നു വരേണ്ടതുണ്ട്.

ദളിത് സ്ത്രീ രാഷ്ട്രീയത്തിന്റെ ശക്തരായ വക്താക്കളായി ഉയർന്നു വരുന്ന ദളിത് സ്ത്രീകൾ, അവരുടെ രാഷ്ട്രീയ അവബോധവും പ്രതിരോധവും ആവിഷ്കരിക്കുമ്പോൾ ശരീരം അവിടെ അടയാളവും നിർവ്വചനവും അടിസ്ഥാനവുമായിത്തീരുന്നുണ്ട്. യാഷിക ദത്തിന്റെ *Coming Out as Dalit* (2019) വ്യത്യസ്തമായ ഒരു ദളിത് അനുഭവം പങ്കുവെയ്ക്കുന്ന ഒന്നാണ്. ജാതി വിവേചനത്തിൽനിന്നും രക്ഷപ്പെടാനായി ദളിത് സ്വത്വം മറച്ചു വെച്ചു ജീവിക്കേണ്ടി വരുന്ന എഴുത്തുകാരി ഒടുവിൽ സ്വന്തം ഭയത്തെയും അപമാനത്തെയും മറികടന്ന്, ദളിത് എന്ന പ്രഖ്യാപനത്തിന്റെ സ്വാതന്ത്ര്യം നേടിയെടുക്കുന്നതിനെക്കുറിച്ചുള്ളതാണ് ഈ പുസ്തകം. ദളിത് സ്ത്രീയുടെ മേൽ അവളുടെ ബോഡി ടൈപ്പ്, തൊലിയുടെ നിറം എന്നിവ ഭാരമായി അടിച്ചേല്പിക്കുന്ന ജാതി, എങ്ങനെയാണ്, സവർണ്ണശരീരങ്ങളായി ജീവിക്കാൻ അവരെ നിർബ്ബന്ധിതരാക്കുന്നതെന്നും ദത്ത് തന്റെ അനുഭവങ്ങളിലൂടെ വ്യക്തമാക്കുന്നു. സ്ത്രീ ശരീരങ്ങളെ രക്തശുദ്ധിയുടെ സംരക്ഷണകൂടാരങ്ങളായി കാണുന്ന ഇന്ത്യൻ സമൂഹത്തിൽ സ്ത്രീയുടെ ഉടലിന്റെ അവകാശം അവളേക്കാൾ, കുടുംബത്തിനും സമൂഹത്തിനും രാജ്യത്തിനും ഒക്കെയാണ്. എന്നാൽ ദളിത് സ്ത്രീ ശരീരമാകട്ടെ, മേൽ ജാതിയിലുള്ള പുരുഷന് അവന്റെ ജാതി അധികാരം ദളിത് സമൂഹത്തിനുമേൽ പ്രയോഗിക്കുന്നതിനുള്ള ഉപകരണം കൂടിയാണെന്ന് ദത്ത് നിരീക്ഷിക്കുന്നു. ഇന്ത്യയുടെ പല ഭാഗങ്ങളിൽ നിന്നുമുള്ള ജാതി–ലൈംഗിക അക്രമങ്ങൾ പരിശോധിക്കുമ്പോൾ, വ്യക്തമാകുന്നത്, ദളിത് സ്ത്രീ ശരീരം തൊഴിലിടങ്ങളിൽ, ലൈംഗികമായി ഉപയോഗിക്കപ്പെടേണ്ടതാണ് എന്ന ചിന്തയാണ് സമൂഹത്തിൽ നിലനിന്നു പോരുന്നത്. ഇത്തരമൊരു ഹീനമായ മുൻവിധിയോടുകൂടിയാണ് റേപ് കേസുകൾ രജിസ്റ്റർ ചെയ്യപ്പെടാതിരിക്കുകയും, പരാതികളെ ഇന്ത്യൻ നീതിന്യായ വ്യവസ്ഥ നിസ്സാരമായി പരിഗണിക്കുകയും ചെയ്യുന്നത്. വിവാഹിതയായ ദളിത് സ്ത്രീയെ പോലും മേൽ ജാതിക്കാർ ലൈംഗികമായി ഉപയോഗിക്കുകയും, അത്തരം സമ്പ്രദായങ്ങൾ ഇന്നും യാതൊരു എതിർപ്പുമില്ലാതെ തുടർന്നു പോരുകയും ചെയ്യുന്നു. ദളിത് സ്ത്രീ നേരിടുന്ന ലൈംഗിക അതിക്രമത്തിന് അവൾ തന്നെയാണ് ഉത്തരവാദി എന്നുള്ള വിചിത്രമായ കോടതി വിധികളെയും ദത്ത് തന്റെ പുസ്തകത്തിൽ ചൂണ്ടിക്കാട്ടുന്നുണ്ട്. നിർഭയ കേസും ദളിത് പെൺകുട്ടിയായ ജിഷയുടെ കേസും നമ്മുടെ സമൂഹത്തിൽ ചർച്ചചെയ്യപ്പെട്ട രീതിയിൽ തന്നെ കടന്നുവന്നിരുന്ന ജാതി പ്രിവിലേജിനെ ദത്ത് നിശിതമായി വിമർശിക്കുന്നു. ഇത്തരം അനേകം ദളിത് സ്ത്രീ അനുഭവങ്ങളുടെ വെളിച്ചത്തിലാണ്, തന്റെ സ്വത്വബോധത്തെ അപമാനത്തിൽനിന്നും മോചിപ്പിച്ച്, ചരിത്രപരമായ അനീതിക്കെതിരെ തുറന്നു കാട്ടേണ്ട അനിവാര്യതയായി ദത്ത് ഉയർത്തിപ്പിടിക്കുന്നത്.

രോഹിത് വെമുലയുടെ കത്ത്, തന്റെ സ്വത്വപരമായ പ്രതിസന്ധികൾക്ക് പരിഹാരം കാണുന്നതിലേക്ക് നയിച്ചുവെന്ന് ദത്ത് ചൂണ്ടിക്കാട്ടുന്നു. 'My birth is my fatal accident' എന്ന രോഹിതിന്റെ പ്രസ്താവന, ഒരു ദളിത് സ്ത്രീ ഉൾക്കൊള്ളുന്നതിൽ, ദത്ത് അങ്ങനെ പ്രത്യേകമായി പറയുന്നില്ലെങ്കിൽപോലും, തീർച്ചയായും ശരീരത്തിന്റെ രാഷ്ട്രീയം കൂടി കടന്നുവരുന്നുണ്ട്. തന്റെ ദളിത് ഐഡന്റിറ്റി മറച്ചു വെച്ചു വളർത്തിയ അമ്മയോട് 'ഞാൻ ഒരു ദളിത് ആണെന്ന് എല്ലാവരോടും പറഞ്ഞു' എന്ന് ദത്ത് പറയുമ്പോൾ, അവിടെ രണ്ടു തലമുറകളിലെ ദളിത് സ്ത്രീ ഉടലുകളുടെ വിമോചനത്തിന്റെ കൂടി ഒരു നിമിഷമായി തീരുന്നുണ്ട് (ഇതു സാധിക്കുന്നത്, അമ്മ മകളുടെ ഇരുണ്ട നിറത്തിൽ എത്രമാത്രം ആകുലയായിരുന്നു എന്നും അതു മാറ്റാനും സവർണ്ണസമ്പ്രദായങ്ങൾ അനുകരിക്കാനും അമ്മ എങ്ങനെ പരിശീലനം നല്കിയെന്നും ദത്ത് തന്റെ ഓർമ്മയിൽനിന്നും വിശദമാക്കുന്നുണ്ട്. ഇത്തരം തുറന്നു പറച്ചിലുകളും ധീരമായ ആഖ്യാനങ്ങളും ദളിത് സ്ത്രീ ശരീരങ്ങൾ അർഹിക്കുന്ന തുല്യതയിലേക്കും നീതിയിലേക്കും അവരെ നയിക്കുന്നവയാണ്).

ഇത്തരത്തിലുള്ള, ദളിത് സ്ത്രീ ഉടലിന്റെ നവീനമായ രാഷ്ട്രീയ ആവിഷ്കാരങ്ങൾക്ക് ഏറ്റവും പുതിയ ഉദാഹരണമാണ് ദളിത്-അമേരിക്കൻ ട്രാൻസ്മീഡിയ ആക്ടിവിസ്റ്റായ തേൻമൊഴി സൗന്ദരരാജന്റെ *The Trauma of Caste: A Dalit Feminist Mediation on Survivorship, Healing and Abolition* (November, 2022). സ്വാതന്ത്ര്യം, നീതി, തുല്യത എങ്ങനെ ശരീരത്തിന്റെ ആവശ്യമാകുന്നുവെന്ന് ജാതി അനുഭവത്തിന്റെ വെളിച്ചത്തിൽ വിശദമാക്കുന്ന അതിഗംഭീരമായ വിവരണമാണ് ഈ പുസ്തകം നല്കുന്നത്. ജാതി വിവേചനം ഇല്ലെന്നു കരുതപ്പെടുന്ന അമേരിക്കൻ സമൂഹത്തിൽ, ഒരു ദളിത് സ്ത്രീയുടെ ഏറ്റവും ഇന്റിമേറ്റായ അനുഭവങ്ങളിൽ, ശരീരത്തിൽ, ജാതി എങ്ങനെ എഴുതപ്പെട്ടിരിക്കുന്നു എന്ന് ഇവിടെ വ്യക്തമാക്കുന്നുണ്ട്. ട്രോമാ തെറാപ്പിയുടെ സങ്കേതങ്ങൾ ഉദാഹരണമാക്കിക്കൊണ്ട്, ശരീരത്തിന്റെ രാഷ്ട്രീയത്തെ പഠിക്കുമ്പോൾ, വിമോചനം ആരംഭിക്കേണ്ടതുതന്നെ ശരീരത്തിൽ നിന്നുമാണെന്ന് വ്യക്തമാകുന്നുണ്ട്. സവർണ്ണ ശരീരങ്ങളുടെ അധീശത്വം, ദളിത് ശരീരങ്ങളിൽനിന്നും തുടച്ചു മാറ്റേണ്ട ഒന്നാണെന്ന് തേൻമൊഴി വാദിക്കുന്നു. വംശീയവും ജാതീയവുമായ അതിക്രമങ്ങളുടെ ട്രോമയിൽനിന്നുമുള്ള ഹീലിങ്ങിന്റെ കേന്ദ്രസ്ഥാനം ശരീരമാണ്. ഇത്തരമൊരു സൗഖ്യപ്പെടലിന്റെ പ്രക്രിയയാണ് ഈ പുസ്തകം ആഹ്വാനം ചെയ്യുന്നത്. പീറ്റർ ലെവീന്റെ സോമാറ്റിക് എക്സ്പീരിയൻസ് ടെക്നിക്കിന്റെ മാതൃകയിൽ, ജാതി അതിക്രമത്തിന്റെ ഓർമ്മയെയും സമ്മർദ്ദങ്ങളെയും എങ്ങനെ ശരീരത്തിൽനിന്നും നീക്കണമെന്നും ഇവിടെ വിശദീകരിക്കുന്നുണ്ട്. ബുദ്ധിസത്തിന്റെയും ബ്ലാക്ക് സോമാറ്റിക്ക്സിന്റെയും സഹായത്തോടെ രൂപപ്പെടുത്തിയ ചില സോമാറ്റിക് വ്യായാമങ്ങൾക്കൂടി ഉൾപ്പെടുത്തിയിരിക്കുന്ന തേൻമൊഴി സൗന്ദരരാജന്റെ പുസ്തകം, ആഗോ

ഉതലത്തിൽ ദളിത് രാഷ്ട്രീയത്തിനും സ്ത്രീവാദത്തിനും എല്ലാ തരത്തിലുമുള്ള വിമോചന പ്രസ്ഥാനങ്ങൾക്കും ഒരു പുതിയ മുഖം നല്കുമെന്നതിൽ സംശയമില്ല.

ദളിത് സ്ത്രീകളുടെ, അടിമ സ്ത്രീകളുടെ, ആദിവാസി സ്ത്രീകളുടെ ഉടലുകൾ നിർവ്വചിക്കപ്പെടുന്നത് ജാതി കേന്ദ്രീകൃതമായ തത്ത്വങ്ങൾ വഴിയാണ്. മാതൃത്വം, പാലൂട്ടൽ തുടങ്ങിയവ അടിമജാതിയിൽപ്പെട്ട സ്ത്രീകളെ സംബന്ധിച്ചിടത്തോളം അവർക്ക് നിഷേധിക്കപ്പെട്ട അവകാശങ്ങളായിരുന്നു. താഴ്ന്ന ജാതിക്കാരായ സ്ത്രീകളുടെ ശരീരം, മേൽ ജാതിക്കാരുടെ തുറന്ന അതിക്രമങ്ങൾക്ക് പാത്രമായിരുന്ന കാലവും, മാറു മറയ്ക്കുന്നതുതുടങ്ങി ശരീരസംബന്ധമായ എല്ലാ അവകാശങ്ങളും ദളിത് സ്ത്രീകൾ പോരാട്ടങ്ങളിലൂടെ നേടിയെടുത്തതാണെന്നും ഇവിടെ ചിന്തിക്കേണ്ടതുണ്ട്. ഏറ്റവും ഒടുവിൽ, ചുട്ടെരിക്കപ്പെട്ട ഹത്രസ് പെൺകുട്ടിയുടെ ശരീരം, ആധുനിക ഇന്ത്യൻ സമൂഹവും വാഴ്ത്തപ്പെടുന്ന ഇന്ത്യൻ ജനാധിപത്യവും, ദളിത് സ്ത്രീയെ എങ്ങനെ പരിഗണിക്കുന്നു എന്നുള്ളതിന്റെ ഞെട്ടിക്കുന്ന പ്രതീകമാണ്. ഇന്നും, സമൂഹമാധ്യമങ്ങളിലും മറ്റും, സംസാരിക്കുന്ന ദളിത് സ്ത്രീ, നേരിടുന്ന വെർബൽ അബ്യൂസിന്റെ സ്വഭാവം, പ്രാഥമികമായി അവരുടെ ശരീരത്തെ ലക്ഷ്യമാക്കിയുള്ളതാണ്. ഇന്നും, ആദിവാസി സ്ത്രീയുടെ ശരീരം, ഫെറ്റിഷൈസ് ചെയ്തുകൊണ്ടുള്ള വ്യവഹാരങ്ങളാണ് നിലനിന്നു പോരുന്നത്. ഇത്തരം, സ്ഥിരവും നിരന്തരവുമായ വിവേചനപാത്രമായി നില്ക്കുമ്പോൾ തന്നെ, ദളിത് സ്ത്രീ ശരീരങ്ങൾ പോരാട്ടങ്ങളുടെയും അതിജീവനത്തിന്റെയും പ്രതീകങ്ങളാണ്. മീനാ കന്തസാമിയുടെ മറ്റൊരു കവിതയിലേക്ക് തിരിച്ചുവന്നാൽ, ഇനിയും ഒരു രാഷ്ട്രപിതാവിനെ കാത്തിരിക്കുകയോ ജാതിശുദ്ധിയുടെ നീണ്ട പ്രക്രിയയിൽ ഇടം കിട്ടാൻ പ്രതീക്ഷിക്കുകയോ ചെയ്യാതെ, 'നിങ്ങൾ അപമാനിക്കുന്ന തെരുവു പെണ്ണുങ്ങളാണ് ഞങ്ങൾ, നിങ്ങൾ ഭാര്യമാരായി തെരഞ്ഞെടുക്കാത്തവർ, ജീവപര്യന്തം വിധിക്കാൻ നിങ്ങൾക്ക് കഴിയുന്നവരല്ല ഞങ്ങൾ' എന്നുള്ള പ്രതിരോധം തന്നെയാണ് ദളിത് സ്ത്രീയുടെ ശരീര രാഷ്ട്രീയം.

ഗ്രന്ഥസൂചി

Chakravarti, Uma. *Conceptualizing Brahminical Patriarchy in Early India: Gender, Caste, Class and State Economic and Political Weekly*, 1993, pp.579-585

Dutt, Yashica. *Coming out as a Dalit*. 2019

Guru, Gopal. *Dalit Women Talk Differently*. Economic and Political Weekly, vol. 30, no. 41, 1995, pp. 2548-2550

Kandasammy, Meena. *Becoming A Brahmin*. Touch. 2006

Kandasammy, Meena. *Backstreet Girls*. Ms Militancy. 2010.

Rege, Sharmila. Rege, *Dalit Women Talk Differently: A Critique of*

'Difference' and Towards a Dalit Feminist Standpoint Position. Economic and Political Weekly, vol. 33, no. 44, 1998, pp. WS39-WS46

Rege, Sharmila. *Real Feminism and Dalit Women.* Economic and Political Weekly, vol. 35, no.6, 2000, pp. 492-495

Soundararajan, Thenmozhi. *The Trauma of Caste: A Dalit Feminist Mediation on Survivorship Healing and Abolition.* North Atlantic Books, 2022

Still, Clarinda. *Dalit Women: Honour and Patriarchy* in South India. 2014.

സ്വീകരണമുറിയിലെ വിമതശബ്ദം ജാസ്മിൻ എം മൂസ ഉയർത്തുന്ന സാമൂഹിക പാഠങ്ങൾ

ഡോ. നീതു ദാസ് കെ

ആമുഖം

'**ജാ**സ്മിൻ മൂസ എന്ന പെണ്ണുടൽ' എങ്ങനെയാണ് മലയാളിയുടെ സ്ഥിരം കാഴ്ചാ വാർപ്പുമാതൃകകൾക്കേറ്റ തിരിച്ചടിയാകുന്നതെന്നാണ് ഈ ലേഖനം പരിശോധിക്കുന്നത്. 'ജാസ്മിൻ എം മൂസ' എന്ന പ്രശസ്ത ഫിറ്റ്നസ് ട്രൈനെർ "ബിഗ് ബോസ്" എന്ന മലയാളം ടി വി റിയാലിറ്റി ഷോയിലെ മത്സരാർത്ഥിയായിരുന്നു. അബ്യൂസീവ് ആയ വിവാഹബന്ധം വളരെ ചെറിയ പ്രായത്തിൽത്തന്നെ വേർപെടുത്തി, മതത്തിന്റെയും സമൂഹത്തിന്റെയും വേലിക്കെട്ടുകൾ തകർത്തു ജീവിതം പോരാടി നേടിയെടുത്ത ജാസ്മിൻ, പബ്ലിക് ആയി 'കമിങ് ഔട്ട്' (Coming Out) നടത്തി പാർട്ണറിനോടൊപ്പം ജീവിക്കുന്ന ഒരു ലെസ്ബിയൻ വ്യക്തി യാണ്. എന്താണ് ജാസ്മിൻ എന്ന വ്യക്തി മലയാളിയുടെ കാഴ്ചമുറി യിൽ ഉയർത്തിയ രാഷ്ട്രീയം? കൃത്യമായി ഒരു പ്രോലിറ്ററിയൻ, കൺ സ്യൂമറിസ്റ്റ് പ്രേക്ഷകരെ ലക്ഷ്യംവെച്ചുകൊണ്ട് നിർമ്മിച്ചിരിക്കുന്ന ഡൊമെസ്റ്റിക് റിയാലിറ്റി ഷോ എങ്ങനെയാണ് ജാസ്മിൻ മൂസ എന്ന ക്വിയർ വ്യക്തിയെ സ്വീകരണമുറികളിൽ വരച്ചുകാട്ടിയത്?

ടെലിവിഷനും സ്ത്രൈണതയും

കറുത്ത വർഗ്ഗക്കാരും ലോവർ മിഡിൽ ക്ലാസും സ്ത്രീകളും ക്വിയർ വ്യക്തികളും ഉൾപ്പെടുന്ന പാർശ്വവല്ക്കരിക്കപ്പെട്ട ജനവിഭാഗങ്ങളെ അദൃശ്യരാക്കിയും വാർപ്പുമാതൃകകൾ സൃഷ്ടിച്ചുകൊണ്ടും കാഴ്ചശീല ങ്ങളിലും രാഷ്ട്രീയത്തിലും ടെലിവിഷൻ പരിപാടികൾ കൃത്യമായി ഒരു പ്രത്യയശാസ്ത്ര ഭരണകൂട ഉപകരണമായി (ISA) പ്രവർത്തിച്ചു വന്ന തിനെക്കുറിച്ച് ധാരാളം പഠനങ്ങൾ നിലവിലുണ്ട്. പുരുഷന്മാർ പാച

കത്തിലും ഗൃഹപരിപാലനത്തിലും ശിശുപരിപാലനത്തിലും അപ്രാപ്തരാണ് എന്ന കൺസ്ട്രക്റ്റുകൾ സൃഷ്ടിക്കുന്ന ടെലിവിഷൻ പരസ്യങ്ങളെയും പരിപാടികളെയും പറ്റി ജെ ഡി ബ്രൗൺ, കെ കാംപ്ബെൽ എന്നീ ഗവേഷകർ അവരുടെ പഠനങ്ങളിൽ പരാമർശിക്കുന്നുണ്ട്. കുഞ്ഞുങ്ങളെ ചിത്രീകരിക്കുന്ന പരസ്യങ്ങളിൽ സ്ത്രീ സാന്നിദ്ധ്യം മാത്രം അവതരിപ്പിച്ചുകൊണ്ട് ടി വി പരിപാടികളും പരസ്യങ്ങളും ഒരു 'ടോക്സിക് മാസ്കുലിൻ പാറ്റേൺ' സൃഷ്ടിക്കുന്നു എന്ന് ഇവരുടെ പഠനങ്ങൾ പ്രതിപാദിക്കുന്നു.

പുരുഷന്മാരെ അക്രമണോത്സുകരായും സാഹസതല്പരരായും കായിക ശക്തിയുള്ളവരായും വൈകാരികമായി ബന്ധങ്ങളിൽ ഏർപ്പെടാത്തവരായും ചിത്രീകരിക്കുന്ന ടെലിവിഷൻ, സ്ത്രീകളെ പാസ്സീവ് ആയും അനർഹരും കഴിവു കുറഞ്ഞ പ്രൊഫഷണലുകളായും ചിത്രീകരിക്കുന്നു. ഈ സ്വഭാവ വിശേഷണം ഉള്ളവർ മാത്രമാണ് യഥാർത്ഥത്തിൽ ഈ ലിംഗതന്മയിൽ ഉള്ളതെന്ന് പറയുന്നതോടൊപ്പംതന്നെ ഈ പരസ്യങ്ങൾ മറ്റേതൊരു വ്യക്തി സങ്കല്പത്തെയും പുറന്തള്ളുകയും ചെയ്യുന്നുണ്ട്.

ടെലിവിഷൻ പോപ്പുലറിസ്റ്റ് മാധ്യമമാകുന്നതിന് എത്രയോ കാലം മുൻപുള്ള കുലസ്ത്രീ സങ്കല്പത്തെ ശക്തിപ്പെടുത്തിയും, 'നല്ല സ്ത്രീ'- 'ചീത്ത സ്ത്രീ' ദ്വന്ദ്വങ്ങളെ നിർമ്മിച്ചുകൊണ്ടും ഒരു തരം എപ്പിസ്റ്റേമിക് വയലൻസാണ് രണ്ട് പതിറ്റാണ്ടുകളായി മലയാളത്തിലെ പല ടി വി പരിപാടികളും ചെയ്തുകൊണ്ടിരിക്കുന്നത്. അബ്യൂസീവ് ബന്ധങ്ങളെയും കറക്ടീവ് റേപ്പിനെയും നിർബ്ബന്ധിത വിവാഹങ്ങളെയും ഒക്കെ മഹത്ത്വവല്ക്കരിച്ചു കൊണ്ടാണ് പല പരിപാടികളും വീട്ടകങ്ങളിൽ ജനകീയമാകുന്നത് തന്നെ. ടോക്സിക് പുരുഷനും പാസ്സീവ് സ്ത്രീയും പുതിയ കാല നരേറ്റിവിൽ 'കലിപ്പനും കാന്താരിയും' എന്ന് കൃത്യമായി സ്ഥാപിക്കപ്പെടുമ്പോൾ പുതിയ തലമുറയും ഈ നിർമ്മിതിയിൽ അഭിരമിക്കുന്നു. ടി വി പരിപാടികളുടെ യൂട്യൂബ് ആരാധകരിൽ അധികവും ഇരുപത് വയസ്സിനു താഴെ വരുന്ന യുവ തലമുറയാണെന്നതും അവരുടെ കമന്റുകൾ പലതും ഈ വാർപ്പുമാതൃകകളെ ആഘോഷിക്കുന്നതാണെന്നതും ഒരു സാമൂഹിക പഠനം തന്നെ ആവശ്യപ്പെടുന്നുണ്ട്.

'നല്ല സ്ത്രീ' 'ചീത്ത സ്ത്രീ' എന്നിങ്ങനെ സ്ത്രീ കഥാപാത്രങ്ങളുടെ ഒരു ദ്വന്ദ്വം സൃഷ്ടിക്കാൻ കേരളത്തിലെ ടി വി സീരിയലുകൾക്ക് കഴിഞ്ഞിട്ടുണ്ട്. 'നല്ല സ്ത്രീ' എന്നത്, സ്വന്തമായി നിലപാടില്ലാത്ത, ദിനേന സാരി ചുറ്റി, ഭർത്താവിന്റെ 'കുടുംബത്തിലെ വിളക്കും' 'സാന്ത്വന'വുമൊക്കെയാകുന്ന സ്ത്രീയാണെന്ന പ്രതിനിധാനം അപകടകരമാം വിധം ആഴത്തിൽ ഈ സീരിയലുകൾ പതിപ്പിക്കുകയുണ്ടായി. 'സീരിയലിലെ ചീത്ത സ്ത്രീ' എപ്പോഴും 'നല്ല സ്ത്രീ'യുടെ ഭർത്താവിന്റെ സഹപ്രവർത്തക ആയ ഉദ്യോഗസ്ഥ ആയിരിക്കുകയും അവർ

നല്ല സ്ത്രീയുടെ കുടുംബഘടന തകർക്കുന്ന അപരവ്യക്തിയാണെന്നുമുള്ള ഒരു പരിചിത വാർപ്പുമാതൃക ഈ സീരിയലുകൾ സൃഷ്ടിച്ചു.

ബിഗ്ബോസിലെ വിമത ശബ്ദം

മേല്പറഞ്ഞവ ഹൃദിസ്ഥമാക്കിയ ഒരു സമൂഹത്തിലേക്കാണ് പാശ്ചാത്യ രാജ്യങ്ങളിൽ വളരെയേറെ ജനപ്രീതിയാർജ്ജിച്ച 'ബിഗ് ബോസ്' എന്ന പരിപാടി അരങ്ങേറുന്നത്. 100 ദിവസം വീടും നാടുമായി ഒരു ബന്ധവുമില്ലാതെ കുറെ വ്യക്തികളെ ഒരു വീട്ടിൽ താമസിപ്പിച്ച് അവരുടെ ചിന്തകൾ, സംഭാഷണം, പ്രവർത്തനങ്ങൾ എന്നിവ ക്യാമറകൾ വഴി മോണിറ്റർ ചെയ്തു ചാനലിലൂടെ സംപ്രേഷണം ചെയ്യുന്ന ഒരു മെന്റൽ ഗെയിം ആണ് ബിഗ് ബോസ് എന്ന റിയാലിറ്റി ഷോ. തങ്ങൾ ക്യാമറയിൽ റെക്കോർഡ് ചെയ്യപ്പെടുന്നുവെന്ന് പൂർണ്ണ ബോദ്ധ്യമുണ്ടെങ്കിലും യാതൊരു ബാഹ്യബന്ധവുമില്ലാതെ കുറെ അപരിചിതരുടെ കൂടെ 100 ദിവസം തുടർച്ചയായി താമസിക്കുമ്പോൾ ഒരു മത്സരാർത്ഥിയുടെ യഥാർത്ഥ വ്യക്തിത്വവും ചിന്താശേഷിയും അളക്കാൻ കഴിയുമെന്നും മാനസിക വൈകാരിക കായിക ശക്തിയുടെ അളവുകോലിൽ വിജയിയെ തെരഞ്ഞെടുക്കാൻ കഴിയും എന്നതുമാണ് ഷോയുടെ തത്ത്വം. പ്രേക്ഷകർ മത്സരാർത്ഥിയുടെ ഗെയിം ഇഷ്ടപ്പെടുന്നുവെങ്കിൽ അവരെ വോട്ട് ചെയ്ത് നിലനിർത്തുകയും അല്ലാത്തപക്ഷം മത്സരാർത്ഥി പുറത്തുപോകുകയും ചെയ്യും. ഓരോ മത്സരാർത്ഥിയുടെയും പ്രകടനവും വോട്ടും എല്ലാ ആഴ്ചയും വിലയിരുത്തപ്പെടും. സമൂഹത്തിന്റെ ഒരു പരിച്ഛേദം എന്ന നിലയിൽ അതിലെ ഓരോ മത്സരാർത്ഥിയും മാതൃകാപരമായി സമൂഹത്തിലെ വിവിധതുറകളിൽ നിന്നുള്ളവരുടെ പ്രതിനിധികളാകുന്നു. കഴിഞ്ഞ 3 മുൻ സീസണുകളിൽനിന്ന് ഈ സീസൺ വ്യത്യസ്തമാകുന്നത് അതിലെ ക്വിയർ പ്രാതിനിദ്ധ്യം കൊണ്ടാണ്. 'ലെസ്ബിയൻ' എന്നു പരസ്യമായി കമിങ് ഔട്ട് നടത്തിയിട്ടുള്ള രണ്ട് സ്ത്രീകൾ, ഗേ ആയ ഒരു പുരുഷൻ, ജൻഡർ നോൺ കൺഫേമിങ് ആയ ഒരു വ്യക്തി എന്നിവരുൾപ്പെടുന്ന ഷോ കേരളത്തിലെ മുഖ്യധാരയിൽ ക്വിയർ സംവാദങ്ങൾ കുറച്ചെങ്കിലും എത്തിച്ചിട്ടുണ്ട് എന്ന് പറയാതെ വയ്യ.

'ബിഗ് ബോസ് സീസൺ 4' ൽ ആദ്യന്തം ജനപ്രിയരായ മത്സരാർത്ഥികൾ റോബിൻ രാധാകൃഷ്ണനും ജാസ്മിൻ മൂസയുമാണ്. ഇതിൽ റോബിന്റെ ടോക്സിക് മാസ്കുലിൻ സ്വത്വം ഒരു ആരാധകവൃന്ദത്തെ ആദ്യമേ സൃഷ്ടിച്ചെടുത്തു. കേരളത്തിലെ ജനങ്ങൾ അത്യന്തികമായി ഒരു 'ഹൈപ്പർ മാസ്കുലിൻ' പുരുഷനെത്തന്നെയാണ് എപ്പോഴും നായകൻ ആക്കുക എന്ന കാര്യം തന്നെയാണ് ഇവിടെയും ആവർത്തിച്ചത്. റോബിന്റെ അമിത ദേഷ്യം, സഹമത്സരാർത്ഥിയോടുള്ള പ്രണയം എന്നിവ നോർമലൈസ് ചെയ്യപ്പെടുകയും അത് ഒരു നായകന്റെ സ്വഭാവ വിശേഷങ്ങളായി ആഘോഷിക്കപ്പെടുകയും ചെയ്തു. ഷോയിൽ

റോബിന് പ്രണയം തോന്നിയ പെൺകുട്ടിയുടെ അപരസ്ഥാനം ആണ് ടെലിവിഷൻ ജാസ്മിന് കൊടുത്തത്. ഇത് ടി വി സീരിയലുകളിലെ നല്ല സ്ത്രീ-ചീത്ത സ്ത്രീ പാറ്റേണുകൾ പഠിച്ച വീട്ടകങ്ങൾക്ക് വേഗം സ്വീകാര്യമായി. 'നല്ല സ്ത്രീ' എന്നത് അടക്കവും ഒതുക്കവും ഉള്ള പെൺ മത്സരാർത്ഥിയും 'ചീത്ത സ്ത്രീ' എന്നത് സാമ്പ്രദായിക കുടുംബ വ്യവസ്ഥിതിയുടെ ലംഘനം നടത്തിയ ജാസ്മിനും ആകുന്നത് സൂക്ഷ്മമായി പരിശോധിക്കണം. സീരിയലുകളിൽനിന്ന് വിഭിന്നമായി ബിഗ്ബോസ് ഷോയിൽ പ്രേക്ഷക വിലയിരുത്തൽ ഒരു പ്രധാന ഘടകം ആണെന്നതിനാൽ പ്രേക്ഷകരുടെ കൾച്ചറൽ റിസെപ്റ്റിവിറ്റി ഇവിടെ ചർച്ചകൾക്ക് വഴിവെക്കുന്നു.

ജാസ്മിൻ മലയാളിയുടെ സ്വീകരണ മുറിയിൽ ഒരു കൗണ്ടർ മൂവ്മെന്റ് അല്ലെങ്കിൽ വിപ്ലവം സൃഷ്ടിച്ചു എന്ന് അടയാളപ്പെടുത്തുക തന്നെ വേണം. റോബിനെ നായകനാക്കി ആഘോഷിക്കുന്ന യൂട്യൂബ് വീഡിയോകളിലും ഇൻസ്റ്റാഗ്രാം റീലുകളിലും അപരവ്യക്തിയായത് ജാസ്മിനാണ്. പക്ഷേ, ഇതിനിടയിലും പാരലൽ സ്പേസുകളിൽ ജാസ്മിനും അവരുടെ വ്യക്തിത്വവും നിലപാടുകളും ചർച്ചയായി. നൃത്തം ചെയ്യാത്ത, ദേഷ്യപ്പെടുന്ന, ഉറക്കെ അഭിപ്രായം പറയുന്ന, അസഭ്യ വാക്കുകൾ ഉപയോഗിക്കുന്ന, ലെസ്ബിയൻ ആയ, മോഡേൺ വസ്ത്ര ധാരിയായ ജാസ്മിനും അവരുടെ സാന്നിദ്ധ്യവും മലയാളിയുടെ ഗൃഹ സദസ്സുകളിൽ 'വിമതശബ്ദം' എന്ന നിലയിൽ ചർച്ച ചെയപ്പെട്ടു. ജാസ്മിനോട് ഒപ്പം തന്നെ നിലപാടുകളിലൂടെ ശ്രദ്ധിക്കപ്പെട്ട റിയാസ് സലിം എന്ന മത്സരാർത്ഥിയും അയാളുടെ ക്വിയർ സഹാനുവർത്തിത്വവും ജാസ്മിനുമായുള്ള സൗഹൃദവും ഇതോടൊപ്പം തന്നെ ചർച്ച ചെയ്യപ്പെട്ടു. വൈൽഡ് കാർഡ് എൻട്രി ആയി വൈകിയെത്തിയ റിയാസ് ബിഗ് ബോസ് ഹൗസിൽ നേടിയ മൂന്നാം സ്ഥാനത്തിന് ജാസ്മിൻ രൂപപ്പെടുത്തിയ ചർച്ചകൾക്ക് വലിയ സ്വാധീനം ഉണ്ടായിരുന്നു.

കൃത്യമായി നിയമലംഘനവും ടോക്സിക് നിലപാടുകളും ആവർത്തിച്ചിട്ടും ചാനൽ റോബിൻ രാധാകൃഷ്ണനെ പിന്തുണയ്ക്കുന്നു എന്ന് മനസ്സിലാക്കിയപ്പോൾ താൻ അങ്ങനെയെങ്കിൽ ഈ പരിപാടിയിൽ തുടരില്ല എന്ന് ഉറക്കെ പ്രഖ്യാപിച്ചുകൊണ്ട് ജാസ്മിൻ ഇറങ്ങിപ്പോരുകയാണ് ചെയ്തത്. പാട്രിയാർക്കൽ ആയ ഒരു ഇടത്തിൽ നിന്നുകൊണ്ട് വിലക്കുകളും അതിരുകളും ഭേദിച്ചുകൊണ്ട് ഇബ്സന്റെ നോറ ഇറങ്ങിപ്പോയത് പോലെ ഒരു 'ഡോർഷട്ടാണ് ജാസ്മിനും ചെയ്തത്. ആ ഇറങ്ങിപ്പോക്കിൽ തന്നോട് യുദ്ധം ചെയ്തിരുന്ന പുരുഷ മേധാവിത്ത സമൂഹത്തിനോട് പ്രതികരിക്കുമെന്ന വിധം, റോബിൻ രാധാകൃഷ്ണന്റെ ചെടിച്ചട്ടിയും പൊട്ടിച്ചെറിഞ്ഞു കൊണ്ടാണ് ജാസ്മിൻ എക്സിറ്റ് ചെയ്തത്. വോട്ടിങ്ങിലും ജനപ്രീതിയിലും ആദ്യ 5 സ്ഥാനങ്ങളിൽ തന്നെ ജാസ്മിനും ഇടമുണ്ടായിരുന്നു. ജാസ്മിൻ ഇറങ്ങിപ്പോയത് പക്ഷേ,

പരിപാടിയുടെ ടി ആർ പി റേറ്റിങ്ങിലും ബിഗ്ബോസ് വീട്ടിലെ ചർച്ചകളുടെ സ്വഭാവത്തിലും കൃത്യമായ മാറ്റങ്ങൾ വരുത്തി.

ജാസ്മിന്റെ ലൈംഗിക ചായ്‌വും അഭിപ്രായങ്ങളും ഭൂരിപക്ഷം വരുന്ന, ടോക്സിക് മാസ്ക്യൂലിനിറ്റി ആഘോഷിക്കുന്ന പ്രേക്ഷകർ പുറം തള്ളുന്നുവെങ്കിലും ഇങ്ങനെ ഒരു സ്ത്രീ സങ്കല്പ സാദ്ധ്യത ഇത് വരെ വിപണനം ചെയ്യാത്ത ചാനൽ ഒരു സാദ്ധ്യതയായി കണ്ടു. മലയാളി ഇതുവരെ കൈയടിച്ച വാർപ്പു മാതൃകകളെ ജാസ്മിൻ പൊളിച്ചെഴുതി എന്നത് മാത്രമല്ല അത് കൃത്യമായി വീട്ടകങ്ങളിൽ എത്തിച്ചുവെന്നതും ഒരു വിപ്ലവം തന്നെയാണ്. കുലമഹിമയും ജാതീയതയും ട്രാൻസ് ഫോബിയയും ഹോമോഫോബിയയും ആഘോഷിക്കുന്ന മലയാളിയുടെ സ്വീകരണമുറിയിൽ ജാസ്മിൻ മൂസ നടത്തിയ ക്രാഷ് ലാന്റിങ് ഒരു വിജയമാണ്.

മലയാള ചലച്ചിത്ര ഗാനങ്ങളും ഭക്ഷണപ്രതിനിധാനങ്ങളിലെ ഉടലിന്റെ ദൃശ്യരാഷ്ട്രീയവും

ഡോ. ജിജി ജെ അലക്സ്

ആമുഖം

സിനിമ കാഴ്ചക്കാരുടെ ദൃശ്യസംസ്കാരത്തെ പലരീതിയിൽ ഉരുവപ്പെടുത്തുന്ന ഒരു മാധ്യമമാണ്. അതിലെ കഥ, കഥാപാത്രങ്ങൾ, ദേശം, പ്ലോട്ട്, വസ്തുവകകൾ അങ്ങനെ പലതും കാഴ്ചയെ സ്വാധീനിച്ചും കാഴ്ചയാൽ സ്വാധീനിക്കപ്പെട്ടുമിരിക്കുന്നു. എന്താണ് ഭക്ഷണം? റൊളാങ് ബാർത് ഇതിനു നല്കുന്ന ഉത്തരം ഇപ്രകാരമാണ്, "അത് സ്ഥിതിവിവര കണക്കുകൾക്കോ പോഷകാഹാര പഠനങ്ങൾക്കോ ഉപയോഗിക്കാവുന്ന ഉല്പന്നങ്ങളുടെ ഒരു ശേഖരണം മാത്രമല്ല. അത് ആശയ വിനിമയത്തിനുള്ള ഒരു വ്യവസ്ഥയും, സങ്കല്പങ്ങളുടെ ചട്ടക്കൂടും, ആചാരങ്ങളുടെയും അവസ്ഥകളുടെയും പെരുമാറ്റങ്ങളുടെയും ആചാരമര്യാദാസംഹിതയും ആണ് (24)." സിനിമയിൽ ഭക്ഷണം എന്ന പരികല്പനം മറ്റേതൊരു ആശയത്തെപ്പോലെയും, ഒരു സങ്കല്പവും, കാലാനുസൃതമായി വ്യതിയാനപ്പെട്ടുകൊണ്ടിരിക്കുന്ന ഒരു അവസ്ഥയുമാണ്. സിനിമയിലെ ഭക്ഷണ പ്രതിനിധാനങ്ങൾ, അവയെ പ്രകടമാക്കുന്ന ഭാഷ, ബിംബങ്ങൾ എന്നിവ സമകാലിക സാമൂഹിക സാംസ്കാരിക യാഥാർത്ഥ്യങ്ങളേയും കാഴ്ചപ്പാടുകളേയും വ്യക്തമാക്കുന്നു. മലയാള സിനിമാ ഗാനങ്ങൾ/ഗാനരംഗങ്ങൾ അവയുടെ വരികളിലൂടെയും, ദൃശ്യങ്ങളിലൂടെയും, എങ്ങനെയാണ് സാമൂഹിക സാംസ്കാരിക വിനിമയ മാധ്യമങ്ങളായി മാറുന്നത് എന്നന്വേഷിക്കുന്നതിനുള്ള ഒരു ശ്രമമാണ് ഈ പഠനം. തെരഞ്ഞെടുത്ത മലയാള സിനിമാ ഗാനങ്ങളിൽ ഭക്ഷണം, അടുക്കള, രുചിയോർമ്മകൾ, രുചിയിടങ്ങൾ തുടങ്ങിയ ബിംബങ്ങളിലൂടെ കാഴ്ചക്കാർക്ക് വെളിപ്പെടുത്തുകയും, മറച്ചുപിടിക്കുകയും

ചെയ്യുന്ന ചില സാമൂഹിക-സാംസ്കാരിക രാഷ്ട്രീയ വ്യവഹാരങ്ങളുടെ വായനയാണ് ഇവിടെ നടത്തുന്നത്. സിനിമ പലപ്പോഴും ആൺനോട്ടങ്ങളുടെയും പുരുഷേച്ഛകളുടെയും അധികാരത്തിന്റെയും ഈറ്റില്ലമാകുമ്പോൾ അതിലെ ഭക്ഷണ പരികല്പനകൾ പൊളിറ്റിക്കൽ ആകുന്നുവെന്നു കാണുവാൻ സാധിക്കും.

സിനിമയുടെ ആദികാല ചരിത്രം പരിശോധിക്കുമ്പോൾ കഥാപാത്രങ്ങളെ പരിചയപ്പെടുത്താനോ, അവരുടെ സ്വഭാവം, വ്യക്തിത്വം, സാംസ്കാരിക പശ്ചാത്തലം എന്നിവ വെളിപ്പെടുത്താനോ ഭക്ഷണ പരാമർശങ്ങൾ ഉപയോഗിക്കുന്നുണ്ട്. ആനി ബോവറും തോമസ് പോയിന്റക്കും ചേർന്നെഴുതിയ 'സിനിമയിലെ ഭക്ഷണം' എന്ന പഠനത്തിൽ ലൂമിയർ ബ്രദേഴ്സ് നിർമ്മിച്ച ആദികാല ഷോർട്ട് ഫിലിമുകളിൽ ഒന്നായ *കുഞ്ഞിന്റെ അത്താഴം* (Baby's Dinner) എന്ന ചിത്രത്തിൽ അഗസ്റ്റ ലൂമിയറും അദ്ദേഹത്തിന്റെ ഭാര്യയും കുഞ്ഞും അത്താഴം കഴിക്കുന്ന ഒരു മിനിറ്റിൽ താഴെ ദൈർഘ്യമുള്ള ചിത്രത്തെപ്പറ്റി പരാമർശിക്കുന്നുണ്ട് (117). സംസ്കാര പഠനങ്ങളുടെ വെളിച്ചത്തിൽ സിനിമയിലെ ഭക്ഷണ പരാമർശങ്ങൾക്കു കൂടുതൽ തെളിച്ചവും ദൃഢതയും കൈവന്നു. സിനിമയ്ക്ക് വന്ന ഈ ചരിത്ര വികാസം അതിനെ ഒരു സാംസ്കാരിക പുസ്തകമായി (cultural text) കരുതുവാനും, അങ്ങനെ വായിക്കുമ്പോൾ തെളിഞ്ഞുവരുന്ന അർത്ഥശകലങ്ങളെ ലിംഗപഠനങ്ങളുടെയും, ചരിത്ര വിമർശങ്ങളുടെയും പരിസ്ഥിതിയിൽ ചിന്തിക്കുവാനും നമ്മെ പ്രേരിപ്പിക്കുന്നു.

സിനിമയിലെ ഭക്ഷണപ്പാട്ടുകളെ മൂന്നായി തരം തിരിക്കാം: 1. സ്ക്രീനിലും (visual space) വരികളിലും ഭക്ഷണം, അതുമായി ബന്ധപ്പെടുന്ന വസ്തുക്കൾ, വ്യക്തികൾ, ഭക്ഷണ പരാമർശങ്ങൾ എന്നിവ കാണുവാൻ സാധിക്കും. 'ഓ..... പ്ലാത്തൂരേ ശിവന്റമ്പലത്തിന്റടുത്തുള്ള വീട് പ്ലാഞ്ചോട്' (*കുട്ടൻപിള്ളയുടെ ശിവരാത്രി*), 'കുട്ടി ദോശ... റവ ദോശ' (*കമ്മത്ത് ആന്റ് കമ്മത്ത്*), 2. ചില ഗാനങ്ങളിൽ ഭക്ഷണ പരാമർശങ്ങളുണ്ടെങ്കിലും അവയെ ദൃശ്യവല്ക്കരിക്കാറില്ല: 'കപ്പ കപ്പ' (*ബാച്ചലേഴ്സ് പാർട്ടി*), 'കണ്ടോ നിന്റെ കണ്ണിൽ' (*സൺഡേ ഹോളിഡേ*) 3. മറ്റു ചില ഗാനങ്ങളിൽ ഭക്ഷണം ദൃശ്യപ്പെടുന്നുണ്ടെങ്കിലും വരികളിൽ ഭക്ഷണത്തിന്റെ റഫറൻസ് ഉണ്ടാകാറില്ല. 'പരിമിത നേരം' (*മധുരം*), 'പറയാതെ വന്നെൻ' (*ബ്രോ ഡാഡി*). ഇപ്രകാരം തരംതിരിക്കപ്പെട്ട ഗാനങ്ങളിൽ ഭക്ഷണം ഒരു ഏജൻസി ആയി മാറുകയാണ്. അത് ദേശം, സംസ്കാരം, ഗൃഹാതുരത്വം, ലിംഗപരത, ഉപഭോഗം, സമകാലികത, അധികാരം എന്നിവയുമായി പേർത്തും പേർത്തും വായിക്കപ്പെടുന്നു. സിനിമയിൽ ഭക്ഷണവുമായി ചേർന്നുനില്ക്കുന്ന പ്രതിനിധാനങ്ങളും പരികല്പനകളും പെണ്ണിനേയും, അവളുടെ സ്വത്വത്തെയും, ഉടലിനെയും എങ്ങനെയാണ് നോക്കികാണുന്നതെന്ന് നോക്കാം.

ഉപഭോഗത്തിന്റെ ദൃശ്യത

ഭക്ഷണത്തിന്റെയും ഉടലിന്റെയും ദൃശ്യത ബന്ധിപ്പിച്ചുകൊണ്ട് അവയെ ഉപഭോഗവസ്തുക്കൾ എന്ന രീതിയിൽ പരിഗണിക്കുമ്പോൾ, ചില ചലച്ചിത്രങ്ങളിൽ, ചലച്ചിത്രഗാനങ്ങളിൽ ഭക്ഷണം കഴിക്കുക എന്ന പ്രവർത്തി പഞ്ചേന്ദ്രിയങ്ങളെയും, പെൺ ശരീരത്തെയും, ബന്ധിപ്പിക്കുന്നതിനുവേണ്ടി ഉപയോഗിച്ചിട്ടുണ്ട്. ഭക്ഷണം ഒരു മാധ്യമമായി പരിഗണിക്കുകയും, അതിലൂടെ കാമുകനെ ആകർഷിക്കുവാനോ, അടുക്കുവാനോ, ഉള്ള പ്രലോഭകരമായ ഏജൻസി ആയാണ് രുചിയേറിയ ദൃശ്യശ്രവ്യ ഭക്ഷണപരികല്പനകൾ ചില ഗാനരംഗങ്ങളിൽ പ്രതിനിധാനം ചെയ്തിട്ടുള്ളത്. പെണ്ണുടലിനെ മോഹത്തോടുകൂടെ നോക്കുന്ന കാമുകൻ ഭക്ഷണപ്രതിനിധാനങ്ങളിലൂടെ ഉടൽ, രുചി, കൊതി എന്നീ ബിംബങ്ങളെ പ്രതിഫലിപ്പിക്കുന്നു. കാലാകാലങ്ങളായി സിനിമ ഇത്തരം ഗാനങ്ങൾ സൃഷ്ടിക്കാറുണ്ട്.

വേനലിൽ ഒരു മഴ എന്ന സിനിമയിലെ അതിപ്രശസ്തമായ 'അയല പൊരിച്ചതുണ്ട്' എന്ന ഗാനം ഒന്ന് നോക്കാം. ഗാനരംഗത്തു ദൃശ്യമാകാത്ത അയല പൊരിച്ചതും, കരിമീൻ വറുത്തതും കൊടംപുളിയിട്ടു വെച്ച ചെമ്മീൻ കറിയും, തുമ്പപ്പൂ നിറമുള്ള ചെറുമണിച്ചോറും, ഉപ്പിലിട്ട മാങ്ങയും, ഒക്കെ ഒരുക്കി കാമുകി തന്റെ കാമുകനെ ക്ഷണിക്കുന്നു. മലയാളികൾ കൊതിയോടും രുചിയോടും കഴിക്കുന്ന ഒരു നാടൻ ഊണിന്റെ രുചിയുടെയും, സമൃദ്ധിയുടെയും സുദീർഘമായ ഒരു വർണ്ണനയാണിവിടെ. മലയാളത്തിൽ പിന്നീട് വന്ന പല ആഹാരപ്പാട്ടുകളും ഇതിനോട് ചേർത്ത് വായിക്കാവുന്നതാണ്. ഏറ്റവും രുചികരമായ വിഭവങ്ങളുടെ ദൃശ്യതയുടെ അഭാവം, അവയുടെ ശ്രവ്യതയെയും രുചിയേയും ഉയർത്തിക്കാണിക്കുന്നു. ഇവിടെ വിവരിച്ചിരിക്കുന്ന വിഭവങ്ങൾ പ്രലോഭകാരികളാണ്. അവയെ കാമുകന്റെ മുൻപിൽ അവതരിപ്പിക്കുന്നതിലൂടെ കാമുകി വെളിപ്പെടുത്തുന്നത്, ഭക്ഷണം ആസ്വദിക്കാനുള്ളതാണെന്നും അതിനാൽ അതിൽ മുഴുകണമെന്നുമാണ്. അപ്പോൾ ഭക്ഷണം ഒരു ഭോഗവസ്തു (object of indulgence) ആയി മാറുന്നു. ഭക്ഷണം ഒരു ഏജൻസി ആയി ഉപയോഗിക്കുന്ന കാമുകി ഒരു പ്രലോഭികയായി മാറുന്നു. എന്റെ കൈവശം ഇതെല്ലാമുണ്ടെന്ന് പറഞ്ഞ് കാമുകനെ ക്ഷണിക്കുന്ന കാമുകി ഓരോ ഭക്ഷ്യ വിഭവങ്ങളെയും ഭോഗവസ്തുക്കളായി തന്റെ കാമുകന്റെ മുൻപിൽ വിവരിക്കുമ്പോൾ ഇന്ദ്രിയങ്ങളാൽ ആസ്വദിക്കേണ്ടുന്ന ഭക്ഷണത്തെ കൊതി, രുചി എന്നീ ചോദനകളിലൂടെയാണ് പ്രകടമാക്കുന്നത്.

ഇതേ രീതിയിൽ പരിഗണിക്കാവുന്ന മറ്റൊരു ഗാനമാണ് *മാമാങ്കം* (1979) എന്ന ചിത്രത്തിലെ 'വറുത്ത പച്ചരി ഇടിച്ചു തള്ളുന്ന മിടുക്കി പാത്തുമ്മ, നിന്റെ ചിരട്ടപ്പുട്ടിന്റെ സ്വാദു നോക്കണ ദിവസമെന്നാണ്.' ഇ പി രാജഗോപാലൻ തന്റെ 'അട; ഓർമ്മയും തുടർച്ചയും' എന്ന ലേഖനത്തിൽ ഈ ഗാനത്തെപ്പറ്റി പരാമർശിക്കുന്നുണ്ട്. സ്ത്രീ ഇടപെടുന്ന

ഗാർഹിക ഇടങ്ങൾ, വീട്ടുജോലികൾ ഇവയുമായി ബന്ധപ്പെടുത്തി അവളുടെ ശരീരത്തെയും, ലൈംഗികതയെയും ചേർത്ത് വായിക്കാവുന്ന ഒരു ഗാനമാണിത്. ഇവിടെയും, ഒരാൾക്ക് കഴിച്ചു തൃപ്തിയടങ്ങാവുന്ന ഒരു മാധ്യമം അല്ലെങ്കിൽ ആഗ്രഹിക്കുന്ന രുചികൾ കൊടുത്തു തൃപ്തിപ്പെടുത്താൻ കഴിവുള്ള ഒരു വ്യക്തി എന്ന നിലയിലുമാണ് മിടുക്കിപ്പാത്തുമ്മയെ പ്രകീർത്തിച്ചിരിക്കുന്നത്. ആൺ നോട്ടത്തെയും, പുരുഷ കാമനകളെയും പ്രകടിപ്പിക്കുന്ന ഒരു ഗാനമാണിത്. എന്നാൽ പിന്നീട് വന്ന പല ഗാനങ്ങളിലും ഭക്ഷണത്തെ ശരീരമായും (body), അതിനെ ഒരു വസ്തുവായും (object) അങ്ങനെ നോട്ടമേല്ക്കുന്ന ശരീരം ഒരു വസ്തുവാകുകയും ചെയ്യുന്നിടത്തു കാഴ്ചക്കാർക്ക് ലഭിക്കുന്ന കാഴ്ചരതി (vouyerestic pleasure) എന്ന തലത്തിലേക്കും പരിണമിക്കുന്നു. ഇതേ മാത്രയിൽ വായിക്കാവുന്ന മറ്റു ചില ഗാനങ്ങളാണ്, *ഉസ്താദ് ഹോട്ടൽ* (2012) എന്ന ചിത്രത്തിലെ 'അപ്പങ്ങളെമ്പാടും ഒറ്റയ്ക്ക് ചുട്ടമ്മായി', *പോപ്പിൻസ്* (2012) എന്ന സിനിമയിലെ 'പായസം ഇത് പായസം പാല്പായസം' എന്നിവ. മരുമകന് വേണ്ടി അപ്പങ്ങൾ ചുടുന്ന അമ്മായിയേയും, പുഞ്ചിരിച്ചും പാലൊഴിച്ചും തേനൊഴിച്ചും നെയ്യൊഴിച്ചും നെഞ്ചിൽ വെച്ച് ഇളക്കി ഉണ്ടാക്കുന്ന ദാമ്പത്യപ്പായസത്തെ പറ്റിയും ഈ ഗാനങ്ങൾ പ്രകീർത്തിക്കുന്നു.

ദൃശ്യവല്ക്കരിക്കാത്ത ഉപഭോഗം

എല്ലാ ഗാനരംഗങ്ങളിലും ഇപ്രകാരമുള്ള ഭക്ഷണപ്രതിനിധാനങ്ങൾ ഉണ്ടാകാറില്ല, എന്നാൽ വരികളിൽ ഭക്ഷണ പരാമർശങ്ങൾ, ലൈംഗികച്ചുവ എന്നിവ കാണാൻ സാധിക്കും. പലപ്പോഴും പാർട്ടികൾ/ആൾക്കൂട്ടങ്ങൾ എന്നിവയുമായി ബന്ധപ്പെട്ട ഗാനങ്ങളാണ് ഇപ്രകാരം ഭക്ഷണത്തെ കൈകാര്യം ചെയ്യുന്നത്. *ബാച്ചിലേഴ്സ് പാർട്ടി* എന്ന സിനിമയിലെ ഹെൽ സോങ് (hell song), *സൺഡേ ഹോളിഡേ* സിനിമയിലെ പബ് സോങ് (pub song) എന്നിവ ഇതിനു ഉദാഹരണങ്ങളാണ്. ഭക്ഷണം നല്കുന്ന തൃപ്തി, നിർവൃതി, സന്തോഷം എന്നിവ രണ്ടു തരത്തിലാകാം. അത് നമ്മുടെ കാഴ്ചയ്ക്ക്/നോട്ടത്തിന് സുഖം പകരാം, അല്ലെങ്കിൽ നമ്മുടെ സുഖാനുഭവങ്ങളെ ഉത്തേജിപ്പിക്കാം. ഭക്ഷണവും അതുമായി ബന്ധപ്പെടുന്ന വ്യക്തിയും പകരുന്ന കാഴ്ചരസങ്ങൾ (visual pleasure) ഭക്ഷണത്തെ അതീന്ദ്രിയ തലത്തിലേക്ക് ഉയർത്തുകയും ഉണർത്തുകയും ചെയ്യുന്നത് പോലെ അത് കാണുന്ന വ്യക്തിയെയും സുഖിപ്പിക്കുന്നു. 'കപ്പപ്പുഴുക്ക്/ചക്ക വരട്ടി' എന്ന ഗാനം ഭോഗവസ്തു/ഭോഗം എന്നീ ദ്വന്ദ്വങ്ങളെ ബന്ധിപ്പിക്കുന്നു. നരകത്തിൽ നൃത്തം ചവിട്ടുന്ന ഒരു സംഘം ആൺപെൺ ശരീരങ്ങൾക്കു കപ്പപ്പുഴുക്കും ചക്ക വരട്ടിയതും ഭോഗവസ്തുക്കൾ ആകുമ്പോൾ പ്രേക്ഷകർ അവ നൃത്തം ചവിട്ടുന്നവരുടെ ശരീരങ്ങളോടും നോട്ടങ്ങളോടും ചേർന്നാണ് വായിക്കുന്നത്. ആൺ നോട്ടങ്ങളാണ് (male gaze) ഈ ഗാനത്തിലുടനീളം വ്യക്തമാകുന്നത്.

"സ്ത്രീകൾ തങ്ങളുടെ പരമ്പരാഗതവും പ്രകടനപരവുമായ പങ്കുകളാൽ ഒരേസമയം നോട്ടമേല്ക്കപ്പെടുകയും, പ്രദർശനവസ്തുവാക്കപ്പെടുകയും ചെയ്യുന്നു, അവരുടെ ആകാരത്താൽ ശക്തമായ ദൃഷ്ടിഗോചരവും രതിജന്യവുമായ രഹസ്യചിഹ്നങ്ങളാൽ ക്രോഡീകരിക്കപ്പെട്ടിട്ടുള്ളതു അവരുടെ നോട്ടമേല്ക്കപ്പെടലിനെയാണ് സൂചിപ്പിക്കുന്നത്," എന്ന് ലോറ മൾവി പറയുന്നത് ഇവിടെ ചിന്തനീയമാണ്.

ഇതേ മാതൃകയിൽ വാർക്കപ്പെട്ടിട്ടുള്ള മറ്റൊരു ഗാനമാണ് *സൺഡേ ഹോളിഡേ* എന്ന ചിത്രത്തിലുള്ളത്. "കണ്ടോ നിന്റെ കണ്ണിൽ"എന്ന ഗാനം, പ്രത്യേകിച്ച് ഒരു അർത്ഥമോ സാഹചര്യം ആവശ്യപ്പെടുന്ന ഒരു നിമിത്തമോ അല്ലെങ്കിൽ കൂടെ "ആ കവിളത്തെ പിഞ്ഞാണത്തിൽ/ മോരിൽ മുങ്ങിയ" എന്ന ചോദ്യവും, "നിൻ ചട്ടികളിൽ ഒരു ചീലാവായി എന്നും നീന്താൻ തോന്നുന്നതും," / "ഒട്ടിച്ചേരും നെയ്ച്ചോറായി നമ്മൾ" എന്ന് പാടുമ്പോഴുമെല്ലാം ശരീരത്തെ വ്യവഹാര വ്യവസ്ഥകൾ അല്ലെങ്കിൽ പാത്രങ്ങളാക്കുക എന്ന രാഷ്ട്രീയമാനംകൂടി അവിടെ കൈവരിക്കുന്നുണ്ട്. സാധാരണയായി തമിഴ് ചലച്ചിത്ര ഗാനങ്ങളിൽ വളരെയധികം പ്രയോഗിച്ചിട്ടുള്ള ഈ രീതി മലയാളചലച്ചിത്ര ഗാനങ്ങളുടെ സൂക്ഷമാവലോകനത്തിലൂടെ വ്യക്തമാകും. ചട്ടി, ചീലാവ്, നെയ്ച്ചോറ് എന്നീ പരാമർശങ്ങൾ ശരീരം/വസ്തു എന്നീ ദ്വന്ദ്വങ്ങളെ സൂചിപ്പിക്കുന്നു.

ചെമ്പാവ്, പുന്നെല്ല്, നെല്ലിക്ക, മണ്ണപ്പം തുടങ്ങിയ ചില പ്രതീകങ്ങൾ ഗ്രാമം, കുട്ടിക്കാലം, ഗതകാലം, നഷ്ടസ്വപ്നങ്ങൾ എന്നീ ബിംബങ്ങൾ പ്രേക്ഷകനിലേക്കു കൊണ്ടുവരുന്നു. അത് മാത്രമല്ല ജൈവീകമായ ഒരു പ്രകൃതിയുമായി മനുഷ്യനെ ബന്ധിപ്പിക്കുന്നുമുണ്ട്. ഗൃഹാതുരത്വം ഉണർത്തുന്ന മണങ്ങൾ, രുചികൾ, കാഴ്ചകൾ അങ്ങനെ പഞ്ചേന്ദ്രിയങ്ങളെ ഭക്ഷണത്തിന്റെ ദൃശ്യ ശ്രവ്യ മാതൃകകളുമായി ബന്ധിപ്പിക്കുമ്പോൾ ലഭിക്കുന്ന നിഷ്കളങ്കമായ സുഖാനുഭവം ഒരുപക്ഷേ, ധ്വനിപ്പിക്കുന്നത് ഭക്ഷണം കഴിക്കൽ (consumption) എന്ന ശീലമാണ്. *ഇബിലീസ്* (2018) എന്ന സിനിമയിൽ തന്റെ കാമുകിക്ക് നെയ്യപ്പത്തിന്റെ മണമാണെന്നാണ് കാമുകൻ അദ്ദേഹത്തിന്റെ മുത്തശ്ശനോട് പറയുന്നത്. ഇത് പോലെ ഗൃഹാതുരത്വം ഉണർത്തുന്ന വിഭവങ്ങളാണ് "സുലൈമാനി"യും (*ഉസ്താദ് ഹോട്ടൽ*), "ചെമ്പാവ് പുന്നെല്ലിൻ ചോറും" (*സാൾട്ട് 'ൻ പെപ്പർ*, 2011). ഇവ മലയാളിയുടെ ഭക്ഷണ ശീലങ്ങളെ വ്യക്തമാക്കുന്നുണ്ടെങ്കിലും "ചെമ്പാവ് പുന്നെല്ലിൻ ചോറും" എന്ന ഗാനം ആൺ പെൺ ദ്വന്ദ്വങ്ങളെ ഭക്ഷണത്തോട് ബന്ധപ്പെടുത്തുന്നത്, പാട്രിയാർക്കിയുടെ ജൻഡർ എക്സ്പെക്ടേഷൻ വെളിപ്പെടുത്തുന്നതിലൂടെയാണ്; "മുളകരച്ചൊരുക്കിയ പരൽമീനിൻ കറി കൂട്ടീട്ടെരിവ്കൊണ്ടിടം കണ്ണ് തുടിച്ചവനെ" എന്ന് അവനെപ്പറ്റി പാടുമ്പോൾ, അവളെ പറ്റി പാടുന്നത് "പഴം പുളിശ്ശേരി ചാറിൽ പിടിക്കുമ്പോൾ വഴുക്കണ മധുരമാം പഴം പോലെ വലയ്ക്കുന്നോളെ" എന്നാണ്. എത്രമാത്രം ദുർബ്ബല ആണ് അവൾ എന്ന് നോക്കൂ. അവൾ വഴുക്കുന്നവൾ ആണ്, വലയ്ക്കുന്നവൾ

ആണ്. മറ്റൊരു ഉത്തരവാദിത്വം കൂടി പിതൃമേധാവിത്ത സമൂഹത്തിന്റെ ആധിപത്യ പ്രതീക്ഷകളിലുണ്ട്, "ചൂടു കഞ്ഞി കുടിക്കുമ്പോൾ വിയർപ്പാറ്റാൻ അടുത്ത് വായോ" എന്ന് വിളിക്കുമ്പോൾ വിഭവ സമൃദ്ധമായ സദ്യ ഒരുക്കി മച്ചുനനെ ഊണിനു ക്ഷണിക്കുന്ന കാമുകിയുടെ അതേ റോൾ തന്നെയാണ് പെണ്ണിൽനിന്നും സമൂഹം പ്രതീക്ഷിക്കുന്നത്.

ഭക്ഷണത്തിന്റെ ഭൂപ്രകൃതി

എന്നാൽ ഒരു നാടിനെയോ ദേശത്തെയോ ചലച്ചിത്രഗാനത്തിലൂടെ രേഖപ്പെടുത്തുമ്പോൾ കുറെ കൂടെ തുറവിയും വിശാലതയും ദർശിക്കാവുന്നതാണ്. *മഹേഷിന്റെ പ്രതികാരം* (2016) എന്ന ചിത്രത്തിൽ ആദ്യ ഷോട്ട് മുതൽ ദൈനംദിന ജീവിതവുമായി ബന്ധപ്പെട്ട അനേകം ഭക്ഷണ മാതൃകകൾ കാണുവാൻ സാധിക്കും. ഒരു സാധാരണക്കാരന്റെ ജീവിതം, അതുമായി ബന്ധപ്പെട്ടു നില്ക്കുന്ന വ്യക്തികൾ, വസ്തുക്കൾ, ഭക്ഷണങ്ങൾ എന്നിവയെ പ്രകടമാക്കുന്ന ഗാനമാണ്, "മലമേലെ തിരി വെച്ച്/ പെരിയാറിൻ തളയിട്ട്/ചിരിതൂകും പെണ്ണല്ലേ ഇടുക്കി./ ഇവളാണിവളാണ് മിടുമിടുക്കി" എന്നത്. ഇടുക്കി എന്ന ഭൂപ്രദേശത്തെയും അവിടെയുള്ളവരെയും വ്യക്തമാക്കുന്ന ഈ ഗാനം, Pierre Bourdieu വിന്റെ ശീലം (habitus) എന്ന സിദ്ധാന്തവുമായി ബന്ധപ്പെടുത്തുമ്പോൾ, 'ആന്തരിക ഘടനകളുടെ ആത്മനിഷ്ഠവും എന്നാൽ വ്യക്തിഗതമല്ലാത്തതുമായ ഒരു സംവിധാനത്തെ സൂചിപ്പിക്കുന്നു, ഒരേ ഗ്രൂപ്പിലെയോ ക്ലാസിലെയോ എല്ലാ അംഗങ്ങൾക്കും പൊതുവായുള്ള ധാരണ, സങ്കല്പം, പ്രവർത്തനം എന്നിവയുടെ പദ്ധതികൾ" (p.86) നമുക്ക് ഈ ഗാനത്തിൽ കാണുവാൻ സാധിക്കും. ഭക്ഷണം, അതുമായി ബന്ധപ്പെടുന്ന വ്യക്തികൾ, ചടങ്ങുകൾ, എല്ലാ ഒരേ ജൈവിക പ്രപഞ്ചം പങ്കു വെക്കുന്നവരും, ഭാഗഭാഗുക്കൾ ആകുന്നവരുമാണ്. ഒരുദിവസം ആരംഭിക്കുമ്പോൾ മുതൽ ചെയ്യുന്ന പ്രവൃത്തികളിൽ അടുക്കളയും ഭക്ഷണവും ആഹാരവസ്തുക്കളും ഇടപെടുന്ന സൂക്ഷ്മനിരീക്ഷണങ്ങൾ കാണുവാൻ സാധിക്കും, ഈ ദൃശ്യങ്ങൾ ജൈവീകമായതിനാൽ സ്വാഭാവികമായി തന്നെ കാഴ്ചക്കാരന് അനുഭവപ്പെടുന്നു.

ഇതേ തുറവിയും വിശാലതയും കാണുവാൻ സാധിക്കുന്ന *അങ്കമാലി ഡയറീസ്* (2017) എന്ന സിനിമയിൽ "തമരടിക്കുന്ന കാലമായെടി തിയ്യാമേ" എന്ന ഗാനത്തിൽ അങ്കമാലി എന്ന ഭൂപ്രകൃതിയെ അവിടുത്തെ ആഘോഷങ്ങൾ, വിരുന്നുകൾ, ആഹാരശീലങ്ങൾ, കൂട്ടായ്മകൾ, സുരപാന സദസ്സുകൾ എന്നിവയിലൂടെ കാണാം. എന്നാൽ നായകന് വന്നു പോകുന്ന നായികമാരെ നോക്കുമ്പോൾ അവരുടെ ബന്ധങ്ങളെ സൂചിപ്പിക്കാനായി കൊടുക്കുന്ന വിശേഷണം പോലും, "പെപ്പേയും സീമയും കുഞ്ചുവിന്റെ കടയിലെ കപ്പയും മുട്ടയും പോലെ 'പെർഫെക്റ്റ് കോംബോ' (perfect combo)' എന്നാണ്. ആൺപെൺ ബന്ധങ്ങൾ

ഭക്ഷണ കൂട്ടുകളായി (food combo) പരിഗണിക്കപ്പെടുമ്പോൾ 'കപ്പയും മുട്ടയും' എന്ന ജോഡി ഒരു പ്രത്യേക ഭൂപ്രകൃതിയിലെ ആളുകളുടെ ഇഷ്ടഭോജ്യമാണ്. ഭൂപ്രകൃതി മാറുന്നതനുസരിച്ചു ചേരുവകൾ വ്യത്യാസപ്പെടാം. കഥയിൽ രണ്ടിലധികം കാമുകിമാർ പല കാലഘട്ടത്തിലായി വന്നു പോകുന്നുണ്ട് പെപ്പെക്ക്, അപ്പോൾ ആ ബന്ധങ്ങളെല്ലാം ഓരോതരം combo ആണ്. കപ്പ-മുട്ട, കപ്പ-മീൻ, കപ്പ-ബീഫ്, കപ്പ-മുളക്, ഇങ്ങനെ വ്യത്യസ്തമായ ജോഡികളിൽ കപ്പ ഒരു അവിഭാജ്യ ഘടകമായതുപോലെ ഒന്നിലധികം കാമുകിമാർ ഉണ്ടായിരുന്ന പെപ്പെയുടെ ഹൈപ്പർ മാസ്കുലൈൻ വ്യക്തിത്വം (hypermasculine identity) ഇവിടെ വ്യക്തമാകുന്നു.

അങ്ങനെ ഭക്ഷണമെന്ന ജൈവവ്യവസ്ഥ, മാറുന്ന കാലത്തിനനുസരിച്ചു വ്യത്യസ്തങ്ങളായ കർമ്മങ്ങളനുഷ്ഠിക്കുന്നു. എന്നാൽ മാറുന്ന കാലത്തിനനുസരിച്ചു മാറാത്ത ജന്റർ സങ്കല്പങ്ങളെയും പുരുഷാധിപത്യ സങ്കല്പങ്ങളെയും പൊളിച്ചടുക്കുകയാണ് *ദി ഗ്രേറ്റ് ഇന്ത്യൻ കിച്ചൻ* (2021) എന്ന ചലച്ചിത്രം ചെയ്തത്. ഇവിടെ അടുക്കളയും തീൻമേശയും ലിംഗഭേദമുള്ള ഇടങ്ങൾ (gendered spaces) ആണ്. ഈ ഇടങ്ങളെ പെണ്ണുടലുമായി വായിച്ചെടുക്കുകയാണ് സിനിമയിൽ. സദാ കത്തിക്കൊണ്ടിരിക്കുന്ന അടുപ്പ്, അടുക്കളയിലെ വിഭവപ്പെരുമ, തീൻമേശയിലെ എച്ചിൽ തുടങ്ങിയ ബിംബങ്ങൾ female body, gender identity, female space, identity crisis എന്നിവയെ പ്രശ്നവല്ക്കരിക്കുന്നു. ഉത്തമയായ ഭാര്യ പാചകം നിർബ്ബന്ധമായും അറിഞ്ഞിരിക്കണം എന്ന 'കുലസ്ത്രീ' ചിന്തയും, 'ഗൃഹഭരണം', 'ഗൃഹലക്ഷ്മി' തുടങ്ങിയ നിർവ്വചനങ്ങളും സമൂഹം, സ്ത്രീയിൽനിന്നും പ്രതീക്ഷിക്കുന്ന ചില gendered expectations ആണ് വ്യക്തമാക്കുന്നത്.

സമകാലിക മലയാള സിനിമയിൽ പാചകം ചെയ്യുന്ന പുരുഷന്മാർ, പാചകം, തൊഴിലോ, വിനോദമോ ആക്കിയിട്ടുള്ളവർ ഉണ്ടെങ്കിലും, പുതിയ കുപ്പിയിലെ പഴയ വീഞ്ഞെന്നോണം വീട്ടമ്മമാർ, പലവിധ ജോലികൾ ചെയ്യുന്നവർ, സംരംഭകർ (homebakers, multitaskers, entreupreuners) ഒക്കെ ആയ ഭാര്യമാരും മറ്റൊരു വശത്തു പെരുകുന്നുണ്ട്. ഈ കാഴ്ചപ്പാടിനെ വിമർശിക്കുന്ന സിനിമയാണ് *മധുരം* (2021). രണ്ടുവ്യക്തികൾ തമ്മിലുള്ള ആത്മബന്ധത്തെ ഊട്ടിയുറപ്പിക്കുന്നതോടൊപ്പം ഭാര്യാഭർത്തൃബന്ധം സുഗമമാക്കുന്നതിന് ഭാര്യ ഒരു പാചകവിദഗ്ദ്ധ ആയെങ്കിൽ മാത്രമേ സാധിക്കുകയുള്ളു എന്ന 'കുലസ്ത്രീ' കാഴ്ചപ്പാടിനെ ഇവിടെ വിമർശിക്കുന്നു. ഈ ചിത്രത്തിലെ എല്ലാ ഗാനങ്ങളിലും ഭക്ഷണപ്രതിനിധാനങ്ങൾ, അതിന്റെ പലതരം പ്രകടനങ്ങൾ ദൃശ്യപ്പെടുന്നു. വീട്, അടുക്കള, ഹോട്ടൽ, ഹോട്ടലിന്റെ പാചകപ്പുര, ആശുപത്രി, ആശുപത്രികാന്റീൻ, അങ്ങനെ വ്യത്യസ്തമായ ഇടങ്ങളിലെ ഭക്ഷണ പ്രതിനിധാനങ്ങൾ ഇതിൽ കാണുവാൻ സാധിക്കും. ഭർത്താവിനും, ആശുപത്രിയിൽ കിടക്കുന്ന അമ്മായിയമ്മയ്ക്കും ഇഷ്ടലി

ഉണ്ടാക്കി കൊടുക്കുന്ന ചെറി, കിടപ്പുരോഗിയായ ഭാര്യയുടെ പിറന്നാളിന് ആശുപത്രിയിലെ, കുട്ടിരുപ്പു സംഘത്തിനും, സുഹൃത്തുക്കൾക്കും മധുരമുണ്ടാക്കി വിതരണം ചെയ്യുന്ന ഭർത്താവ്, പപ്പടം ഉണ്ടാക്കുന്ന അന്യസംസ്ഥാനക്കാരി, ചിത്രയ്ക്ക് സൗജന്യമായി ചിക്കൻ ബിരിയാണി കൊടുക്കുന്ന ഹോട്ടൽ ഉടമ, വീണ്ടും വീണ്ടും തൈരുസാലഡ് കൊടുക്കുന്ന ഹോട്ടൽജോലിക്കാരൻ, വീട്ടിൽനിന്നും ആശുപത്രിയിലേക്ക് കൊണ്ടുവരുന്ന ബിരിയാണി, അങ്ങനെ ഈ ചിത്രം നിറയെ ഭക്ഷണം അതിന്റെ പല സാദ്ധ്യതകളിൽ പ്രത്യക്ഷപ്പെടുന്നുണ്ട്. മറ്റു ചിത്രങ്ങളിൽ നിന്നും വ്യത്യസ്തമായി ഇവിടെ കാണുവാൻ പറ്റുന്ന പ്രത്യേകത ഭക്ഷണം ഒരിക്കലും, അധികാരത്തിന്റെയോ, ജാതിയുടെയോ മതത്തിന്റെയോ, പ്രതിനിധാനം ആയിട്ടല്ല, മറിച്ചു അവനവന് തിരിച്ചറിയാൻ പറ്റുന്ന സ്വാദുകളാണ്. എങ്കിലും, മലയാളസിനിമാഗാനങ്ങളിൽ ആണധികാരങ്ങളും ആൺനോട്ടങ്ങളും പ്രകടമാകുന്നത് ഒരു വ്യത്യസ്ത രീതിയിലാണ്. പുരുഷൻ പാചകം ചെയ്യുമ്പോൾ അത് ഒരു പ്രാഗത്ഭ്യം ആയി കരുതുകയും, അയാൾ ഇടപെടുകയും പാചകം ചെയ്യുകയും ചെയ്യുന്ന ഇടങ്ങൾ exoticise ചെയ്യപ്പെടുകയും ചെയ്യുന്നു (എന്റെ മെഴുതിരി അത്താഴങ്ങൾ). അടുക്കള ഒരു gendered space ആയി മാറുന്നതോടൊപ്പം പുരുഷൻ പാചകം ചെയ്യുമ്പോൾ അതിന്റെ 'ആഘോഷവും,' സ്ത്രീ പാചകം ചെയ്യുന്നതിന്റെ 'ദൈനംദിനകതയും' പല സിനിമ ഗാനങ്ങളിലും വായിക്കുവാൻ സാധിക്കും.

നവവാണിജ്യ സാദ്ധ്യതകൾ

പുതിയ സിനിമകൾ ദൃശ്യവല്ക്കരിക്കുന്ന ഭക്ഷണ പ്രതിനിധാനങ്ങൾ പലപ്പോഴും വ്യാപാര വാണിജ്യ മേഖലകളെക്കൂടി ലക്ഷ്യമിട്ടിട്ടാണ്. *ബ്രോ ഡാഡി* എന്ന സിനിമയിൽ ആധുനിക ത്വരിതയുഗവും, ചെറുപ്പക്കാരുടെ ആഹാരശീലങ്ങളും ദൃശ്യവല്ക്കരിക്കുന്നതോടൊപ്പം മറ്റൊരു തലമുറ ഈ വേഗതയെ എങ്ങനെ സ്വന്തമാക്കുന്നു എന്നും വ്യക്തമാക്കുന്നുണ്ട്. വിശാലമായ open kitchen ൽ ചുട് ഇടിയപ്പം ചുട്ട് ഭർത്താവിനെ പരിപോഷിപ്പിക്കുന്ന ഭാര്യയും ഭാര്യ ഗർഭവതി ആകുമ്പോൾ മേശ നിറയെ വിഭവങ്ങളൊരുക്കി ഭാര്യയെ സ്നേഹിക്കുന്ന ഭർത്താവും ഇടപെടുന്ന ഭക്ഷണം അതിന്റെ തനതു സ്വഭാവമായ, വിശപ്പ്, രുചി, കൊതി, ആകാംക്ഷ എന്നിവയിൽ നിന്നുമകന്ന് സമ്പത്ത്, ആർഭാടം, സുലഭ്യത, എന്നീ സ്വഭാവങ്ങൾ കൈവരിക്കുന്നു. മേശ നിറയെ വിഭവങ്ങൾ ഉണ്ടെങ്കിലും ക്യാമറ ഫോക്കസ് ചെയ്യുന്നത് നായകന്റെയും നായികയുടെയും മുഖഭാവങ്ങളിലേക്കാണ്, നായകൻ നളനായും, അപാരമായ കഴിവുള്ളവനായും, അതിൽ ഭാര്യ അഭിമാനിക്കുകയും ചെയ്യുമ്പോൾ അതും മറ്റൊരു തരം indulgence ആകുന്നു.

ഭക്ഷണം എന്നത് ഒരു മാധ്യമം ആണെങ്കിൽ, അത് വിശപ്പ്, രുചി, മണം, എന്നീ പ്രാഥമിക ധർമ്മങ്ങൾ മാത്രമല്ല, മറിച്ച് പല തരത്തിലുള്ള

ആർഭാടങ്ങൾ, സമ്പത്ത്, അധികാരം എന്നിവയെയും കാണിക്കുന്നുണ്ട്, ഉദാഹരണമായി, ചിത്രത്തിൽ കാപ്പി ഉണ്ടാക്കുന്ന സീനിൽ പതപ്പിച്ചൊഴിച്ച കാപ്പിക്കുള്ളിലേക്കു ഒരു നുള്ളു കാപ്പി പൊടി വിതറുന്ന ദൃശ്യം, കാപ്പിയെ ദൈനംദിനതയിൽനിന്നും മറ്റൊരു അഭൗമികതയിലേക്കു ഉണർത്തുന്നു. "ആരും കാണാതെന്നും ആരോടും ചൊല്ലാതെ" ഗാനത്തിൽ അച്ഛനും മകനും തങ്ങളുടെ പങ്കാളികളുമായി ഇടപെടുന്ന ഭക്ഷണമാതൃകകളിൽ മുതിർന്നവർ ഇടപെടുന്ന അടുക്കളയെയും, വിശാലമായ തീൻമേശയും, കുളിച്ചുവന്ന്, വിഭവ സമൃദ്ധമായ ഭക്ഷണം ആസ്വദിക്കുന്ന ദൃശ്യങ്ങൾ കാണാം. എന്നാൽ ചെറുപ്പക്കാർ വീടിന് പുറത്തേക്കുള്ള ഇടങ്ങളെ ആശ്രയിക്കുന്നതും, സ്വയം പാചകം ചെയ്യുന്നതിലും, തൽക്ഷണം ഉണ്ടാക്കുന്നതും, പെട്ടെന്ന് ലഭിക്കാവുന്നതുമായ ഫാസ്റ്റ് ഫുഡ്, ഉദാഹരണത്തിന്, KFC പോലെയുള്ള ഫാസ്റ്റ് ഫുഡ് ഭക്ഷണശാല, അവിടെ കിട്ടുന്ന പൊരിച്ച കോഴിക്കാൽ, ഐസ്ക്രീം തുടങ്ങിയവയാണ് അവരുടെ ഇഷ്ടഭക്ഷണം. സിനിമയിലും സിനിമയ്ക്ക് പുറത്തും അനേകം പരസ്യചിത്രങ്ങൾക്കു ഈ സിനിമ കാരണമായി. വിപണിയുടെ ഉപഭോഗസാദ്ധ്യതകൾ ഏറ്റവുമധികം ഉപയോഗിച്ച ഒരു സിനിമയാണ് *ബ്രോ ഡാഡി.*

നവദൃശ്യമാധ്യമങ്ങളും ഭക്ഷണവും

ഭക്ഷണപ്രതിനിധാനങ്ങൾ മലയാളസിനിമയിൽ പലപ്പോഴും ചാക്രഗതിയായ ഒരു ലക്ഷ്യമാണ് ചെയ്യുന്നത്. ഏറ്റവും പുതിയ ചിത്രങ്ങളിൽ ഭക്ഷണ പ്രതിനിധാനങ്ങൾ നിരാശരായ കാമുകി കാമുകന്മാരെ വരച്ചു കാട്ടുവാൻ ഉപയോഗിക്കുന്നു. *തല്ലുമാല* (2022) എന്ന സിനിമയിലെ "കണ്ണിൽ പെട്ടോളെ" എന്ന പാട്ടിലെ വരികൾ ഇങ്ങനെ പോകുന്നു. "അള്ളാ ആണേ നിന്നെ കണ്ടാൽ, മോരും കാച്ചി തേങ്ങാച്ചോറിൽ ബീഫും കൂട്ടി സേമിയ പായസം തന്നൊരു കിക്കിൽ കണ്ടൊരു നിന്നെ," അങ്ങനെയങ്ങനെ ആണ് ആഗ്രഹങ്ങൾ.

അടുത്തിടെ റിലീസ് ആയ മലയാള ചലച്ചിത്രങ്ങളിൽ ഭക്ഷണപരാമർശംകൊണ്ടും, പഴയ പാട്ടുകളുടെ വരികളും ആധുനിക സംഗീതോപകരണങ്ങളും ചേർത്ത് ഒരുക്കിയ ഗാനമാണ് *ഒരു തെക്കൻ തല്ല് കേസ്* (2022) എന്ന സിനിമയിലെ "പ്രേമനെയ്യപ്പം" എന്ന ഗാനം, അഞ്ചുതെങ്ങു പ്രദേശത്തെ പശ്ചാത്തലമാക്കിക്കൊണ്ട്, കാമുകിക്കുവേണ്ടി നെയ്യപ്പം ഉണ്ടാക്കിക്കൊടുക്കുന്ന കാമുകനെ അവസാനം ഉപേക്ഷിച്ചു പോകുന്ന കാമുകിയെ (മറ്റൊരാളെ വിവാഹം കഴിച്ചു പോകുന്നു) പറ്റി പാടുമ്പോൾ പ്രേമ നെയ്യപ്പത്തിൽ തുടങ്ങി സങ്കടനെയ്യപ്പത്തിലാണ് ഗാനം അവസാനിക്കുന്നത്. അവിടെയും ഗാനാവസാനം കേൾക്കുന്നത് "എന്തായാലും അവൾ നാളെ നിന്റെ കൈയീന്ന് പോകും, അത് ഇന്നേ അങ്ങ് പോയെന്നു വിചാരിച്ചാൽ മതി" എന്നാണ്. ഇവിടെയും നെയ്യപ്പത്തിൽ തുടങ്ങി പെണ്ണിന്റെ ചപലതയിൽ അവസാനിക്കുകയാണ് ഭക്ഷണ

പ്രതിനിധാനം. അങ്ങനെ നോക്കുമ്പോൾ മലയാള സിനിമയിലെ ഭക്ഷണ പ്രകടനങ്ങൾ വലിയ മാറ്റമില്ലാതെ തുടരുന്നു.

ഇപ്രകാരം മലയാള സിനിമാ ഗാനങ്ങൾ പലപ്പോഴും ലിംഗവ്യത്യാസങ്ങൾ ഭക്ഷണപ്രതിനിധാനങ്ങളിലൂടെ പ്രകടമാക്കാറുണ്ട്. "ഉണ്ണി മധുരം" നാമോർക്കുന്നതു നായകന്റെ കണ്ടുപിടിത്തമെന്ന രീതിയിലും, ദോശപ്പെരുമയും, ചക്കയുടെ മഹത്ത്വവും നാമോർക്കുന്നത്, അത് ദൃശ്യലോകത്തു പ്രകടിപ്പിച്ച നായകന്മാരിലൂടെയുമാണ്. എന്നാൽ നായികയെയും പെണ്ണുടലിനെയും പ്രകടിപ്പിക്കുന്ന ഭക്ഷണം സിനിമയിൽ ദൃശ്യവല്ക്കരിക്കുമ്പോൾ അത് ശരീരത്തെയും, ഭോഗത്തെയും, ലൈംഗികതയെയും, പെണ്ണുടലിന്മേലുള്ള ആണധികാരത്തെയും വ്യക്തമാക്കുന്നു. സിനിമയിൽ ഭക്ഷണം വിശപ്പകറ്റാൻ മാത്രമല്ല, പെണ്ണുടലിനെ, കാമനകളെ, ആസക്തികളെയൊക്കെ വ്യക്തമാക്കാൻ കൂടിയാണ്. ഭക്ഷണം വിശപ്പകറ്റുന്ന, രുചി പകരുന്ന വസ്തു എന്നതിലുപരിയായി പുരുഷകാമനകളെ പ്രകടിപ്പിക്കുന്ന, പെണ്ണുടലിനെ ഭോഗവസ്തുവാക്കുകയും, ആഹരിക്കുകയും ചെയ്യുന്ന ക്യാമറക്കണ്ണുകളിലൂടെ കാണുവാനും മലയാള ചലച്ചിത്ര ഗാനങ്ങൾ വഴിയൊരുക്കുന്നു.

ഗ്രന്ഥ സൂചി

Barthes, Roland. *Towards a Psychosociology of Contemporary Food Consumption.*

Annals, Economies, Societies, Civilizations. No 5. September-October, 1961.pp 977-986. https://scholarblogs.emory.edu/sustainable fooditaly/files/2016/07/rolandbarthes.pdf

Bourdieu, Pierre. *Outline of a Theory of Practice* (Vol. 16). Cambridge: Cambridge University Press.1977.

Bower, Anne and Thomas Piontek. *Food in Film.* Albala, Ken, Ed Routledge International

Handbook of Food Studies. Routledge. 2013, pages . 117-186.

Mulvey, Laura. "Visual Pleasure and Narrative Cinema." https://www.amherst.edu/system/files/media/1021/Laura%2520 Mulvey,%2520Visual%2520Pleasure.pdf

Rajagopalan, E P. Nirantharam Nottangalum Ormmakalum, Kairali Books, 2007.

Swenson, Rebecca. "Domestic Divo? Televised Treatments of Masculinity, Femininity and Food." Carole Cunihan and Penny Van Esterik. Ed. Food and Culture, A Reader.

Routledge, Newyork and London, 2013. Pages 137- 153.

സൗന്ദര്യാത്മക അദ്ധ്വാനം, ശരീരം, സ്ത്രീത്വം: ഒരു റീട്ടെയിൽ ഷോപ്പ്-ഫ്ളോറിൽനിന്നുള്ള നേർച്ചിത്രം

ഡോ. ഇപ്ഷിത പ്രധാൻ

സൗന്ദര്യാത്മക അദ്ധ്വാനവും റീട്ടെയിൽ ഷോപ്പ്-ഫ്ളോറും

റീട്ടെയിൽ മേഖല സേവന ദാതാവും സ്വീകർത്താവും തമ്മിൽ നേരിട്ടുള്ള ആശയവിനിമയം സാദ്ധ്യമാവുന്ന ഇടമാണ്. അഭിമുഖ ആശയ വിനിമയത്തിലൂടെ സേവന ദാതാവിന്റെ ശരീരവും സേവനത്തിന്റെ ഭാഗമാവുന്നു. ഒരു റീട്ടെയിൽ ഷോപ്പ്-ഫ്ളോറിൽ, ഒരു തൊഴിലാളിയുടെ ശരീരത്തിന്റെ വ്യക്തിപരമായ സവിശേഷതകൾ ഇത്തരം കൊടുക്കൽ വാങ്ങലുകളിൽ നേരിട്ട് ഭാഗഭാക്കാവുന്നു, അതിനാൽത്തന്നെ ആ ശരീരങ്ങൾ കർശനമായ ഭക്ഷണക്രമം, വ്യായാമം അല്ലെങ്കിൽ സൗന്ദര്യവർദ്ധക വസ്തുക്കളുടെ പ്രയോഗം എന്നിവയിലൂടെ സ്വീകാര്യമായ ആകൃതിയിലേക്ക് പുനർനിർമ്മിക്കേണ്ടതുണ്ട്. സേവന ദാതാവിന്റെ ശരീരം അങ്ങനെ നല്കുന്ന സേവനത്തിന്റെ ഗുണനിലവാരത്തിന്റെ ഒരു പ്രധാന ആട്രിബ്യൂട്ടായി മാറുന്നു. തൊഴിലിന്റെ ഭാഗമായി ഒരാൾ തന്റെ ശരീരത്തിൽ ഒരു പ്രത്യേകതരം രൂപഭാവം ഉണ്ടാക്കിയെടുക്കേണ്ടി വരുന്നെങ്കിൽ അതിനെ സൗന്ദര്യാത്മക അദ്ധ്വാനമെന്ന് വിളിക്കുന്നു. ഈ അദ്ധ്വാനത്തിന്റെ പ്രകടമായ സൂചനകൾ, കടയിലെ നിലയിലെ ജീവനക്കാർ അവർ ജോലി ചെയ്യുന്ന ബ്രാൻഡുകൾ തീരുമാനിക്കുന്ന രീതിയിൽ വസ്ത്രം ധരിക്കണം എന്നതാണ്. ഡോക്ടറൽ ഗവേഷണത്തിന്റെ ഭാഗമായി 2014-2017 കാലയളവിൽ ഹൈദരാബാദിലെ ഒരു റീട്ടെയിൽ ഷോപ്പ്-ഫ്ളോറിൽ നടത്തിയ ഫീൽഡ് പഠനത്തിൽ നിന്നുമുള്ള വിവരങ്ങളുടെ പശ്ചാത്തലത്തിലുള്ളതാണ് ഈ ലേഖനം.

ഒരു റീട്ടെയിൽ ഷോപ്പ്-ഫ്ളോറിലെ ജീവനക്കാരിയാവാനുള്ള യോഗ്യതകൾ, തൊഴിലുടമകൾ നിർമ്മിച്ച 'മാതൃകാപരമായ സ്ത്രീത്വത്തിന്റെ' മൂർത്തീഭാവത്തെക്കുറിച്ച് ഒരു ധാരണ നമുക്ക് തരുന്നു.

വനിതഷോപ്പ്-ഫ്ളോർ ജീവനക്കാരുടെ കാര്യത്തിൽ അവരുടെ ശരീരവും അതോടൊപ്പം അവർ എവിടെ നില്ക്കുന്നു എന്നതും സ്ത്രൈണതയുടെ നിർണ്ണായകഘടകമാവുന്നു. ഈ മൂർത്തീഭാവം ഒരു 'gendered materiality' ആവുന്നു (Hughes & Witz, 1997). ഈ മെറ്റീരിയലിറ്റി സ്ത്രീത്വത്തെക്കുറിച്ചുള്ള സങ്കല്പങ്ങളിലൂടെ സ്ത്രീ ശരീരത്തെ നിയന്ത്രിക്കുന്നതിനോ പ്രതിനിധീകരിക്കുന്നതിനോ ശ്രമിക്കുന്നു. ഇങ്ങനെ ജൻഡേർഡ് ആയിട്ടുള്ള ഉടലിനെക്കുറിച്ചുള്ള ലോകവ്യാപകമായ പ്രതീക്ഷകളാണ് ഇത്തരം ഒരു ഷോപ്പിങ് മാളിൽ ഉറപ്പിക്കപ്പെടുന്നത്.

അവതരണാത്മകതയും ഒരുങ്ങലും

എന്റെ പഠനത്തിൽ അവതരണാത്മകതയ്ക്ക് ('presentability') (Pathak, 2014) ഒരുപാട് പ്രാധാന്യമുണ്ട്. സാധാരണയായി ഇത്, വൃത്തിയായ യൂണിഫോം, ബൺകൊണ്ട് ഒതുക്കിക്കെട്ടിയ മുടി, ചായം പുരട്ടിയ നഖങ്ങൾ, അണിയിച്ചൊരുക്കിയ മുഖം, വൃത്തിയായ ഷൂസ് എന്നിവയെ സൂചിപ്പിക്കുന്നു. രൂപഭാവങ്ങളിൽ മാറ്റംവരുത്തി, ഒരുങ്ങലിലൂടെ അവതരണാത്മകത നേടിയെടുക്കുന്നത് സ്ത്രൈണതയെക്കുറിച്ചുള്ള ഒരു പ്രത്യേക വീക്ഷണം ഉദ്ബോധിപ്പിക്കുന്നു. വോൾഫിന്റെ അഭിപ്രായത്തിൽ (2002), സൊസൈറ്റിയുടെ പിതൃമേധാവിത്ത സ്റ്റാൻഡേർഡിനനുസൃതമായി നിർമ്മിതമായിരിക്കുന്ന കറൻസിയാണ് സൗന്ദര്യം. ആളുകൾ സൗന്ദര്യമെന്ന കറൻസി മുഖാന്തരമാണ് സമൂഹത്തിൽ വിലയിരുത്തപ്പെടുന്നത്, പക്ഷേ, സ്ത്രീകൾ പുരുഷന്മാരേക്കാളധികമായി പരുഷമായ സൗന്ദര്യ സ്റ്റാൻഡേർഡുകൾക്ക് വിധേയരാക്കപ്പെടുന്നു. സൗന്ദര്യത്തിന്റെ പരമ്പരാഗത കാഴ്ചപ്പാടിലൂടെ സ്ത്രൈണതയുടെ മൂർത്തീഭാവം പ്രചരിപ്പിക്കുന്ന മിത്ത്, ഷോപ്പ് - ഫ്ളോറിലെ ഒരുക്കൽ പ്രക്രിയയിലും (grooming process) പ്രകടമാണ്.

ഈ പഠനത്തിൽ 'ഒരുങ്ങൽ' (grooming) എന്നത് തൊഴിലാളി തന്റെ ശരീരത്തിൽ വരുത്തുന്ന പ്രകടമായ മാറ്റങ്ങളുൾക്കൊള്ളുന്ന പ്രവൃത്തികളെ സൂചിപ്പിക്കുന്നു. കൗതുകകരമായ വസ്തുത എന്താണെന്നാൽ, ഷോപ്പ്-ഫ്ളോർ തൊഴിലാളിയുടെ ഉടൽ മാത്രമല്ല ഇവിടെ ഒരുങ്ങലിനു വിധേയമാവുന്നത്, ഷോപ്പിലെ പെൺ പ്രതിമകളും (mannequins) ആഴ്ചയിലൊരിക്കലോ അതിൽക്കൂടുതൽ തവണയോ ഒരുക്കപ്പെടുന്നു. ഷോപ്പ്-ഫ്ളോറിൽ പ്രദർശനത്തിനായി പെൺപ്രതിമകൾ ഒരുക്കപ്പെടുന്ന പ്രക്രിയയും പെണ്ണുടലുകളുമായി ബന്ധപ്പെട്ട, ലിംഗപരമായ സ്റ്റീരിയോടൈപ്പുകളുടെ അടിച്ചേല്പിക്കലാണ്. പെൺ പ്രതിമയെ ഒരുക്കുകയെന്നതുതന്നെ വളരെ ശ്രമകരമായ ഒരു ജോലിയാണ്, അതിനായി പ്രതിമയെ വിവിധ ഭാഗങ്ങളാക്കി വേർതിരിച്ചതിനു ശേഷം പുതിയ ഫാഷനിലുള്ള ഡ്രസ് ധരിപ്പിച്ച് വീണ്ടും കൂട്ടി യോജിപ്പിക്കണം. ഒരിക്കൽ, മൂന്നു സ്റ്റെപ്പുകളിലായുള്ള ഈ ഒരുക്കൽ പ്രക്രിയ കഴിഞ്ഞപ്പോൾ, പ്രതിമയെ ഡ്രസ് ചെയ്യിക്കാൻ ചുമതലയുള്ള റെസ്പൊൺഡെന്റ്, പ്രതിമയുടെ

മാറിടത്തിന്റെ 'ലുക്ക്' ഒരുക്കിയതിൽ തൃപ്തി വരാതെ അത് വീണ്ടും ഒരുക്കാൻ ആഗ്രഹിച്ചു. പ്രതിമയെ ഒരു കമ്മീസോ ബ്രായോ ധരിപ്പിക്കാൻ അവർ ഒരുമ്പെടുകയായിരുന്നു!

ഉപഭോക്താവിന്റെ നോട്ടം

സിനിമയിലെ സ്ത്രീകഥാപാത്രത്തെ പുരുഷ നായകനും പ്രേക്ഷകരും എങ്ങനെ നോക്കിക്കാണുന്നു എന്ന് നിർണ്ണയിക്കുന്ന ഒരു പുരുഷ നോട്ടത്തെക്കുറിച്ച് സംസാരിച്ചുകൊണ്ട് ലോറ മൾവിയാണ് (1975) തന്റെ ലേഖനത്തിൽ 'നോട്ടം' എന്ന ആശയം അവതരിപ്പിച്ചത്. റീട്ടെയിൽ ഷോപ്പ്-ഫ്ളോറിലെ കാഴ്ചവസ്തുക്കളാവുന്ന സ്ത്രീകളെക്കുറിച്ചു സംസാരിക്കാൻ, സ്ത്രീകളെങ്ങനെയാണ് അതിമനോഹരമായ ഒരു സ്ഥലത്തെ വ്യവസ്ഥാപിത പ്രവർത്തനത്തിന്റെ അതിവിപുലമായ വിവരണമുള്ള ആ ഷോപ്പ്-ഫ്ളോറിൽ പ്ലേസ് ചെയ്യപ്പെടുന്നതെന്നു ഞാനെന്റെ വാദത്തിലൂടെ വ്യക്തമാക്കാം. സേവനദാതാവിന്റെയും സേവനസ്വീകർത്താവിന്റെയും അവതരണാത്മകതയ്ക്ക് ഒരേപോലെ പ്രാധാന്യം നല്കുന്ന ഉപഭോക്തൃ സംസ്കാരത്തെ ആധാരമാക്കിയാണ് ഈ വിവരണത്തിന്റെ തലം. ഈ അവതരണാത്മകതയുടെ ഘടന ഒരു സൗന്ദര്യ ബോധത്തിന്റെ അടിച്ചേല്പിക്കലിലാണ്.

'ലുക്കി'ൽ വ്യത്യാസം വരുത്തുന്നതിനെയാണ് 'മെയ്ക്-ഓവർ' എന്നതുകൊണ്ട് ഉദ്ദേശിക്കുന്നത്. ഞങ്ങൾ അവരുടെ മുഖം കോട്ടൺ കൊണ്ട് വൃത്തിയാക്കി ഞങ്ങളുടെ തന്നെ പ്രോഡക്ട് ഉപയോഗിച്ചു മെയ്ക്-അപ്പ് ചെയ്യുന്നു. പ്രൊഫഷണലുകളിൽനിന്നും മെയ്ക് അപ്പ് ധരിച്ചു കഴിഞ്ഞാൽ അവർ ഭംഗിയുള്ളവരായി കാണപ്പെടുന്നു. നോക്കൂ, അവർ വീട്ടിലും മെയ്ക് അപ്പ് ഉപയോഗിക്കുന്നുണ്ട്. പക്ഷേ, ഞങ്ങൾ ചെയ്യുന്ന രീതിയിൽ മെയ്ക് അപ്പ് ചെയ്യാൻ അവർക്ക് കഴിയുമെന്ന് തോന്നുന്നില്ല, അതിനാലാണവർ വരുന്നത് [സുമൻ, ഒരു മെയ്ക് അപ്പ് ബ്രാൻഡിന്റെ തൊഴിലാളി].

ഒരു മെയ്ക് ഓവർ ആഗ്രഹിക്കുന്ന സ്ത്രീകളെ മെയ്ക് അപ്പ് ചെയ്യുകയും അത്തരം പ്രോഡക്ട് വില്ക്കുകയും ചെയ്യുന്ന സ്പോട്-സ്റ്റോറിലെ ഒരു തൊഴിലാളിയാണ് സുമൻ. അതുകൊണ്ടാണ് സുമനു തന്റെ മുഖത്ത് അതിനനുസരിച്ചുള്ള ഒരുക്കം വേണ്ടി വരുന്നത്. അവളിലൂടെയാണ് ഒരു പൊട്ടൻഷ്യൽ കസ്റ്റമർ, പ്രൊഡക്ടിന്റെ ഗുണം മനസ്സിലാക്കുന്നതും അവളുടെ മെയ്ക് അപ്പ് ചെയ്യാനുള്ള കഴിവ് മനസ്സിലാക്കുന്നതും. ഈ മെയ്ക് ഓവർ ഒരുപാട് സമയം ഒന്നും നിലനില്ക്കില്ലെങ്കിലും കൗണ്ടറിന്റെ മറ്റേതലയ്ക്കലുള്ള അവളുടെ സാന്നിദ്ധ്യം, സ്ത്രൈണതയുടെ ദൃശ്യത കസ്റ്റമേഴ്സിൽ സൃഷ്ടിക്കുകയും, അവർ അവളുടെ മെയ്ക് ഓവർ കണ്ടു വിശ്വസിച്ചു ഈ പ്രോഡക്റ്റ് വാങ്ങാൻ തീരുമാനിക്കുകയും ചെയ്യുന്നു. ഈ തെരഞ്ഞെടുപ്പ് വെറുതെയല്ല. ഒരു

സ്ത്രീയുടെ ശരീരം എങ്ങനെ പ്രത്യക്ഷപ്പെടണം എന്നതിനെക്കുറിച്ചുള്ള നിയമങ്ങൾ ഇതിനകം നിർദ്ദേശിച്ചിട്ടുള്ള ഒരു ഉപഭോക്തൃ സംസ്കാരത്തിന്റെ പശ്ചാത്തലത്തിലാണ് ഇത് ഉണ്ടാക്കിയിട്ടുള്ളത് (Bartky, 1988, Grosz,1994). ഉപഭോക്താവിന്റെ ശ്രദ്ധ ആകർഷിക്കാനുള്ള മറ്റൊരു മാർഗ്ഗം, ചില ശരീരഭാഗങ്ങൾ വളരെ പ്രാധാന്യമുള്ളതായി ഊന്നിപ്പറയുക എന്നതാണ്, ഇത് ഷോപ്പ്-ഫ്ളോറിലെ ജീവനക്കാരുടെ ജോലിയുടെ പ്രാധാന്യത്തെ അടയാളപ്പെടുത്തുന്നു.

മറ്റൊരു വിവര ദാതാവ് ആയ ശില്പയ്ക്ക്, തന്റെ ജോലി വളരെ പ്രാധാന്യമുള്ളതാണ്. അവൾ അതിനെ ഒരു ഡോക്ടറുടെ ജോലിയോടാണ് താദാത്മ്യപ്പെടുത്തുന്നത്, കാരണം, അവൾക്ക് സ്ത്രീ ശരീരത്തിലെ വളരെ പ്രധാനപ്പെട്ട അവയവമായ സ്തനങ്ങളെക്കുറിച്ചു ധാരണയുണ്ട്. വ്യത്യസ്ത ശരീരങ്ങൾക്ക് അനുയോജ്യമായ സൈസിനെ മെറ്റീരിയലിനെക്കുറിച്ചും അവൾക്ക് അറിവുണ്ട്. ഭാര്യമാർക്കും സ്ത്രീ സുഹൃത്തുക്കൾക്കും സമ്മാനങ്ങൾ വാങ്ങാനെത്തുന്ന പുരുഷ ഉപഭോക്താക്കളോടും സൈസിനെക്കുറിച്ചും മെറ്റീരിയലിനെക്കുറിച്ചും ചർച്ച ചെയ്യുന്നതിന് അവൾക്ക് ബുദ്ധിമുട്ട് തോന്നാറില്ല. ബ്രാസിയറിനെക്കുറിച്ചുള്ള അവളുടെ അറിവ്-അണ്ടർവെയേർഡ്, പുഷ്-അപ്പ്, കോട്ടൺ, സിന്തറ്റിക്, സ്ട്രാപ്പ്ലെസ്-ഒരു സ്ത്രീയെ നോക്കി ബ്രേസിയർ സൈസ് ശരിയായി ഊഹിക്കുന്നതിനുള്ള കഴിവ് കാണിക്കുന്നത്- ഉപഭോക്താവിന് ഇഷ്ടപ്പെടുന്ന തരം നിരവധി ബദലുകൾ അവർക്ക് തെരഞ്ഞെടുക്കാനായി നല്കാൻ കഴിയും എന്നതാണ്. ഒരു സ്ത്രീയുടെ ശരീരത്തിന് ശരിയായ ബ്രേസിയർ അത്യന്താപേക്ഷിതമാണ് എന്നത് സ്ത്രീ ശരീരത്തെ ഉചിതമായ വസ്ത്രങ്ങളാൽ നന്നായി പരിപാലിക്കണമെന്ന് സ്ഥിരീകരിക്കുന്നതിനുള്ള ഒരു മാർഗ്ഗമാണ്. ഇങ്ങനെ, ഉപഭോക്താക്കളെ ശരിയായ ഉല്പന്നത്തിലേക്ക് നയിക്കുന്നതിൽ തന്റെ പങ്ക് ശില്പ കണ്ടെത്തുന്നുവെന്നത് വളരെ പ്രധാനമാണ്.

ബോർഡേഷ്യൻ (1984) ക്യാപിറ്റലിന്റെ ഫെമിനിസ്റ്റ് വായനയിൽ ഉപഭോക്താവിന്റെ പുരുഷനോട്ടം സ്ത്രൈണതയെ ഉറപ്പിക്കുകയും സ്ത്രൈണതയെന്നത് സാംസ്കാരികവും സാമ്പത്തികവുമായ ഒരു ക്യാപിറ്റലുമാണെന്നു സ്ഥാപിക്കുകയും ചെയ്യുന്നു. ശരീരം പ്രാഥമിക ശ്രദ്ധാ കേന്ദ്രമാവുന്ന ഇത്തരം ഉപഭോക്തൃ സംസ്കാരത്തിൽ, ഷോപ്പ്-ഫ്ളോറിലെ സ്ത്രീ തൊഴിലാളികൾ അവരുടെ ഉടൽ കല്പിതമായിരിക്കുന്ന സ്ത്രൈണതയെ ഊട്ടിയുറപ്പിക്കാനുപയോഗിക്കുന്നു. ദിവസേനയുള്ള തൊഴിൽ പരിചയത്തിലൂടെയാണവളിതാർജ്ജിച്ചെടുക്കുന്നത്. ഒരു സാംസ്കാരിക മൂലധനത്തിൽ തന്റെ അറിവിനെ അവൾ ശാശ്വതമായിക്കാണുകയും ഇതേ സാംസ്കാരിക മൂലധനം തന്റെ ഉപഭോക്താവിലേക്ക് പകർന്നു കൊടുക്കുകയും ചെയ്യുന്നു.

ഉപസംഹാരം

പെണ്ണുടലും അതിന്റെ അവതരണാത്മകതയും പുരുഷമാനദണ്ഡ ങ്ങളാലാണെപ്പോഴും നിർണ്ണയിക്കപ്പെടുന്നത്. സാമൂഹികമായ സാധൂകരണം നേടുന്നതിന് അനുയോജ്യമായ/ശരിയായ/ട്രെൻഡി വസ്ത്ര ങ്ങളോടുകൂടിയ ശരീരമായിരിക്കണം സ്ത്രീകൾ ആഗ്രഹിക്കേണ്ടത്. ഒരു റീട്ടെയിൽ സൈറ്റിലെ ഉപഭോഗം സുഗമമാക്കുന്നതിൽ ഏർപ്പെട്ടിരിക്കുന്ന സ്ത്രീകൾ മുതലാളിത്ത തൊഴിലുടമകൾ ആഗ്രഹിക്കുന്ന രൂപഭാവങ്ങൾ സൃഷ്ടിക്കാൻ അവരുടെ ശരീരത്തിൽ മാറ്റങ്ങൾ വരുത്തേണ്ടതുണ്ട്, അതിനെ സൗന്ദര്യാത്മക അദ്ധ്വാനം എന്ന് വിളിക്കുന്നു. ഒരു ഷോപ്പ് ഫ്ളോറിൽ തങ്ങളുടെ ദൈനംദിന ജോലിയുടെ ഭാഗമായി, സ്ത്രീ-പുരുഷ തൊഴിലാളികൾ ശരീര-പ്രാതിനിദ്ധ്യത്തിന്റെ നിർദ്ദിഷ്ട രൂപ ങ്ങൾക്ക് അനുയോജ്യരാവാൻ നിർബ്ബന്ധിതരാവുന്നു. എന്നാൽ ഇത്തര മൊരു ജോലി അതിന്റെ വിശദാംശങ്ങളിലും പ്രവർത്തിക്കുന്ന രീതിയിലും ലിംഗഭേദം വെളിപ്പെടുത്തുന്നു.

ഗ്രന്ഥസൂചി

Bartky, Susan Lee. 'Foucault, Femininity and the Modernization of Power' in Irene

Diamond and Lee Quinby (eds.): Feminism and Foucault: Reflections on Resistance (61-86). Boston: Northeastern University Press. 1988.

Bordieu, Pierre. Distinctions: *A Social Critique of the Judgement of Taste*. Harvard: Harvard University Press [Translated by Richard Nice]. 1984.

Grosz, Elizabeth. Volatile Bodies: *Toward a Corporeal Feminism*. Bloomington and Indianapolis: Indiana University Press. 1994.

Hughes, Alex and Witz, Anne. *Feminism and the matter of Bodies*, Body & Society, 3(1): 47-60. 1997.

Mulvey, Laura. *Visual and Other Pleasures*. London: Palgrave Macmillan. 1989.

Pathak, Gauri. *Presentable: The Body and Neoliberal Subjecthood in Contemporary India*, Social Identities: *Journal for the Study of Race*, Nation and Culture, 20(4-5): 314-329. 2014

Wolf, Naomi. The Beauty Myth: *How Images of Beauty are Used Against Women*. NewYork: Harper Collins. 2001

*വിവർത്തക

ബോഡി ഷെയ്മിങ്ങും യുട്യൂബും ചില കോവിഡ് കാല നിരീക്ഷണങ്ങൾ

നിരുപമ സുനീത

ഏതു വേദിയിലും വളരെ നോർമലൈസ്ഡ് ആയ, എക്കാലവും യുക്തിയുക്തമാണ് എന്ന് പരക്കെ അംഗീകരിക്കപ്പെട്ട, ഒട്ടും അസാധാരണമല്ലാത്ത, ഒരുദൈനംദിനവൃത്തിയാണ് നമ്മൾ മലയാളികൾക്ക് ബോഡി ഷെയ്മിങ്. പക്ഷേ, അപ്രകാരം ചെയ്തുചെയ്ത് നമ്മൾ എത്തിപ്പെടുന്ന ഇടങ്ങൾ ഏതാണെന്നു കാണുമ്പോൾ ഭയം തോന്നാറുണ്ട്! ഇത് തുടർന്ന് പറയുവാൻ അല്പം അതിഭാവുകത്വത്തോടെയുള്ള മുഖവുര വേണം! ക്ഷമിക്കുമല്ലോ?

അപ്പോൾ ഇനിപ്പറയുന്ന ചിരപരിചിതമായ രംഗം ഭാവനയിൽ ഒന്ന് കണ്ടു നോക്കൂ

വളരെക്കാലങ്ങൾക്കുശേഷം വളരെ പ്രിയപ്പെട്ട ഒരാളെ കണ്ടുമുട്ടുകയാണ്. നമ്മൾ സാധാരണയായി അവരോട് പറയുന്നത് ഏതാണ്ട് ഇങ്ങനെയൊക്കെയാണ്!

'തടിച്ചല്ലോ',

'ആകെ ക്ഷീണിച്ചു പോയല്ലോ',

'എടോ തന്റെ നിറമൊക്കെ എവിടെപ്പോയി!,

'എന്ത് തലമുടി ഉണ്ടായിരുന്നതാ',

പ്രിയപ്പെട്ട ഒരു വ്യക്തിയോട് സ്നേഹം പ്രകടിപ്പിക്കുന്ന രംഗം ആണിത് എന്നോർക്കുക. ഇപ്പോൾ നിങ്ങൾക്ക് മനസ്സിൽ തോന്നിയത്, 'അതിനെന്താ പ്രശ്നം? ഇതിൽ തെറ്റൊന്നുമില്ലല്ലോ, അവർ സ്നേഹം കൊണ്ട് പറയുന്നതല്ലേ' എന്നാണോ?

എങ്കിൽ സീൻ കുറച്ചു കൂടി വിശാലമായി കണ്ടോളൂ.

'ഹൊ വല്ലാതങ്ങ് തടിച്ചല്ലോ, അവിടത്തെ റേഷൻ കട കൊള്ളാല്ലോ' (കുലുങ്ങിച്ചിരിക്കുന്നു).

'ആകെ ക്ഷീണിച്ചു പോയല്ലോ, കാശൊക്കെ ബാങ്കിലിടാതെ വല്ലോം മേടിച്ചു തിന്ന് കേട്ടോ.' (കസേരയിൽ ചാരിയിരുന്ന് രണ്ടു കാലും വിറപ്പിച്ചുകൊണ്ട് കൂടുതൽ തൃപ്തിയോടെ ചായ മൊത്തുന്നു)

'ഫാനിനു അടുത്തേക്കൊന്നും പോയി നില്ക്കല്ലേ, പറന്നു പോകും!' (ചുറ്റും നിന്നവർക്ക് ചിരിച്ചോ എന്ന് പ്രോംപ്റ്റ് കൊടുത്തുകൊണ്ട് ആർത്തട്ടഹസിക്കുന്നു.)

'എടോ തന്റെ നിറമൊക്കെ എവിടെപ്പോയി, ഇപ്പൊ മേക്കപ്പൊന്നും ഇടാറില്ല?' (ഒരുമാതിരി വെടക്ക് ചിരി ചിരിക്കുന്നു)

'എന്ത് തലമുടി ഉണ്ടായിരുന്നതാ. കുളിക്കാനൊക്കെ മടി കാണിച്ചാൽ ഇങ്ങനിരിക്കും, എലിവാലു പോലെയാകും, നരച്ചുപോകും നേരത്തേ' (കുഞ്ഞെലിയുടെ ഇല്ലാത്ത വാല് പോലുള്ള വെള്ളി വീണ തലമുടി വാരിക്കെട്ടുന്നു).

ഇത് സ്നേഹിക്കുന്നവരുടെ അങ്കമാണെങ്കിൽ, നിങ്ങളെപ്പറ്റിയുള്ള ഒരു വെറും റഫറൻസ് പറയുന്ന മലയാളികളായ അപരിചിതരുടെ ഭാഷ അല്പം കൂടി കടുക്കും. 'പൊട്ടക്കണ്ണി (നിങ്ങൾ കണ്ണട ധരിക്കുന്നുണ്ടെങ്കിൽ), കറമ്പി/തടിച്ചി/മുരിങ്ങക്കോൽ/മൊട്ടച്ചി/കൊന്ത്രമ്പല്ലി തുടങ്ങി നിങ്ങളുടെ ശരീരത്തിന്റെ അവസ്ഥ അനുസരിച്ചുള്ള എന്തും ആവാം നിങ്ങളുടെ വിശേഷണം.

ഒരാളെ കണ്ടുമുട്ടിയ ഉടനെ അയാളുടെ ശരീരത്തെക്കുറിച്ച് ഒരു അധമാഭിപ്രായം പറയുക എന്നത് ശീലവും ശരിയും ആക്കുന്ന സമൂഹം നമ്മൾ മാത്രമായിരിക്കില്ല. പക്ഷേ, ഇങ്ങനെയൊക്കെ പറയുന്ന പൂർണ്ണ സാക്ഷരതയുള്ള, സാമൂഹിക സൂചികകളിൽ നിവർന്നുനിന്ന് ഗർവ് കാണിക്കുന്ന, സമൂഹം ഒരുപക്ഷേ, നമ്മൾ മാത്രമല്ലേ?

മിക്കവാറും ഒരു കൂട്ടം ആളുകളുടെ മുന്നിൽ വെച്ചാണ് പലരും ഈ അഭിപ്രായമൊക്കെ തട്ടിവിടുന്നത്. എന്നിട്ട് ചുറ്റുമുള്ള എല്ലാവരും ചേർന്ന് ചിരിച്ച് ആഘോഷിക്കാറാണ് പതിവും. ഈ തമാശ നിങ്ങളോടുള്ള സ്നേഹം പ്രകടിപ്പിക്കുന്നതിനുള്ള മാർഗ്ഗമായി കണക്കാക്കപ്പെടുകയുമാണ്. അത് പറയുന്നവരുടെ ശബ്ദത്തിലെ ഭാവവും ധ്വനിയും (ടോൺ)ഒക്കെ എപ്പോഴും അവഗണിക്കപ്പെടുന്നു. അത് കേൾക്കുന്നവരാകട്ടെ മിക്കപ്പോഴും അസ്വസ്ഥരാവുകയും ചെയ്യും. എന്നാൽ ഈ തമാശ പറഞ്ഞ ആളോട് നിങ്ങൾ അതിനെക്കുറിച്ച് എന്തെങ്കിലും എതിർത്ത് പറഞ്ഞു നോക്കൂ. അവൻ/അവൾ ഉടനെ അസ്വസ്ഥനാകും, ഒരുപക്ഷേ, നമ്മളെ തിരിച്ച് ഒരു അപരാധിയാക്കിയെന്നും വരും. ചുരുക്കത്തിൽ വാദി പ്രതിയാകും! ഇനി നിങ്ങളുടെ വീട്ടിൽ ചെന്ന് ഇതൊരു പരാതിയായി അവതരിപ്പിച്ചു നോക്കൂ, അപ്പോൾ കിട്ടുന്ന ഉപദേശം അത് വ്യക്തിപരമായി എടുക്കരുതെന്നാവും, അത് വെറും തമാശയായി കണക്കാക്കാനും പറയും. എന്നാലും ഇത്തരം കമന്റുകളിലെ ശരികേടോ, മര്യാദയില്ലായ്മയോ, അത് കേൾക്കുന്നവർക്കുണ്ടാവുന്ന ബുദ്ധിമുട്ടോ ഒരിക്കലും ഒരു കയ്പുള്ള യാഥാർത്ഥ്യമായി അംഗീകരിക്കപ്പെടാറില്ല

തന്നെ. കൗമാരം മുതൽ നിരന്തരം ബോഡി ഷെയിമിങ്ങിനു ഇരയായിട്ടുള്ള വ്യക്തി എന്ന നിലയിൽ വളരെ ബോദ്ധ്യത്തോടെയാണ് ഞാനിത് പറയുന്നത്. ആദ്യകാലത്ത് അസ്വസ്ഥത തോന്നിപ്പിച്ചിട്ടുള്ള സംഭാഷണങ്ങളെയും വ്യക്തികളെയും പിന്നീട് നിരീക്ഷിച്ചപ്പോൾ ഞാൻ ചിലതു ശ്രദ്ധിച്ചു.

കുടുംബ/ സൗഹൃദ ഒത്തുചേരലുകളിൽ മിക്കപ്പോഴും എന്നോടുള്ള സംഭാഷണങ്ങൾ ആരംഭിക്കുന്നത് എന്റെ ശരീരത്തെക്കുറിച്ചും ഞാൻ എങ്ങനെ കാണപ്പെടുന്നുവെന്നുമുള്ള അഭിപ്രായങ്ങളോടെയാണ്. ഇത് പലപ്പോഴും ഒരു മുഖവുര അഥവാ icebreaker ആയി പലരും ഉപയോഗിക്കുന്നുണ്ടായിരുന്നു. വളരെ ചെറിയ ഒരു രൂപമായിരുന്നു ഞാൻ. ഭാരം കുറവ്, ഉയരവും അങ്ങനെ തന്നെ, മെലിഞ്ഞ ശരീരം. ഇംഗ്ലീഷിൽ 'petite' എന്ന് പറയും. പക്ഷേ, കാണുന്നവർക്കു ഉൽക്കണ്ഠ എന്റെ ആരോഗ്യത്തെക്കുറിച്ചു മാത്രമല്ല!

> 'ഇങ്ങനെ കമ്പുപോലെ ഇരുന്നാൽ ചെറുക്കനെ കിട്ടൂല കേട്ടോ!'
> മറ്റുചിലർക്ക് എന്നെക്കുറിച്ചുള്ള വ്യഥകൾ അവിടെ തീരുന്നില്ല.
> 'ഗർഭിണിയാകുമ്പോൾ പ്രശ്നമാണ് കുട്ടീ?'
> ഇങ്ങനെ പോകും എന്നോടുള്ള സംഭാഷണങ്ങൾ.

ചുരുക്കിപ്പറഞ്ഞാൽ, എല്ലാ കമന്റുകളും ഭാര്യയും മാതാവും ആകാനുള്ള എന്റെ കഴിവിന് നേരെ വിരൽ ചൂണ്ടുന്നവ തന്നെ! (എനിക്ക് അപ്പറഞ്ഞ കാര്യങ്ങളിൽ താല്പര്യം ഉണ്ടോ, ഇതൊക്കെ എനിക്ക് പ്രധാനമാണോ എന്ന് പോലും ഇതിൽ ആരെങ്കിലും ചിന്തിച്ചിട്ടുണ്ടോ എന്നത് വേറെ വിഷയം). എന്ത് പഠിക്കുന്നു, എവിടെയാണ്, കഴിഞ്ഞ പരീക്ഷയുടെ മാർക്ക് എങ്ങനെ, ജോലിക്കു ശ്രമിക്കുന്നുണ്ടോ തുടങ്ങിയ ചോദ്യങ്ങളൊന്നും പൊതുവെ എന്നോട് ചോദിക്കാറില്ല, എന്തിന്, അടുത്തിടെ സിനിമ വല്ലതും കണ്ടോ എന്ന് പോലും! എന്റെ ശരീരം അതിനുമുന്നേ തന്നെ തൊഴിലില്ലാത്ത ആ ചോദ്യകർത്താവിനുള്ള 'പുല്ലും വൈക്കോലും' വിളമ്പിക്കഴിഞ്ഞിട്ടുണ്ടാകും. ദിവസവും ഇങ്ങനെ ഒരു അവസ്ഥയിലൂടെ കടന്നുപോകുന്ന കൗമാരക്കാരുടെ മാനസികാഘാതം നിങ്ങൾക്ക് സങ്കല്പിക്കാൻ കഴിയുമോ? അവരുടെ മനസ്സിൽ സ്വാഭാവികമായും തോന്നുക ശരീരം ഒരുനിശ്ചിത രീതിയിലല്ല എങ്കിൽ അവരവർക്കു എന്തോ കുഴപ്പം ഉണ്ടെന്നല്ലേ? ഇത്തരം 'നിരുപദ്രവകരമായ' അഭിപ്രായങ്ങൾ ഒരാളുടെ ആത്മാഭിമാനത്തെയും ആത്മവിശ്വാസത്തെയും സാരമായിബാധിക്കുന്ന കാര്യമാണ്.

ഒരുകാലത്ത് എന്റെ ഫോട്ടോ എടുക്കാനോ സാമൂഹ്യമാധ്യമങ്ങളിൽ അപ്ലോഡ് ചെയ്യാനോ ആരെയും ഞാൻ അനുവദിക്കുമായിരുന്നില്ല. സുഹൃത്തുക്കൾ ആരെങ്കിലും ഫോട്ടോ അപ്ലോഡ് ചെയ്യുകയാണെങ്കിൽ, അതിൽ എന്നെ അൺടാഗ് ചെയ്യാൻ ഞാൻ ശ്രദ്ധിക്കുമായിരുന്നു. (ഡാ

തടിയാ, തമാശ തുടങ്ങിയ സിനിമകൾ ഈ വിഷയത്തെ വളരെ തന്മയത്വത്തോടെ സമീപിച്ചിട്ടുണ്ട്.) സ്വന്തം ശരീരത്തെപ്പറ്റി അനാവശ്യ പരാമർശങ്ങൾ സോഷ്യൽ മീഡിയ പ്രൊഫൈലുകളിലെ കമന്റുകളിൽ കാണുന്നത് വളരെ വിഷമം ഉണ്ടാക്കുന്ന ഒന്നാണ്. നമ്മുടെ ശരീരം മറ്റുള്ളവർക്ക് കൈയടക്കാൻ കഴിയുന്ന ഒരു പൊതു സ്വത്താണോ എന്നു സംശയിച്ച് പോകുന്ന അവസരം തന്നെയാണിത്. ഒരു മുൻകൂർ ജാമ്യം എടുക്കുകയാണ് ഇവിടെ. ബോഡിഷെയ്മിങ് ആൺകുട്ടികളെ ബാധിക്കുന്ന ഒന്നല്ല എന്ന് ഞാൻ ഇവിടെ ഒരിക്കലും ഉദ്ദേശിച്ചിട്ടില്ല. അവരുടെ കഥ മറ്റൊരു അദ്ധ്യായമായി എഴുതേണ്ടുന്ന ഒന്ന് തന്നെ. എന്നാൽ പെൺകുട്ടികൾക്ക് ഇത്തരം പെരുമാറ്റം കൂടുതൽ നേരിടേണ്ടി വരുന്നു എന്ന് തോന്നിയിട്ടുണ്ട്. സ്ത്രീയുടെ ശരീരം എങ്ങനെയായിരിക്കണം എന്നതിന് പുരുഷാധിപത്യസമൂഹം ചില മാനദണ്ഡങ്ങൾ നിശ്ചയിച്ചിട്ടുണ്ട്. ഇത് ചെറുപ്പം മുതലേ സ്ത്രീയുടെ മേൽ അടിച്ചേല്പിക്കപ്പെടുന്നു. ഇതിനു പിന്നിൽ ഉപഭോക്തൃവിപണിയും, വിവാഹ കമ്പോളവും ഉണ്ടെന്നത് വ്യക്തം. ഒപ്പം ഇതേ സമൂഹത്തിലെ മറ്റു സ്ത്രീകളും.

അതത്രെ നമ്മുടെ 'ശീലം.'

പറഞ്ഞു വരുന്നത് കോവിഡും ബോഡി ഷേമിങ്ങും തമ്മിൽ ഞാൻ നിരീക്ഷിച്ച ബന്ധത്തെപ്പറ്റിയാണ്. 2020 ൽ കോവിഡ് 19 രംഗപ്രവേശം ചെയ്തതു മുതൽ ഒരു പുതിയ പദാവലിയും ജീവിതരീതിയും നമ്മുടെ ജീവിതങ്ങളെ മാറ്റിമറിച്ചു. വീടുകളിൽ പൂർണ്ണമായി ഒതുങ്ങിയ ജീവികളായ നമ്മളെ വർക്ക് ഫ്രം ഹോമും ലോക്ഡൗണും കൊണ്ടെത്തിച്ചത് ലാപ്ടോപ്പുകളുടെയും മൊബൈൽ ഫോണുകളുടെയും വർദ്ധിച്ച ഉപയോഗത്തിലേക്കാണ്. ഇതിലൂടെ ഉണ്ടായ ഒരു പ്രധാന മാറ്റം സോഷ്യൽ മീഡിയ നമ്മുടെ ജീവിതത്തെ ഏറ്റെടുത്ത ശീഘ്രഗതിയാണ്. ഫേസ്ബുക്കും ടിറ്ററും മാത്രമുള്ള ലോകത്ത് നിന്നും, പെട്ടെന്ന്, സാധാരണ സോഷ്യൽ മീഡിയ യൂസർമാർ യുട്യൂബിന്റെയും ഇൻസ്റ്റയുടെയും ലോകത്തേക്ക് ധാരാളമായി ആകർഷിക്കപ്പെട്ടു. അവിടെ നിരത്തിവച്ചിട്ടുള്ള അതുവരെ അത്ര ഗൗനിക്കാത്ത വിഭവങ്ങൾ (കണ്ടെന്റ്) മാറിയ സാഹചര്യത്തിൽ ചൂടപ്പം പോലെ പ്രേക്ഷകരെ വശീകരിക്കാൻ തുടങ്ങി എന്ന് വേണമെങ്കിൽ പറയാം. അത്തരം യുട്യൂബ് വീഡിയോകളുടെ മാസ്മരലോകത്തുപെട്ട് പോയ വ്യക്തികളിൽ ഒരാളായിരുന്നു ഞാനും. (ഞാൻ എന്റെ ചർച്ച മലയാളത്തിലെ വീഡിയോകളിൽ മാത്രമായി പരിമിതപെടുത്തുന്നു. കേരളീയരല്ലാത്തവർ ഈ ഈ വിഷയത്തിൽ ഏർപ്പെടുന്നില്ല എന്നും ഇവിടെ അർത്ഥമാക്കുന്നില്ല)

പ്രിവിലേജ്ഡ് ആയ സാഹചര്യങ്ങളിൽ പെട്ടവർ തന്നെയാണ് ഈ ചർച്ചയിലെ കഥാപാത്രങ്ങൾ. കോവിഡും ലോക്ഡൗണും ഇവർക്ക് കുടുംബത്തോടൊപ്പം അധിക സമയം ചെലവഴിക്കാൻ കിട്ടിയ ഒരു അവസരവും കൂടി ആയിരുന്നു. അവരിൽ ഭൂരിഭാഗവും ഈ സമയത്തെ അനുഗ്രഹമായി കരുതി. ഈ വിഭാഗത്തിന് ജോലി നഷ്ടപ്പെടുമെന്നോ

പകുതി ശമ്പളമേ ലഭിക്കുള്ളൂവെന്നോ വിഷമിക്കേണ്ടിവന്നിട്ടില്ല. അതുകൊണ്ടുതന്നെ സ്വയം മെച്ചപ്പെടുത്തുന്നതിലായിരുന്നു അവരുടെ ശ്രദ്ധ. ഇവരുടെ മുന്നിലേക്കാണ് യുട്യൂബർമ്മാരുടെ ഘോഷയാത്ര വന്നെത്തിയത്. കണ്ടന്റ് ക്രിയേറ്റർ, ഇൻഫ്ളുവൻസർ, ബ്ലോഗർ എന്നിങ്ങനെ വ്യത്യസ്ത പേരുകളിൽ ഇവർ അറിയപ്പെടാൻ തുടങ്ങിയിരുന്നു. അന്നു മുതൽ കണ്ടന്റ് നയിക്കുന്ന ലോകം പുതിയ 'നോർമൽ' ആയിത്തീരുകയായിരുന്നു. കണ്ടന്റ് ക്രിയേറ്റർസ് കൃത്യമായി ഈ പ്രിവിലേജ്ഡ് പ്രേക്ഷകർക്ക് വേണ്ടുന്ന വിഭവങ്ങൾ തന്നെയാണ് വിളമ്പിയത്. ആരോഗ്യമുള്ള ചർമ്മമോ മുടിയോ ലഭിക്കുന്നത് മുതൽ വിദേശരുചിയിലുള്ള വിഭവങ്ങൾ എങ്ങനെ പാചകം ചെയ്യാം, ഒരു പുതിയ ഭാഷ എങ്ങനെ പഠിക്കാം, അങ്ങനെ സൂര്യന് കീഴിലുള്ള എന്തിനെപ്പറ്റിയും വീഡിയോകൾ യുട്യൂബിൽ സുലഭമായി.

സമ്പൂർണ്ണ ലോക്ക്ഡൗണിന്റെ പ്രാരംഭ ഘട്ടത്തിൽ ആളുകൾ അവരുടെ വീടുകളിലേക്ക് വേണ്ടുന്ന പച്ചക്കറികളും മറ്റു ഭക്ഷണസാമഗ്രികളും ശേഖരിക്കുന്ന തിരക്കിലായിരുന്നു. ഒരു മാസത്തിനപ്പുറം എന്താവും ലോകം എന്ന് പോലും വ്യക്തമല്ലാത്ത ഒരു കാലമായിരുന്നല്ലോ അത്. ബന്ദും സമരവും ഒക്കെ പരിചയം ഉള്ള ജനം ആയതുകൊണ്ട് കരുതലോടെയായിരുന്നു തുടക്കം. എന്നാൽ മഹാമാരിയുടെ ഗൗരവം അന്ന് അവർ അറിഞ്ഞു തുടങ്ങിയിരുന്നില്ല. ഈ സമയത്താണ് കണ്ടന്റ് ക്രിയേറ്റർസ് ഉരുളക്കിഴങ്ങിനും തക്കാളിക്കും നമ്മുടെ മുഖം മിനുക്കാമെന്നും വാഴപ്പഴവും മുട്ടയുംകൊണ്ട് ഹെയർ മാസ്കുണ്ടാക്കാം എന്നും പേർത്തും പേർത്തും പറഞ്ഞുതന്നത്. നമ്മുടെ അടുക്കളയിലെയും മുറ്റത്തെയും ഏതാണ്ട് എല്ലാ വസ്തുക്കളും ശരീരം മനോഹരമാക്കാൻ എങ്ങനെ ഉപയോഗിക്കാം എന്ന് യുട്യൂബ് കൊണ്ട് അവർ പഠിപ്പിച്ചു. ഇത്തരം വീഡിയോകളുടെ ഒരു പെരുമഴപ്പെയ്ത്തായിരുന്നു 2020 ന്റെ മദ്ധ്യകാലം. അങ്ങനെ ശരീരഭംഗികൂട്ടാൻ വേണ്ടി ചെയ്യുന്നവയെക്കുറിച്ച് പറയുമ്പോൾ അതിൽ ഒരു പൊളിറ്റിക്കൽ ഇൻകറക്ട്നെസ്സ് ഉണ്ടല്ലോ! അതാണ് ഇവിടുത്തെ ചർച്ചാവിഷയവും. ഈ വിഷയത്തെ ബന്ധപ്പെട്ട വീഡിയകളുടെ വർദ്ധനവ് കൃത്രിമമായി സൃഷ്ടിക്കപ്പെട്ട ചില സാമൂഹിക മാനദണ്ഡങ്ങൾക്ക് അനുസൃതമായി ശരീരത്തോടുള്ള അമിതമായ ആസക്തിയെ സാക്ഷ്യപ്പെടുത്തുന്നു. ഈ യുട്യൂബ് വീഡിയോകളുടെ സൂക്ഷ്മ വിശകലനം ചെയ്തു നോക്കിയാൽ ഒരു മഹാമാരി താണ്ഡവമാടുമ്പോഴും നമ്മുടെ ശാരീരിക രൂപങ്ങളിൽ നാം എത്രമാത്രം ശ്രദ്ധാലുക്കളാണ് എന്ന് കാണിക്കുന്നുണ്ട്.

ഇൻസ്റ്റാഗ്രാം, യുട്യൂബ് തുടങ്ങിയ വേദികൾ ആളുകളുമായി നേരിട്ട് ആശയവിനിമയം നടത്താൻ സാധിക്കുന്നവയാണ്. ആദ്യമൊക്കെ DIY (do it yourself) വീഡിയോകളിൽ നിന്നാണ് ആരംഭിച്ചത്. വെയ്റ്റ് ലോസ് ചലഞ്ച് യുട്യൂബിലും ഇൻസ്റ്റാഗ്രാമിലും ഏറ്റവും പ്രചാരമുള്ള വിഷയങ്ങളിലൊന്നായിരുന്നു. ഡയറ്റിങ്, വ്യത്യസ്തതരം ഭക്ഷണരീതികൾ,

വ്യത്യസ്തതരത്തിലുള്ള വ്യായാമങ്ങൾ ഇങ്ങനെ ശരീരഭാരം കുറയ്ക്കാൻ സാദ്ധ്യമായ എല്ലാ വഴികളും ഈ വീഡിയോകൾ കാണിച്ചുതന്നു. കാഴ്ചക്കാർ ധാരാളമാകുമ്പോൾ ഉണ്ടാകുന്ന ഒരു സ്വാഭാവിക പ്രയാണത്തിൽ ഇത്തരം വീഡിയോസ് താമസിയാതെ പുതിയ മാനങ്ങളിലേക്കു വളർന്നു. അവതാരകയോടൊത്ത് weight loss challenges, ക്ലാസ്, കൺസൽട്ടേഷൻ അങ്ങനെ പല പുതിയ തലങ്ങളിലേക്ക് അവതരണം വഴിമാറുകയും അവതാരകരുടെ സ്വാധീനം വർദ്ധിക്കുകയും, അവർക്കു മുമ്പില്ലാത്തതുപോലെ ഈ വേദികൾ ഉയർന്ന വരുമാനം തരുന്ന ഇടങ്ങളാകുകയും ചെയ്തു തുടങ്ങി. ശരീരഭാരം കൂട്ടുക, വയറിലെ കൊഴുപ്പ് കുറയ്ക്കുക, കൈയിലെ കൊഴുപ്പ് കുറയ്ക്കുക തുടങ്ങിയവയായിരുന്നു മറ്റ് ജനപ്രിയ വീഡിയോകൾ. ഈ വീഡിയോകൾക്കു കാഴ്ചക്കാരുടെ എണ്ണം കൂടിയപ്പോൾ കണ്ടന്റ് ക്രിയേറ്റർ എന്ന ആൾ ഇൻഫ്ളുവൻസർ ആയി മാറാൻ തുടങ്ങി. അങ്ങനെ സ്വാധീനം വർദ്ധിച്ച അവതാരകരിൽ പലരെയും വൻകിട കച്ചവടക്കാർ സമീപിച്ചതോടെ വീഡിയോകൾ പലതരം ഉല്പന്നങ്ങളുടെ വില്പനവേദി ആയി വീഡിയോ ഒടുവിൽ വരെ കാണുന്നവർക്കു മാത്രം നല്കുന്ന കോഡുകൾ ഉപയോഗിച്ച് പ്രേക്ഷകർക്ക് പ്രത്യേക കിഴിവിൽ ഉല്പന്നങ്ങൾ വാങ്ങാൻ അവസരം ലഭിച്ചു തുടങ്ങി. മഹാമാരി സമയത്ത് ഓൺലൈൻ ഷോപ്പിങ് ഒരു സാധാരണ പ്രവർത്തനമായി മാറിയതായിരുന്നു മറ്റൊരു പ്രധാന മാറ്റം. മുമ്പ് അത് ചെയ്യാൻ മടിച്ചവർ പോലും ഓൺലൈൻ ഷോപ്പിങ് പതിവാക്കി. ഒപ്പം ഇത്തരം ആനുകൂല്യങ്ങൾ കൂടിയായപ്പോൾ യുട്യൂബും ഇൻസ്റ്റാഗ്രാമും ജനങ്ങളുടെ ഷോപ്പിങ് ശീലങ്ങളെ കാര്യമായി സ്വാധീനിച്ചു.

ശരീരഭാരം മാത്രമല്ല ഇത്തരം വീഡിയോകൾ കൈകാര്യം ചെയ്ത വിഷയം. ചർമ്മം, തലമുടി, മുഖസൗന്ദര്യം എന്നിവയും പ്രതിപാദ്യങ്ങളായിരുന്നു. ഫെയ്സ് വാഷുകൾ, ടോണറുകൾ, സെറം, ഫേഷ്യൽ ഓയിലുകൾ, മോയ്സ്ചുറൈസറുകൾ തുടങ്ങി കോസ്മെറ്റിക് വ്യവസായത്തിലെ വ്യത്യസ്ത ഉല്പന്നങ്ങളും അവ ഉപയോഗിക്കേണ്ട രീതികളും ഈ വീഡിയോകൾ നമുക്ക് പരിചയപ്പെടുത്തി. മേക്കപ്പ് പ്രൊഫഷണൽ രീതിയിൽ ഉപയോഗിക്കാൻ അവർ പഠിപ്പിച്ചു. ഡബിൾ ക്ലെൻസിങ്, മൈക്രോ നീഡിലിങ്, ഹെയർ എക്സ്റ്റൻഷൻ തുടങ്ങിയ പുതിയ സൗന്ദര്യ പ്രവണതകൾ കാണിച്ചു തന്നു. പുതുതായി വന്നതോ, അതുവരെ പച്ച പിടിക്കാത്തതോ ആയ ഷോപ്പിങ് വെബ്സൈറ്റുകൾ ഇവർ നമുക്ക് പരിചിതമാക്കി.

ഹാൾ വീഡിയോസ് ആയിരുന്നു മറ്റൊരു ജനപ്രിയവിഷയം. പ്രത്യേകിച്ചും ഓൺലൈൻ ഷോപ്പിങ് വെബ്സൈറ്റുകളിലെ മെഗാ സെയിൽസ് കാലങ്ങളിൽ ഹാൾ വീഡിയോകൾ കാണാൻ ആളുകൾ ഇഷ്ടപ്പെട്ടിരുന്നു എന്ന് കണക്കുകൾ സൂചിപ്പിക്കുന്നു. സമൂഹമാധ്യമങ്ങളുടെ ഒരു പ്രധാന ഗുണം പ്രേക്ഷകർക്കു എന്തെങ്കിലും ഇഷ്ടമായോ ഇല്ലയോ എന്ന് ഉടനെ അറിയാൻ പറ്റും എന്നതാണ്. കാഴ്ചക്കാരുടെ ഇഷ്ടമനുസരിച്ചാണ്

ഇത്തരം വീഡിയോകൾ നിർമ്മിക്കപ്പെടുന്നത് തന്നെ. അവയുടെ വ്യൂസ്, അതായത്, എത്രപേർ ഈ വീഡിയോ കണ്ടു എന്നതും, കൂടാതെ കമന്റ് വിഭാഗവും കൂടി കണ്ടുകഴിഞ്ഞാൽ വീഡിയോയുടെ സ്വീകാര്യതയെ പറ്റി ഏകദേശം ഒരു ധാരണ വരും.

ഈ ഘട്ടത്തിലെത്തുമ്പോൾ കാഴ്ചക്കാരുടെ എണ്ണം നിലനിർത്താനായി കണ്ടന്റ് ക്രിയേറ്റഴ്സിനും എന്റെ ഒരുദിവസം, എന്റെ ബാഗിൽ എന്താണുള്ളത്, എന്റെ ഫോണിലുള്ളത് എന്തൊക്കെ വിവരങ്ങൾ, എന്റെ റൂം ടൂർ തുടങ്ങിയ സ്വന്തം ജീവിതത്തിലേക്ക് ക്യാമറ തിരിയുന്നതരം വീഡിയോകൾ നിർമ്മിക്കാൻ പലപ്പോഴും നിർബ്ബന്ധിതരായി.

കട്ടിയുള്ള കറുത്ത പുരികങ്ങൾ, ആരോഗ്യമുള്ള ചർമ്മം, ആരോഗ്യമുള്ള തലമുടി, ശരീരത്തിൽ നിന്ന് കൊഴുപ്പ് നീക്കം ചെയ്യൽ തുടങ്ങി സമൂഹത്തിലെ സൗന്ദര്യമാനദണ്ഡങ്ങൾ അനുസരിച്ച് തങ്ങളുടെയും ഏതു ശരീരഭാഗവും മാറ്റി എടുക്കാനും അഴകുള്ളതാക്കാനും കഴിയുമെന്ന് മദ്ധ്യവർഗ്ഗ വീഡിയോ പ്രേക്ഷകർ മനസ്സിലാക്കി. ആധുനിക സാങ്കേതികവിദ്യ ഉപയോഗിച്ച് ഉണ്ടാക്കുന്ന മാറ്റങ്ങളാണ് അവയെല്ലാം എന്നിരിക്കിലും മഹാമാരിയും ലോക്ക്ഡൗണും സാമൂഹ്യമാധ്യമങ്ങളുടെ അതിപ്രസരവും ജനസ്വാധീനവും തന്നെയാണ് ആളുകളെ ഈ ക്രമങ്ങളെപ്പറ്റി കൂടുതൽ ബോധവാന്മാരാക്കിയത്.

പലപ്പോഴും ഇത്തരം സമ്പ്രദായങ്ങളുടെ ഓരോ ചുവടും മാത്രമല്ല അതുമൂലം മനുഷ്യശരീരത്തിൽ വരുന്ന മാറ്റങ്ങളും ചിത്രീകരിച്ച് കാണിക്കാറുണ്ട്. ട്രാൻസ്ഫോർമേഷൻ/മെയ്ക്ഓവർ വീഡിയോകൾ ആളുകളെ വലിയ അളവിൽ സ്വാധീനിക്കുന്നവയാണ്. വീഡിയോയുടെ താഴെ കാണുന്ന അഭിപ്രായങ്ങൾ നോക്കിയാൽ ആളുകൾ ഇതിനെപ്പറ്റി ചോദിക്കുന്ന സംശയങ്ങളും, അത്തരം പ്രക്രിയകൾ ചെയ്തവർ അനുഭവങ്ങൾ വിവരിക്കുന്നതും കാണാം. കണ്ടന്റ് ക്രിയേറ്റർ/ഇൻഫ്ലുൻസർ എന്നിവരെ ഡോക്ടർമാരെപ്പോലെ കാണുന്ന പ്രവണതയും കണ്ടുവന്നു.

ഓർമ്മയിൽ നില്ക്കുന്ന ഒന്ന് ഇവിടെ കുറിക്കട്ടെ. സ്തനവലിപ്പത്തെ പറ്റിയുള്ള വീഡിയോയുടെ താഴെ വന്നതാണിവ. വലിയ സ്തനങ്ങൾ ഇല്ലാത്തതിൽ സങ്കടപ്പെടുന്നു ചില പെൺകുട്ടികൾ. മറ്റു ചിലർ ഇതേ പ്രശ്നംകൊണ്ട് തങ്ങൾക്ക് ഒരു ഭർത്താവിനെ ലഭിക്കുമോ എന്ന് വരെ ആശങ്കാകുലരായിരുന്നു, വേറെ ചിലരാകട്ടെ ഈ വിഷയത്തെക്കുറിച്ച് പരാതിപ്പെടുന്ന കാമുകനെ/ഭർത്താവിനെക്കുറിച്ച് എഴുതിക്കണ്ടു. ഒരു സ്ത്രീയുടെ ശരീരം എങ്ങനെ ഇരിക്കണം എന്ന് സമൂഹം/കമ്പോളം പറയുന്നതിന്റെ തെളിവല്ലേ ഇതെല്ലാം? ഇത്തരം വീഡിയോകളുടെ പ്രേക്ഷകർ സ്ത്രീകൾ മാത്രം ആകാൻ വഴിയില്ലല്ലോ. അപ്പോൾ ഇത്തരം ധാരണകൾ ആരെയൊക്കെ സ്വാധീനിക്കുന്നുണ്ട്?

ഒരു നിശ്ചിത അളവിലും വലുപ്പത്തിലും നിറത്തിലും ആകൃതിയിലും അല്ല നിങ്ങളുടെ ശരീരം എങ്കിൽ സമൂഹം നിങ്ങളെ തെറ്റുകാ

രാക്കും എന്ന് ചിലരെങ്കിലും ധരിക്കാൻ ഇടവരുത്തുന്ന ഇടപെടലുകൾ ഒരു നിയന്ത്രണവും ഇല്ലാതെ യുട്യൂബിൽ നിലനിന്നു പോവുകയാണ്. അങ്ങനെ ഒരാളുടെ സ്വകാര്യ ഇടത്തിൽ കൈയേറുന്നതിലും അത്തരം ധാരണകൾ വളർത്തുന്നതിലും ആരും ശരികേട് കാണുന്നില്ല, ഒരു പരാതിയും ആരും ഉന്നയിച്ചു കണ്ടുമില്ല. ഇതൊരു അവസാന വാക്കല്ല എന്നൊരു മുന്നറിയിപ്പ് എവിടെയും കൊടുത്തുകണ്ടുമില്ല.

മറ്റൊരു ചിന്ത കടന്നു വന്നത്, ഒരു സ്ത്രീയുടെ ശരീരം അവളുടെ ഭർത്താവിന് മാത്രം അവകാശപ്പെട്ടതാണ് എന്ന ബോധത്തിൽ നിന്നല്ലേ ഇത്തരം ചില ചോദ്യങ്ങൾ വരുന്നത്? ബലാത്സംഗത്തക്കുറിച്ചുള്ള സമൂഹത്തിന്റെ ധാരണയെപ്പറ്റി ദി ന്യൂസ് മിനിറ്റിന് നല്കിയ അഭിമുഖത്തിൽ പ്രൊഫസർ പ്രവീണ കോടോത്ത് സമൂഹത്തിൽ നിലനില്ക്കുന്ന ചില ധാരണകൾ ചൂണ്ടിക്കാണിക്കുന്നുണ്ട്.. 'ഒരു സ്ത്രീയെ ശിക്ഷിക്കാൻ ഉപയോഗിക്കുന്ന ഒരു ആയുധമാണ് ബലാത്സംഗം. ശരീരം ഒരു വ്യക്തിയുടേതാണ് (ഭർത്താവ്), മറ്റാരെങ്കിലും നിങ്ങളെ സ്പർശിക്കുന്നത് നിങ്ങളുടെ സ്വഭാവദൂഷ്യത്തെ കാണിക്കുന്നു.' ഭർത്താവിന്റെ മാനസികവും ശാരീരികവുമായ പീഡനങ്ങൾ വിസ്മയ എന്ന മരണപ്പെട്ട പെൺകുട്ടി സഹിച്ചതിന്റെ ഒരു കാരണം അവളുടെ ശരീരത്തിൽ ആദ്യമായി സ്പർശിച്ച പുരുഷൻ കിരൺ ആയിരുന്നു എന്നതാണത്രേ.(വിസ്മയയുടെ അച്ഛൻ ഒരു അഭിമുഖത്തിൽ പറഞ്ഞത്). ശരീരം ഒരു പുണ്യപാത്രമാണെന്നും, ഒരു സ്ത്രീയുടെ ശരീരം അടിസ്ഥാനപരമായി ഒരു പുരുഷന്റേതാണ് എന്നും വ്യവസ്ഥപ്പെടുത്തുന്ന ഇത്തരം ധാരണകൾ ഇന്നും നമ്മുടെ സമൂഹത്തിൽ നിലനില്ക്കുന്നുണ്ട് എന്നതല്ലേ ഇതൊക്കെ സൂചിപ്പിക്കുന്നത്?

പരോമിത വോഹ്റയുടെ അൺലിമിറ്റഡ് ഗേൾസ് (2002) എന്ന ഡോക്യുമെന്ററിയിൽ പുരുഷവീക്ഷണത്തിന്റെ കണ്ണടകളെക്കുറിച്ച് (male gaze goggles) ഒരു പരാമർശം ഉണ്ട്. സാങ്കല്പികമായ ഈ കണ്ണട വച്ചാൽ പുരുഷന്റെ കണ്ണിലൂടെ സ്ത്രീകളെ നോക്കിക്കാണാൻ കഴിയും. ഈ കണ്ണാടിയിൽക്കൂടി നോക്കിയാൽ സ്ത്രീകളെ ലൈംഗികക്കണ്ണുകളിൽക്കൂടി മാത്രമേ കാണാൻ കഴിയുകയുള്ളൂ. പുരുഷവീക്ഷണത്തിന്റെ ഇത്തരം കണ്ണടകളിലൂടെയത്രെ ഒരാൾ എപ്പോഴും ഒരു സ്ത്രീയുടെ ശരീരത്തിലേക്ക് നോക്കുന്നത്! നമ്മുടെ സമൂഹത്തിൽ ഇപ്പോഴും ബോഡി ഷെയ്മിങ് നിലനില്ക്കുന്നതും ഇത്തരം തെറ്റിദ്ധാരണകൾക്കൊണ്ടല്ലേ? നിരന്തരം നടക്കുന്ന/പറയുന്ന എന്തും ഒരു സാമൂഹ്യക്രമം ആയി മാറുകയല്ലേ ഇവിടെയും?

സൗന്ദര്യം എന്ന വിഷയത്തെ ചുറ്റിപ്പറ്റിയുള്ള യുട്യൂബ് വീഡിയോകളും അതിന്റെ കാഴ്ചക്കാരുടെ എണ്ണവും ഒരളവുവരെ ഇതുതന്നെ സാക്ഷ്യപ്പെടുത്തുന്നു എന്നാണു തോന്നിയത്. ഒരു തരത്തിൽ പറഞ്ഞാൽ, കാഴ്ചക്കാരെയും വരുമാനവും നിലനിർത്താൻ കണ്ടന്റ് ക്രിയേറ്റർസ് അത്തരം വീഡിയോകൾ നിർമ്മിക്കാൻ നിർബ്ബന്ധിതരാ

കുന്നു. അതോടെ ധാരണകൾ വീണ്ടും ഊട്ടി ഉറപ്പിക്കാനുള്ള അരങ്ങ് വീണ്ടും ഒരുങ്ങുകയാണ്. കമ്പോള സാദ്ധ്യതകൾ തുറന്നു കഴിഞ്ഞാൽ അത് നിയന്ത്രിക്കാനും പ്രയാസവുമാണ്. കമ്പോളവും സ്ത്രീയും സൗന്ദര്യവും എന്ന വിഷമവൃത്തം തിരിഞ്ഞുകൊണ്ടേയിരിക്കുന്നു!

ഒരു കാര്യം കൂടി പറഞ്ഞു നിർത്തട്ടെ. എല്ലാ കോൺടെന്റ് ക്രിയേറ്റർസും മോശക്കാരാണെന്നു ഞാൻ പറയില്ല. തങ്ങൾ ഉപയോഗിക്കുന്ന പ്ലാറ്റ്ഫോമിന്റെ സാദ്ധ്യതകൾ മനസ്സിലാക്കി ഉത്തരവാദിത്വത്തോടെ ഉപയോഗിക്കുന്നവർ ഇവരിൽ ധാരാളമുണ്ട്. എന്നാൽ സോഷ്യൽ മീഡിയ ആർക്കും ഉപയോഗിക്കാമെന്നതിനാലും സെൻസർഷിപ്പ് ഇല്ലാത്തതിനാലും തെറ്റായ ആശയങ്ങൾ പ്രചരിപ്പിക്കാനുള്ള സാദ്ധ്യത ചൂണ്ടിക്കാണിച്ചു എന്ന് മാത്രം.

ട്രാൻസ് ഉടൽ: ദൃശ്യതയുടെയും പ്രതിനിധാനങ്ങളുടെയും രാഷ്ട്രീയം

ഡോ. അനു കുര്യാക്കോസ്

ആമുഖം

ട്രാൻസ് വ്യക്തികളുടെ ശരീരനിർമ്മിതി എങ്ങനെയായിരിക്കുമെന്നുള്ള ഹെറ്ററോ നോർമാറ്റിവ് (hetero-normative) സമൂഹത്തിന്റെ കൗതുകം പലപ്പോഴും ട്രാൻസ് വ്യക്തികളെ ആക്രമണത്തിന്, പ്രത്യേകിച്ചും ലൈംഗിക ആക്രമണങ്ങൾക്കു വിധേയരാക്കുന്നതിൽ തെളിഞ്ഞു കാണാം. സമൂഹം പരമ്പരാഗതമായി ശരീരത്തെ ആൺ–പെൺ എന്നിങ്ങനെ രണ്ടായി മാത്രം മനസ്സിലാക്കുന്നതിൽനിന്നും ഇന്ന് നാം മുന്നോട്ട് പോയിരിക്കുന്നു. വൈദ്യശാസ്ത്രത്തിന്റെ വികാസവും ക്വീർ–ട്രാൻസ് വ്യക്തികളുടെ അവകാശമുന്നേറ്റങ്ങളുടെ സമരവും ഇതിലേക്ക് സംഭാവന നല്കിയിരുന്നു. ഈ ലേഖനത്തിൽ പ്രത്യേകമായും സമീപകാല ദൃശ്യ മാധ്യമങ്ങളിലും സാഹിത്യത്തിലും ട്രാൻസ്–ഇന്റർ സെക്സ് ശരീരങ്ങളെയും അവരുടെ ലിംഗതന്മയെയും എങ്ങനെയാണ് അടയാളപ്പെടുത്തിയിരിക്കുന്നത് എന്ന് വിമർശനാത്മകമായി പരിശോധിക്കുന്നു.

ട്രാൻസ്: ഭാഷയിലും സാഹിത്യത്തിലും

'ട്രാൻസ്' എന്ന പദം നിലവിലിരിക്കുന്ന ലിംഗ പ്രതിനിധാനങ്ങളോടും വ്യവസ്ഥകളോടും സമരസപ്പെടുന്നില്ല. ഈ വലിയ കുടയുടെ കീഴിൽ 'ട്രാൻസ്ജെൻഡർ,' 'ട്രാൻസെക്സ്വൽ,' എന്നിങ്ങനെ നിരവധി വ്യത്യസ്ത ലിംഗ വ്യക്തിത്വങ്ങളുണ്ട്. തങ്ങൾക്കു ജന്മനായുള്ള ശാരീരിക ലിംഗാവസ്ഥകളുമായി (assigned sex at birth) പൊരുത്തപ്പെടുന്ന ലിംഗവ്യക്തിത്വമുള്ളവരെ 'സിസ്ജെൻഡർ' (cisgender) എന്ന് പറയുന്നു. ട്രാൻസ് വ്യക്തിത്വം സ്വയം തിരിച്ചറിയുന്ന ഒന്നും അതേ സമയം തന്നെ

വൈദ്യശാസ്ത്രപരമായി തീർച്ചപ്പെടുത്തുന്നതുമാണ്. ട്രാൻസ്ജെൻഡർ വ്യക്തിത്വങ്ങളെക്കുറിച്ചുള്ള പീനങ്ങൾ ഇന്നും നടന്നുകൊണ്ടിരിക്കുന്നതിനാൽ ഇതുവരെ കിട്ടിയ അറിവുകൾ ആധികാരികമാണെന്നു ഉറപ്പിച്ചു പറയാൻ വയ്യ. ഭാഷ പ്രദാനം ചെയ്യുന്ന ലേബലുകളിൽ മാത്രമായി ഒതുക്കി നിർത്താവുന്നതല്ല ട്രാൻസ് അനുഭവങ്ങൾ. പലപ്പോഴും മെഡിക്കൽ നിർവ്വചനങ്ങളുപയോഗിച്ചാണ് ലിംഗ വ്യക്തിത്വങ്ങൾ നിർണ്ണയിക്കപ്പെടുന്നത് എന്നതിനാൽ അവയ്ക്ക് വെളിയിൽ നില്ക്കുന്നതോ മിശ്രമോ ആയ അനുഭവങ്ങൾ ഭാഷാപരമായി അവതരിപ്പിക്കാൻ ബുദ്ധിമുട്ടുണ്ട്. ഉദാഹരണത്തിന്, ലിംഗ വ്യക്തിത്വത്തെ (Gender identity) ലൈംഗിക ചായ്‌വുമായി (Sexual orientation) ബന്ധപ്പെടുത്തി അവതരിപ്പിക്കേണ്ടുന്ന അവസരങ്ങളിൽ നമ്മുടെ ഭാഷയിൽ നിലവിലിരിക്കുന്ന ഹെറ്ററോ സെക്സ്വൽ ഭാവനയിലുള്ള (ലെസ്ബിയൻ, ഗേ, ബൈസെക്സ്വൽ തുടങ്ങിയ) പദങ്ങൾ അപര്യാപ്തങ്ങളാണ്.

ഒരു ഇന്റർസെക്സ് വ്യക്തിയാണെന്ന് തിരിച്ചറിയാൻ വർഷങ്ങൾ കാത്തിരിക്കേണ്ടിവന്നു എന്ന അനുഭവം പ്രശസ്ത ട്രാൻസ്ജെൻഡർ എഴുത്താളിയായ വിജയരാജമല്ലിക തന്റെ *മല്ലികാവസന്തം* (2019) എന്ന ആത്മകഥയിൽ വിവരിക്കുന്നു. ശരീരം എന്നത് വലിയ പ്രതിസന്ധിയാവുന്ന അവസ്ഥ. ആ ശരീരത്തോട് സമരസപ്പെടാനാവാതെ തനിക്കിണങ്ങിയ സ്ത്രൈണഘടനയിലേക്കു ശരീരത്തെ ശസ്ത്രക്രിയയിലൂടെയും ഹോർമോൺ ചികിത്സയിലൂടെയും ഒരുക്കിയെടുത്തതിനെപ്പറ്റിയും ഈ ആത്മകഥയിൽ അവർ വിവരിക്കുന്നു. പല ട്രാൻസ് വ്യക്തികളുടെയും ആത്മകഥകൾ വായിക്കുമ്പോൾ ഉടലുമായി ബന്ധപ്പെടുത്തി അവർ അനുഭവിച്ചിരുന്ന സ്വത്വ വിഹ്വലതകൾ അവയിലെല്ലാം രേഖപ്പെടുത്തിയിരിക്കുന്നത് നമുക്ക് ദർശിക്കാം. വിജയരാജമല്ലികയുടെ പല കവിതകളിലും ഹെറ്ററോ നോർമാറ്റിവ് സമൂഹത്തോടും തന്റെ ശരീരത്തോടുമുള്ള ഇത്തരം നിരന്തര കലഹങ്ങൾ വിഷയമായിക്കടന്നുവരുന്നു. ഈ സ്വത്വ പ്രതിസന്ധിയാണ് തങ്ങൾ 'ഭാഷകൊണ്ട് മുറിവേറ്റവരാണെന്നു' പറയുന്നതിലൂടെ അവർ സ്പഷ്ടമാക്കുന്നത്. നേരത്തെ സൂചിപ്പിച്ചതുപോലെ ട്രാൻസ് ഉടലിനെയും ലിംഗ വ്യക്തിത്വത്തെയും സ്വാംശീകരിക്കുന്ന ഒരു സംജ്ഞ മലയാള ഭാഷയിലും മറ്റു പല ഭാഷകളിലുമില്ല. അതിനാലാണ് വളരെ നെഗറ്റീവ് ആയ പല പദങ്ങളും പത്രമാധ്യമങ്ങളിലടക്കം അടുത്ത കാലംവരെ ഉപയോഗിച്ചിരുന്നത്.

ട്രാൻസ് ഉടൽ പ്രതിനിധാനങ്ങൾ മലയാള സിനിമയിൽ

ഭാഷയിലെന്നപോലെ തന്നെ ട്രാൻസ്-ഇന്റർ സെക്സ് ഉടലിനെ ദൃശ്യവല്ക്കരിക്കുന്നതിന് സിനിമയും നവമാധ്യമങ്ങളും ശ്രദ്ധ ചെലുത്തിയിരുന്നു. 'ട്രാൻസ് വ്യക്തികൾ കേരളത്തിലില്ല' എന്ന 2000 വരെയുള്ള അവകാശവാദത്തിന് (മുരളീധരൻ തറയിൽ 2014) ഘടകവിരുദ്ധമാണ് ജെൻഡർ ഫ്ളൂയിഡ് ആയും ക്രോസ് ഡ്രസ് ധരിച്ചുമുള്ള

കഥാപാത്രങ്ങൾ സിനിമയിൽ അവതരിപ്പിക്കപ്പെടുമ്പോൾ. മലയാള സിനിമയുടെ തുടക്കകാലം മുതൽ തന്നെ ഇങ്ങനെയുള്ള നിരവധി കഥാപാത്രങ്ങൾ കാണാം. എന്നാൽ ഹെറ്ററോ നോർമാറ്റിവ് ചിന്താഗതിയുടെ കൂടുപൊട്ടിച്ച് അവയൊന്നും തന്നെ പുറത്തുവന്നിരുന്നില്ല. സ്ത്രൈണത/പുരുഷത്വം എന്നിവയ്ക്ക് നിയതമായ വസ്ത്രധാരണരീതി സമൂഹം വിഭാവനം ചെയ്തിരുന്നു. ഇവ ലംഘിക്കപ്പെടുന്ന കഥാവസരങ്ങളുള്ള ആദ്യകാല മലയാള സിനിമകളിൽ ഇത്തരം അവതരണങ്ങൾ പ്രധാനമായും കാഴ്ചക്കാരുടെ രസത്തിനായി ഉപയോഗപ്പെടുത്തിയിരിക്കുന്നതായി കാണാം (ഉദാ: അടൂർ ഭാസിയുടെ ക്രോസ് ഡ്രസിങ്, 90 കളിലെ മലയാള സിനിമകളിൽ ഹാസ്യ കഥാപാത്രങ്ങൾ കൈകാര്യം ചെയ്തിരുന്ന, ജഗതി, ഇന്നസെന്റ്, ഇന്ദ്രൻസ്, സലിം കുമാർ തുടങ്ങിയവരുടെ സ്ത്രൈണ വേഷങ്ങൾ). ഏറ്റവും രസകരമായ വസ്തുത പുരുഷകഥാപാത്രങ്ങൾ ഇങ്ങനെ 'പെണ്ണായി' അവതരിപ്പിക്കപ്പെടുന്നതിലാണ് ഏറ്റവും പോപ്പുലാരിറ്റി എന്നതിലാണ്. കൃത്രിമ മുടിയും ചായം പുരട്ടിയ മുഖവും ചുണ്ടുകളും, സാരി/ചുരിദാർ മുതലായ വേഷവിതാനങ്ങളും സ്ത്രൈണതയെ ഊട്ടിയുറപ്പിക്കുന്ന ഒന്നായി വ്യത്യസ്ത സിനിമകളിൽ ഉപയോഗിച്ചിരിക്കുന്നു.

മേൽസൂചിപ്പിച്ച പെണ്ണുടൽ അവതാരങ്ങളിലെ മാറിടങ്ങളുടെ (female breast ബൈൻഡിങ്) നിർമ്മാണവും അവയുടെ പ്രദർശനപരതയും (performativity) കാഴ്ചരതിയും (visual pleasure) കൂട്ടിവായിക്കപ്പെടേണ്ടതുണ്ട്. മിക്ക സിനിമകളിലും സ്ത്രൈണവേഷം ധരിക്കുന്ന പുരുഷന്മാരുടെ മാറിടത്തെ പ്രത്യേകമായി ലൈംഗിക വസ്തുവായി ദൃശ്യവല്ക്കരിക്കുന്നു. *തില്ലാന തില്ലാന*യിൽ (2001) സ്ത്രീവേഷം ധരിക്കുന്ന നായക കഥാപാത്രം ബ്രായിൽ (bra) പഴങ്ങൾ തിരുകി വെച്ച് സ്ത്രൈണതയുടെ പൂർണ്ണത കൈവരിക്കാൻ ശ്രമിക്കുന്നത് ഹാസ്യമായി അവതരിപ്പിച്ചിരിക്കുന്നു. അതേസമയം *അമ്മയാണെ സത്യം* (1993) എന്ന ചിത്രത്തിൽ ആണായി വേഷം കെട്ടുന്ന നായികയുടെ വേഷം കെട്ടൽ പരാജയപ്പെടുന്നതും കടൽവെള്ളത്തിൽവീണു വസ്ത്രങ്ങൾ നനയുന്നതിലൂടെ അവരുടെ മാറിടം വെളിവാക്കപ്പെടുമ്പോഴാണ്. എന്നാൽ പിന്നീട് നായകൻ താൻ ഒളിഞ്ഞുനോട്ടത്തിലൂടെ അവരുടെ മാറിടം ആദ്യമേ കണ്ടു, അവർ സ്ത്രീയാണെന്ന് മനസ്സിലാക്കിയിരുന്നു എന്ന് കഥാന്ത്യത്തിൽ വെളിപ്പെടുത്തുന്നു. 2010 നുശേഷം വന്ന പല ക്രോസ് ഡ്രസ് ചെയ്ത നായക കഥാപാത്രങ്ങളും ഹാസ്യം എന്നതിനെ 'ലൈംഗികതയുടെ അതിപ്രസരമുള്ള ഹാസ്യം' എന്ന രീതിയിലേക്ക് മാറ്റി സ്ത്രീവിരുദ്ധമായി അവതരിപ്പിക്കുന്നു (ഉദാ: ദിലീപിന്റെ *മായാമോഹിനി* [2012]). ഉടൽ എന്നാൽ പുരുഷകാമനകളെ ഉദ്ധീപിപ്പിക്കുന്ന വസ്തു എന്ന നിലയിലേക്ക് മാറ്റപ്പെടുന്നു. ഇവയൊക്കെയും തന്നെ നിയതമായ ഘടനയുള്ള ഉടലുകളാണ് നോർമാറ്റിവ് ലിംഗസത്വം എന്ന് പറഞ്ഞുവയ്ക്കുന്നു.

ട്രാൻസ്-ഇന്റർ സെക്സ് ഉടലുകൾ മലയാള സിനിമ അവതരിപ്പിച്ചു തുടങ്ങിയത് പ്രധാനമായും 2000 മുതലുള്ള ചിത്രങ്ങളിലാണ്. മിക്ക സിനിമകളിലും സ്ത്രൈണതയാണ് ട്രാൻസ് ഉടലുകളിൽ വരച്ചു ചേർത്തിരിക്കുന്നത്. ചില സിനിമകളിൽ ജെൻഡർ ന്യൂട്രൽ അല്ലെങ്കിൽ ജെൻഡർ ഫ്ളൂയിഡ് ഉടലുകളും കാണാം. *ചാന്തുപൊട്ട്* (2005) എന്ന സിനിമയിലെ രാധ എന്ന രാധാകൃഷ്ണൻ ഒരു ജെൻഡർ ഫ്ളൂയിഡ് കഥാപാത്രമാണ്. തന്റെ സിനിമ സെറ്റുകളിലും സ്റ്റേജ് ഷോകളിലും ട്രാൻസ് മേക്ക് അപ്പ് ചെയ്യുവാനെത്തിയിരുന്ന ചിലരാണ് ഈ കഥാപാത്രത്തിന് പ്രചോദനമായതെന്നും രാധ ഒരു ട്രാൻസ് വ്യക്തി അല്ല എന്നും സംവിധായകനും പ്രധാന നടനും ആവർത്തിച്ചു പല അഭിമുഖങ്ങളിലും സംസാരിക്കുന്നുണ്ടെങ്കിലും (തറയിൽ 2014). സമൂഹത്തിനു ട്രാൻസ് ശരീരത്തോടുള്ള കൗതുകവും നിരാസവും രാധയെ പൊതുവിടത്തിൽ ഒരുകൂട്ടം പുരുഷന്മാർ വിവസ്ത്രയാക്കുന്ന രംഗത്തിലും 'ആണായി' മാറാൻ പരിശീലനം നല്കുന്നതിലും ആൺവേഷം ധരിപ്പിക്കുന്നതിലുമെല്ലാം തെളിഞ്ഞു കാണാം. ട്രാൻസ് ശരീരം എന്നാലെന്താണെന്നു കൃത്യമായി വിവക്ഷിക്കാൻ ആ ചലച്ചിത്രത്തിന് കഴിയുന്നില്ല, മാത്രമല്ല ഉടലിനേക്കാളുപരിയായി ട്രാൻസ് വ്യക്തിത്വം എന്താണെന്നും *ചാന്തുപൊട്ട്* എന്ന സിനിമയ്ക്ക് പറയാനായില്ല.

പിന്നീട് വന്ന *അർദ്ധനാരി* (2012) എന്ന സിനിമ ആൺ/പെൺ എന്ന ഹെറ്ററോ നോർമാറ്റിവ് സങ്കല്പനം പുരാണവും ഹിജ്റ സാമൂഹിക സമ്പ്രദായവും സ്വാംശീകരിച്ചു അവതരിപ്പിക്കുകയുണ്ടായി. ഉടലിനെ വ്യത്യസ്തങ്ങളായ, എന്നാൽ ദ്വന്ദാധിഷ്ഠിതമായ വേഷത്തിലൂടെയാണ് *അർദ്ധനാരി* ചിത്രീകരിക്കുന്നത്. വിനയൻ എന്ന കഥാപാത്രത്തിന്റെ സ്വത്വ പ്രതിസന്ധി അവതരിപ്പിക്കുന്ന ആദ്യ രംഗങ്ങളിൽ ജെൻഡർ ഫ്ളൂയിഡ് ശരീരവും വേഷവും നല്കിയിരിക്കുന്നു എന്നത് ശ്രദ്ധയാകർഷിക്കുന്നു. ഉടലിനേക്കാളേറെ ലൈംഗിക ചായ്വിനാണ് ട്രാൻസ് സ്വത്വ നിർമ്മിതിയിൽ ഈ സിനിമ പ്രാധാന്യം നല്കിയിരിക്കുന്നത്. *ഓടും രാജ ആടും റാണി* (2014) എന്ന മറ്റൊരു ചിത്രത്തിലും ജെൻഡർ ഫ്ളൂയിഡ് ആയ ശരീര നിർമ്മിതി കാണാനാവും. കരഗാട്ടം കലാകാരനായ തംബുരുവിന്റെ സ്ത്രൈണതയും പുരുഷത്വവും ഒന്ന് ചേർന്ന ലിംഗ തന്മ പക്ഷേ, *അർദ്ധനാരി*യിൽനിന്നും വ്യത്യസ്തമാണ്. *ചാന്തുപൊട്ട്* എന്ന സിനിമയിലെപ്പോലെ തംബുരുവും സിസ് ഹെറ്ററോ നോർമാറ്റിവ് പുരുഷന്മാരുടെ ആൾക്കൂട്ട ആക്രമണത്തിന് വിധേയമാക്കപ്പെടുന്നു. തംബുരുവിന്റെ ലിംഗവ്യക്തിത്വമാണ് ആ വ്യക്തിയുടെ ഉടൽ കാണാനുള്ള അവരുടെ കൗതുകത്തിനു ആക്കംകൂട്ടുന്നത്. കഥാന്ത്യത്തിൽ കൂവാഗം ട്രാൻസ്ജെൻഡർ ഉത്സവത്തിൽ സഹചാരികളോടൊപ്പം ചേരുന്ന തംബുരു പൂർണ്ണമായും സ്ത്രൈണതയെ ശരീരത്തിലും വേഷത്തിലും ആവാഹിച്ചിരിക്കുന്നതായി അവതരിപ്പിച്ചിരിക്കുന്നു.

മറ്റു രണ്ട് ചിത്രങ്ങൾ – *ഞാൻ മേരിക്കുട്ടി* (2018), *ആളൊരുക്കം*

(2018) സ്ത്രൈണതയെ അടിസ്ഥാനപ്പെടുത്തിയ ഉടൽ അല്ലെങ്കിൽ 'ട്രാൻസ് പെണ്ണുടൽ' ആണ് അവതരിപ്പിക്കാൻ ശ്രമിച്ചത്. ഇതിൽ വിമർശനകരമായ കാര്യം ഈ രണ്ടു കഥാപാത്രങ്ങളും സ്ക്രീനിൽ അവതരിപ്പിച്ചത് സിസ് പുരുഷന്മാരാണെന്നാണ്. മിനുസപ്പെടുത്തിയ തൊലിയും, ക്ഷൗരം ചെയ്ത, ചായം പൂശിയ മുഖവും സാരിയും ആഭരണങ്ങളും ക്ളീഷേ സ്ത്രൈണതയെ ട്രാൻസ് ഉടലിൽ അടയാളപ്പെടുത്തുന്നു. ഉടൽ സംബന്ധമായ കൗതുകവും ട്രാൻസ് ശരീരം എന്നാൽ ശസ്ത്രക്രിയയിലൂടെയുള്ള ലിംഗമാറ്റവുമാണ് എന്ന ധാരണയാണ് ഈ ചിത്രങ്ങൾ നല്കുക. എന്താണ് ട്രാൻസ് ഉടൽ എന്ന് കൃത്യമായി ഒരു വിവക്ഷ നല്കാൻ സാധിക്കാത്ത അവസരത്തിൽ ഇത്തരം പ്രതിനിധാനങ്ങൾ ഈ വിഷയത്തെ കൂടുതൽ പ്രശ്നത്തിലാക്കുന്നു, കാരണം ട്രാൻസ് വ്യക്തിത്വം എന്നാൽ കേവലം ഉടലിന്റെ സമസ്യയായി മാത്രം കാണാൻ സാധിക്കുന്നതല്ല. ഇതിനു കടകവിരുദ്ധമായി വരുന്നത് *ഉടലാഴം* (2019) എന്ന ചിത്രത്തിലെ ഗുളികൻ എന്ന ഇന്റർ സെക്സ് കഥാപാത്രമാണ്. ഗുളികൻ ട്രൈബൽ ട്രാൻസ്ജെൻഡർ വ്യക്തി എന്ന നിലയിലാണ് ചിത്രത്തിൽ അവതരിപ്പിക്കപ്പെടുന്നതെങ്കിലും മുണ്ട് - ഷർട്ട് എന്നിവയാണ് പ്രധാന വേഷം. സ്ത്രീകളെപ്പോലെ നീണ്ട മുടി ഇല്ലെങ്കിലും മാറിടം ഒരു സ്ത്രീയുടേതുപോലെ തോന്നിപ്പിക്കുന്നു. മറ്റു പുരുഷന്മാർ ധരിക്കുന്നതിൽനിന്നും വ്യത്യസ്തമായാണ് മുണ്ട് ധരിച്ചിരിക്കുന്നത്. പലരംഗങ്ങളിലും സ്ത്രീ ശരീരത്തിലേക്ക് മാറാനുള്ള അടക്കാനാവാത്ത അഭിവാഞ്ഛ ഈ കഥാപാത്രം വെളിപ്പെടുത്തുന്നു. ഇത്തരം ട്രാൻസ് ദൃശ്യവല്ക്കരണത്തിലെല്ലാം ഹെറ്ററോ നോർമാറ്റിവിറ്റി ഒരു റഫറൻസ് പോയിന്റായി കടന്നുവരുന്നതായി നമുക്ക് കാണാം.

ഇരട്ടജീവിതം (2017) എന്ന മറ്റൊരു ചിത്രത്തിലാകട്ടെ ഒരു ട്രാൻസ് പുരുഷന്റെ ശരീരം വിവക്ഷിക്കാനുള്ള ശ്രമമാണ് കാണുന്നത്. രേഖീയമല്ലാതെപോകുന്ന ഈ ചിത്രത്തിലെ ചില രംഗങ്ങളിൽ ട്രാൻസ് വ്യക്തിയുടെ ജെൻഡർ ഡിസ്ഫോറിക് (gender dysphoric) ആയ ബാല്യകാലവും പുരുഷനാകാനുള്ള ആഗ്രഹങ്ങളും പല പ്രവർത്തികളിലും പ്രതിഫലിക്കുന്നതായിക്കാണാം. ട്രാൻസ്പുരുഷൻ സിസ് പുരുഷന്മാരെപ്പോലെ ഷർട്ട് ധരിച്ചും മുണ്ടുമടക്കിക്കുത്തിയും കാലിന്മേൽ കാൽ കയറ്റിവെച്ച് ഇരുന്നും കായികശേഷി തെളിയിച്ചും തന്റെ പുരുഷഗുണം ഉടലിൽ വെളിവാക്കുന്നതായാണ് അവതരിപ്പിച്ചിരിക്കുന്നത്. ഒരു സിസ് സ്ത്രീയാണ് (cis woman) ട്രാൻസ് പുരുഷന്റെ ഉടൽ ഇപ്രകാരം സ്ക്രീനിൽ അവതരിപ്പിച്ചിരിക്കുന്നത് എന്ന കൗതുകവുമുണ്ട്. ട്രാൻസ് സ്ത്രീകൾ സിനിമകളിൽ ആൾക്കൂട്ട ആക്രമണത്തിന് വിധേയരാകുമ്പോൾ ചെറുത്തുനില്ക്കാൻ കഴിയാത്തവരായാണ് അവതരിപ്പിക്കപ്പെടുന്നതെങ്കിൽ ട്രാൻസ് പുരുഷൻ അവയെ സധൈര്യം നേരിടുന്നതായി ചിത്രീകരിച്ചിരിക്കുന്നു. ഇവയെല്ലാം ഹെറ്ററോ നോർമാറ്റിവിറ്റിയുടെ വാർപ്പുമാതൃകകളെത്തന്നെയാണ് ആവാഹിച്ചിരിക്കുന്നതെന്നു വിമർശനാ

ത്മകമായി വിലയിരുത്താം.

ഷോർട്ട് ഫിലിമുകളും ട്രാൻസ് ശരീരം എന്ന സമസ്യയെ ദൃശ്യവല്ക്കരിക്കാൻ ശ്രമങ്ങൾ നടത്തിയിട്ടുണ്ട്. സമീപകാലത്ത് റിലീസ് ചെയ്ത *ബൈനറി ഇറർ* (2022) എന്ന ഷോർട്ട് ഫിലിമിൽ ആദം ഹാരി എന്ന ട്രാൻസ് വ്യക്തി തന്റെ ആത്മാംശത്തെ അവതരിപ്പിച്ചിരിക്കുന്നു. ട്രാൻസ് പുരുഷനായ ആദത്തിന്റെ ശരീരം ഒരു പൊളിറ്റിക്കൽ ഒബ്ജക്റ്റ് ആയി മാറുന്നതായിക്കാണം. ശരീരം എങ്ങനെ എന്നുള്ള സമൂഹത്തിന്റെ ആകാംഷയേക്കാൾ ട്രാൻസ് വ്യക്തിത്വം എന്ത് എന്ന് പറഞ്ഞുവെക്കാനാണീ ചിത്രം ശ്രമിക്കുന്നത്. ഒരു ട്രാൻസ് വ്യക്തിതന്നെ ട്രാൻസ് കഥാപാത്രത്തെ സിനിമയിൽ അവതരിപ്പിക്കുന്നത് ട്രാൻസ് സംയോജിതത്തിന്റെ (trans inclusion) മികച്ച ഒരു സന്ദേശം കൂടെയാണ്.

ട്രാൻസ് ശരീരം എന്നാൽ എന്താണെന്ന് പറയാൻ ശ്രമിക്കുമ്പോൾ തന്നെ ലിംഗ വ്യക്തിത്വത്തെയും അതിന്റെ പ്രിവിലെജുകളെയുംകുറിച്ചുള്ള തെറ്റിദ്ധാരണകളെയും അഡ്രസ് ചെയ്യാൻ ശ്രമിച്ച *മൈക്ക്* (2022) എന്ന ചിത്രത്തെയും അടയാളപ്പെടുത്തണം. സിസ് പുരുഷന്റെ സാമൂഹിക അംഗീകാരവും പ്രിവിലേജുകളും സ്വന്തമാക്കുന്നതിനു തന്റെ സ്ത്രൈണശരീരം ഒരു തടസ്സമാകുന്നുവെന്നു മനസ്സിലാക്കുന്ന നായിക ശസ്ത്രക്രിയയിലൂടെ പുരുഷശരീരം സ്വന്തമാക്കാൻ ശ്രമിക്കുന്നു. എന്നാൽ മാറ്റേണ്ടത് തന്റെ ശരീരമല്ല, സമൂഹത്തിന്റെ കാഴ്ചപ്പാടുകളാണെന്നു തിരിച്ചറിയുമ്പോൾ ശസ്ത്രക്രിയ വേണ്ട എന്ന തീരുമാനം എടുക്കുന്നു. ട്രാൻസ് വ്യക്തികളിൽനിന്ന് തന്നെയും ഏറെ വിമർശനങ്ങൾ കേട്ട ചിത്രമാണെങ്കിൽപ്പോലും *ഉടൽ* എന്ന സമസ്യയെ സമീപകാല ജെൻഡർ പൊളിറ്റിക്സുമായി ചേർത്ത് നിർത്താൻ ഒരു പരിധി വരെ ഈ ചിത്രത്തിനായി എന്ന് കരുതാം.

ട്രാൻസ് ദൃശ്യത സാംസ്കാരിക ഇടങ്ങളിൽ

ട്രാൻസ് ഉടൽ ദൃശ്യതയുടെ രാഷ്ട്രീയ മാനങ്ങൾ കേവലം ചലച്ചിത്രങ്ങളിൽ മാത്രം ഒതുങ്ങിനില്ക്കുന്നവയല്ല. ക്വീർ പ്രൈഡ് പരേഡ്, ട്രാൻസ് ജെൻഡർ സൗന്ദര്യമത്സരങ്ങൾ, കൊല്ലം ജില്ലയിലെ കൊറ്റൻകുളങ്ങര അമ്പലത്തിലെ ചമയവിളക്കു ഉത്സവം എന്നിവയെല്ലാം തന്നെ കഴിഞ്ഞ കുറെക്കാലങ്ങളായി ട്രാൻസ് ദൃശ്യതയെ ഒരു യാഥാർത്ഥ്യമായി നിലനിർത്തുന്ന ചില ഇടങ്ങളാണ്. 2010 മുതൽ നടത്തപ്പെടുന്ന കേരള ക്വീർ പ്രൈഡ് പരേഡിൽ നിരവധി ട്രാൻസ് വ്യക്തികൾ പങ്കെടുക്കുന്നു. ഒരു ഹൈപ്പർ ജെൻഡേർഡ് സ്പേസ് ആയി മാറിക്കൊണ്ടിരിക്കുന്ന ഒന്നായാണ് സമീപകാല ക്വീർ പ്രൈഡ് പരേഡുകൾ സൂചിപ്പിക്കുന്നത്. ഉടലിനെ ദൃശ്യവല്ക്കരിക്കുന്നതിനും കമ്പോളവല്ക്കരിക്കുന്നതിനും ട്രാൻസ് വ്യക്തികൾക്കു കൂടെ അവസരം ലഭിക്കുന്നവിധത്തിലാണ് 2017–2018 കാലഘട്ടങ്ങളിൽ ക്വീൻ പരേഡുകൾക്കൊപ്പം പാശ്ചാത്യ മാതൃകയിൽ നടത്തിയ ട്രാൻസ് ഫാഷൻ ഷോ, സൗന്ദര്യ മത്സരങ്ങൾ

എന്നിവ ശ്രമിച്ചത്. എന്നാൽ ഇവയൊക്കെയും ഹെറ്ററോ നോർമാറ്റിവ് മൂല്യങ്ങളെ അടിസ്ഥാനമാക്കുന്നു എന്നത് ട്രാൻസ് വ്യക്തികളും സാമൂഹിക അംഗീകാരത്തിനായി അവരുടെ ഉടലിനെ സ്വയം മാറ്റിയെടുക്കാൻ നിർബ്ബന്ധിതരാവുന്നു എന്നതിലേക്ക് വെളിച്ചംവീശുന്നു. കൊറ്റൻ കുളങ്ങര അമ്പലത്തിൽ എല്ലാ വർഷവും നടക്കുന്ന ചമയവിളക്ക് ഉത്സവം ഒരു ഹൈപ്പർ ഫെമിനിൻ സ്പേസ് (hyper feminine space) ഉണ്ടാക്കിയെടുക്കുന്നു എന്ന നിലയിൽ പഠനാർഹമാണ്. ഒരു പ്രത്യേക വിശ്വാസപ്രകാരം അമ്പലത്തിലെ പ്രതിഷ്ഠയായ ദേവിയെ പ്രസാദിപ്പിക്കാനായി സിസ്ജെൻഡർ പുരുഷന്മാർ സ്ത്രീവേഷം ധരിച്ചു വിളക്കെടുക്കുന്നു. ട്രാൻസ് വ്യക്തികളും ഈ ഉത്സവത്തിൽ പങ്കെടുക്കാനെത്തുന്നുണ്ട്. ട്രാൻസ് വ്യക്തികളുടെ ദൃശ്യത നന്നേ കുറഞ്ഞിരുന്ന 2015 നും മുമ്പുള്ള വർഷങ്ങളിൽ ഈ ഉത്സവത്തെ തങ്ങളുടെ വ്യക്തിത്വം പൊതുവിടത്തിൽ പ്രദർശിപ്പിക്കാനുള്ള ഒരു അവസരമായിട്ടാണ് പല ട്രാൻസ് വ്യക്തികളും ഈ ഉത്സവത്തെക്കണ്ടിരുന്നത്. ചമയവിളക്ക് ഉത്സവത്തെ ഒരു 'ക്രോസ് ഡ്രസിങ് ഫെസ്റ്റിവൽ' എന്നോ 'ചമയ'/മേക്ക് അപ്പ് ഫെസ്റ്റിവൽ' എന്നോ വിളിക്കാവുന്നതാണെന്നു സമീപകാല കമ്പോളവല്ക്കരണം വ്യക്തമാക്കിത്തരുന്നു.

ഉപസംഹാരം

ട്രാൻസ് ശരീരം എന്നാൽ നിയതമായ ഹെറ്ററോ നോർമാറ്റിവ് മാതൃകയിൽ കാണാൻ ശ്രമിക്കുന്നത് പ്രശ്നമാവും. മറിച്ച് ഓരോ ട്രാൻസ് വ്യക്തിയും തനിക്ക് അഭികാമ്യമായ രീതിയിൽ ശരീരത്തെ സ്ത്രൈണമായോ പൗരുഷമായോ നോൺ – ബൈനറിയായോ ദൃശ്യമാക്കട്ടെ എന്ന് വേണം പ്രോത്സാഹിപ്പിക്കാൻ. 'ലിംഗം എന്നത് കേവലം കാലുകൾക്കിടയിലാണ് എന്ന മിഥ്യാധാരണയിൽനിന്നും വ്യത്യസ്തമായി അത് നിങ്ങളുടെ തലയ്ക്കുള്ളിൽ/മനസ്സിലാണ് ഉള്ളതെന്ന് മനസ്സിലാക്കുക' എന്ന ഒരു പോസ്റ്റർ കണ്ടത് ഓർക്കുന്നു. ഈ ലേഖനത്തിൽ പരാമർശിച്ച ചലച്ചിത്രങ്ങളും സാംസ്കാരിക–വിശ്വാസ ഇടങ്ങളുമെല്ലാം ലിംഗ വ്യക്തിത്വം എന്ന ആശയത്തെ ശരീരം എന്ന ടൂൾ ഉപയോഗിച്ച് ഹെറ്ററോ നോർമാറ്റിവ് ആയ ഒരു സമൂഹത്തിനുമുൻപിൽ അവതരിപ്പിക്കുമ്പോൾ വന്നു ചേരുന്ന പ്രശ്നങ്ങളെയാണ് ചൂണ്ടിക്കാണിക്കാൻ ശ്രമിച്ചത്. അതിൽത്തന്നെ ബഹുവിധമായ മാനങ്ങളുണ്ടെന്നുള്ളതും ഉൾക്കൊള്ളിക്കാൻ സാധിക്കാതെ പോയവയുമുണ്ടെന്നു വേണം മനസ്സിലാക്കാൻ. ഉടൽ ഒരു പ്രഹേളികയാണ്, ഒരിക്കലും പിടിതരാത്ത ഉത്തരം തരാത്ത അനേകം പ്രശ്നങ്ങളടങ്ങിയ ഒരു ദൃശ്യവസ്തു. തങ്ങളുടെ ശരീരം എങ്ങനെ ആയിരിക്കണമെന്ന് ട്രാൻസ് വ്യക്തികൾ തീരുമാനിക്കട്ടെ.

ഗ്രന്ഥസൂചി

Gender Affirmative Healthcare in Kerala A Preliminary Report. Compiled by Shilpa Menon for Queerala, an organisation for Malayali LGBTIQA+ Community. 2019. Accessed on 28 Nov. 2022 https://queerala.org/wp-content/uploads/2019/08/Gender-Affirmative-Care-in-Kerala_Aug2019-converted.pdf

GLAAD Media Reference Guide-10th Edition. October 2016.

Kuriakose, Anu. (Trans)forming Space: Construction and Contestation of Transgender

Identities in Selected Malayalam Films." Unpublished Ph.D Thesis. Indian Institute of Space Science and Technology Thiruvananthapuram, 2020.

Muraleedharan, Tharayil. Muraleedharan, Tharayil. "Shifting Paradigms: Gender and Sexuality Debates in Kerala." Economic and Political Weekly, vol. 49, no.17, 2014, pp. 70-78

Vijayarajamallika. *Mallikavasantham*. Green Books. 2020

പിതൃമേധാവിത്തത്തിലധിഷ്ഠിതമായ ലൈംഗിക ആക്രമണ സംസ്കാരം

അഡ്വ. ബിൻസി നാരകശ്ശേരി

"Punish rapists, not victims"

ഏറെ ചിന്തിപ്പിക്കുന്ന ഒരു വാചകമാണിത്. നിയമപരമായി ശിക്ഷിക്കപ്പെടുന്ന ലൈംഗിക കുറ്റവാളികൾ ഉള്ളിടത്ത് സാമൂഹികമായി ശിക്ഷിക്കപ്പെടുന്ന ഇരകൾ ഉണ്ടെന്നത് ഏറെ വേദനാജനകമായ വസ്തുത തന്നെയാണ്.

സ്ത്രീ സമൂഹത്തെ ബാധിക്കുന്ന ചില ചിന്തകളും അതിൽനിന്നുണ്ടാകുന്ന ചില ആശങ്കകളുമാണ് ഞാനിവിടെ പങ്കുവെക്കുന്നത്. നിയമരംഗത്തും മാധ്യമരംഗത്തും ചലച്ചിത്ര മേഖലകളിലും സാമൂഹിക മാധ്യമങ്ങൾ ഉൾപ്പെടെയുള്ള പൊതുവിടങ്ങളിലും ഇത് ഒരുപോലെ ബാധകമാണ്. ഇവിടെയെല്ലാം സ്ത്രീവിരുദ്ധത പ്രത്യക്ഷമായോ പരോക്ഷമായോ ആഘോഷിക്കപ്പെടുന്നു എന്നത് നമുക്ക് വ്യക്തമായി കാണാൻ സാധിക്കും. പ്രത്യേകിച്ച് സാമൂഹിക മാധ്യമങ്ങളിൽ വരുന്ന സ്ത്രീവിരുദ്ധ പ്രസ്താവനകൾ ശരീരത്തിനുപരിയായി ആദരവർഹിക്കുന്ന ഒരു വ്യക്തിത്വം സ്ത്രീക്കുണ്ടെന്ന് മറന്നുപോകുന്നതായി തോന്നുന്നു. ലൈംഗിക ആക്രമണങ്ങളെ ബന്ധപ്പെടുത്തി ഇക്കാലത്ത് നടക്കുന്ന ചർച്ചകൾ പെണ്ണുടലിനെ എങ്ങനെ പ്രതിനിധീകരിക്കുന്നുവെന്ന് വിശകലനം ചെയ്യേണ്ടതുണ്ട്. അത് കാലഘട്ടത്തിന്റെ അനിവാര്യത ആണ്, കാരണം സ്ത്രീ സുരക്ഷ രാജ്യം നേരിടുന്ന പ്രധാന വെല്ലുവിളികളിലൊന്നാണ്.

നമുക്ക് ഇന്നേറെ പരിചിതമായ ഒരു പ്രയോഗമാണ് ഇരയെ 'കുറ്റം പറയൽ' (Victim blaming). ഒരാളുടെ വസ്ത്രത്തിന്റെ തെരഞ്ഞെടുപ്പ്, പെരുമാറ്റം, രാത്രിയിലെ യാത്ര, ഇങ്ങനെയുള്ള വ്യക്തിപരമായ തെരഞ്ഞെടുപ്പുകൾ അവരെ ലൈംഗികമായി ആക്രമിക്കാനുള്ള ലൈസൻസ്

അല്ല. ഒരാളുടെ സ്വകാര്യതയിലേക്കുള്ള മാധ്യമങ്ങളുടെയടക്കം കടന്നുകയറ്റം അനുവദിക്കാൻ വയ്യ. ഉദാ: ഡൽഹിയിൽ നിർഭയ രാത്രിയിൽ ക്രൂരമായ ലൈംഗിക ആക്രമണത്തിന് വിധേയയായപ്പോൾ കുറ്റത്തെക്കുറിച്ചോ കുറ്റവാളിയെക്കുറിച്ചോ ചർച്ച ചെയ്യുന്നതിന് പകരം ആ രാത്രിയിൽ അവരെന്തിന് പുറത്തിറങ്ങി, അവരോടൊപ്പം ഉണ്ടായിരുന്ന ആൾ ആര്, അവരുടെ വസ്ത്രം എന്ത് എന്നിങ്ങനെ പോയി മാധ്യമ ചർച്ചകൾ. കുറ്റവാളിയേക്കാൾ ഇരകൾ സാമൂഹിക വിചാരണ നേരിടുന്ന അവസ്ഥ. ഈയടുത്ത് കേരളത്തിൽ വനിതാ മെഡിക്കൽ വിദ്യാർത്ഥിനികൾ രാത്രിയിൽ ഹോസ്റ്റലിൽ തിരികെ പ്രവേശിക്കുന്ന സമയം പുരുഷ മെഡിക്കൽ വിദ്യാർത്ഥികളുടേതിനൊപ്പം വേണമെന്നാവശ്യപ്പെട്ട് സമരം ചെയ്തപ്പോൾ സാമൂഹിക മാധ്യമങ്ങളിൽവന്ന ചർച്ചകളും പ്രസ്താവനകളും അങ്ങേയറ്റം സ്ത്രീ വിരുദ്ധവും ഇരകളെ കുറ്റം പറയുന്നവയുമാണ്. 'പഠിക്കാൻ വന്നവർക്ക് പകൽ പഠിച്ചാൽ മതിയല്ലോ, രാത്രി സമയത്ത് അശ്ലീല പ്രവർത്തനങ്ങൾ നടത്താനാണോ സമയം നീട്ടി ചോദിക്കുന്നത്' എന്ന് തുടങ്ങി സ്ത്രീ ശരീരത്തെ വെറും ലൈംഗിക വസ്തുവും പ്രസവയന്ത്രവും മാത്രമായി കാണുന്നതരം അഭിപ്രായ പ്രകടനങ്ങൾ ആണ് വന്നുകൊണ്ടിരുന്നത്! യഥാർത്ഥത്തിൽ ചർച്ചകൾ നീങ്ങേണ്ടിയിരുന്നത് അവരുടെ തെരഞ്ഞെടുപ്പുകളിലേക്കല്ല, മറിച്ച്, അവരുടെ സുരക്ഷ/സുരക്ഷിതമായി പൊതുവിടങ്ങൾ ഉപയോഗിക്കേണ്ടതിലേക്കല്ലേ?

നമ്മളിന്ന് നിരന്തരം കേൾക്കുന്ന മറ്റൊരു ആരോപണം സ്ത്രീകൾ അവരുടെ ഗുണത്തിനായി നിർമ്മിക്കപ്പെട്ടിരിക്കുന്ന നിയമങ്ങൾ ദുരുപയോഗം ചെയ്യുന്നുവെന്നാണ്. നിയമങ്ങൾ ജെൻഡർ ന്യൂട്രൽ ആവണമെന്നാണ് വ്യക്തിപരമായ അഭിപ്രായം. അങ്ങനെയെങ്കിൽ എല്ലാ വിഭാഗക്കാർക്കും വിവേചനമില്ലാതെ സംരക്ഷണം ലഭിക്കും. 'സ്വകാര്യ ചിത്രങ്ങൾ കാട്ടി പെൺകുട്ടിയെ ഭീഷണിപ്പെടുത്തി'– അടുത്ത കാലത്ത് വന്ന മാധ്യമ തലക്കെട്ടാണിത്. ഇത്തരമൊന്ന് ആർക്കും സംഭവിക്കാം. ഇവിടെ ശരീരം, സ്വകാര്യത എന്നിവ വിഷയങ്ങളായി വരുന്ന പ്രശ്നമായതിനാൽ പൊലീസ് ആ വ്യക്തിക്ക് ആവശ്യമായ സംരക്ഷണം കൊടുക്കണം. ഇതിൽ ബാധിക്കപ്പെട്ടിരിക്കുന്നത് ഒരു പെൺകുട്ടിയാണെങ്കിൽ സമൂഹം പ്രത്യേകമായി ജാഗരൂകരാകുന്നത് പെണ്ണുടലിനെയും ലൈംഗികതയെയും സംബന്ധിച്ച സമൂഹത്തിന്റെ സദാചാര കാഴ്ചപ്പാടുകൾകൊണ്ടാണ്. തന്റെ മുഖത്തോളം പ്രാധാന്യം തന്നെയാണ് തന്റെ ശരീരത്തിനും എന്ന് ചിന്തിച്ചാൽ സമചിത്തതയോടെ ഇത്തരം സാഹചര്യങ്ങൾ തരണം ചെയ്യാൻ കഴിയും.

നമ്മുടെ കോടതിമുറികൾ സ്ത്രീ സൗഹൃദ വിചാരണകൾക്ക് സാക്ഷ്യം വഹിക്കേണ്ടതുണ്ടെന്ന് ഒരു നിയമബിരുദം നേടിയ വ്യക്തി എന്ന നിലയിൽ എനിക്ക് പലപ്പോഴും തോന്നിയിട്ടുണ്ട്. ലൈംഗിക ആക്രമണങ്ങൾ നേരിട്ട സ്ത്രീകൾ വാക്കുകളാൽ വീണ്ടും വീണ്ടും റേപ്പ്

ചെയ്യപ്പെടുന്ന അവസ്ഥ പറഞ്ഞറിയിക്കാൻ വയ്യാത്തതാണ്. ഒരാൾ മറക്കാനാഗ്രഹിക്കുന്ന കാര്യങ്ങൾ ക്രൂരമായി വീണ്ടും ഓർമ്മിപ്പിക്കുന്നു. ഇത്തരം കേസുകളിൽ ചോദ്യങ്ങൾ ചോദിക്കുന്ന രീതി മാറണം. സ്ത്രീ സൗഹൃദ കോടതികൾ കാലഘട്ടത്തിന്റെ ആവശ്യമാണ്.

അടുത്തയിടെ ഒരു പെൺകുട്ടി തന്റെ സുഹൃത്തും ഡോക്ടറുമായ ഒരു വ്യക്തിയിൽനിന്നുണ്ടായ ലൈംഗിക ദുരനുഭവം എന്നോട് പങ്കുവെച്ചു. മാധ്യമങ്ങളിലൂടെ അത് പുറത്തുവിടാൻ ശ്രമിച്ചപ്പോൾ ഒരു മാധ്യമ പ്രവർത്തകൻ അവളോടിങ്ങനെ പ്രതികരിച്ചു: 'അത് സൗഹൃദത്തിനിടയിൽ സംഭവിച്ചതല്ലേ?' എനിക്ക് ആ മാധ്യമപ്രവർത്തകനോട് ചോദിക്കാനുള്ളതിങ്ങനെയാണ്: 'സൗഹൃദമെന്നത് എന്തും ചെയ്യാനുള്ള ലൈസൻസ് അല്ല. ഏതു തരം സൗഹൃദമായാലും 99 തവണ അനുമതി നല്കിയാലും നൂറാമത്തെ തവണ അനുമതിയില്ലെങ്കിൽ അത് തീർച്ചയായും ലൈംഗിക ആക്രമണം തന്നെയാണ്. 'Yes' എന്ന് പറഞ്ഞാൽ മാത്രമാണ് 'yes.' മറിച്ച്, 'ചീ' ആണെങ്കിൽ അത് 'no' തന്നെയാണ്.'

എന്റെ കോളേജ് പഠനകാലത്ത് ഒരു അദ്ധ്യാപകനിൽനിന്നും എനിക്കുണ്ടായ മാനഹാനിയും (a case of defamation) അതിനെത്തുടർന്നുണ്ടായ വിഷാദവും ഓർക്കുന്നു. പക്ഷേ, ഞാൻ വളരെ ശക്തമായി അതിനെതിരെ പൊതുവിടത്തിൽ പ്രതിഷേധിച്ചിരുന്നു. പിന്നീട് സമാന അനുഭവങ്ങളുള്ള പലരുമുണ്ടായിരുന്നവിടെ എന്നറിയാൻ കഴിഞ്ഞു. പക്ഷേ, അവരാരും പ്രതികരിക്കാൻ ധൈര്യപ്പെട്ടില്ല എന്ന് മാത്രം. അത് പോലെ കേരളത്തിലെ quizzing communityയിൽ നിന്നുമുണ്ടായ ദുരനുഭവം 'Quiz Man of Kerala' എന്ന് വാഴ്ത്തപ്പെടുന്ന ഒരു മഹാനെ സമീപിച്ച് അറിയിച്ചപ്പോൾ അയാളെന്റെ തുറന്നെഴുതലുകളെ കുറ്റപ്പെടുത്തുകയും ഇത്തരം ഡസൻ കണക്കിന് പരാതികൾ കിട്ടുന്നുണ്ടെന്നും പറഞ്ഞു. എന്റെ പരാതിയിൽ ഒട്ടും അത്ഭുതം തോന്നുന്നില്ല എന്ന് പറയുമ്പോഴുള്ള നിസ്സംഗ ഭാവം എന്നെ ഞെട്ടിച്ചുക്കളഞ്ഞു. നമ്മുടെ സമൂഹം സ്ത്രീ സൗഹാർദ്ദമല്ലാത്തതിനാൽ ലൈംഗിക ആക്രമണങ്ങളെ പ്രതിരോധിക്കാൻ ഒരു സേഫ്റ്റി പിൻ എങ്കിലും കുറഞ്ഞത് കൈയിൽ കരുതേണ്ടിവരുന്നത് വാസ്തവമാണ്. ഇതെഴുതുമ്പോഴും ഒരു സ്ത്രീ എവിടെയെങ്കിലും ആക്രമിക്കപ്പെട്ടുകൊണ്ടിരിക്കുകയാവും. ലൈംഗിക ആക്രമണത്തിന്റെ ഏറ്റവും മാരകമായ അവസ്ഥ എന്ന നിലയിൽ എന്നെ ഏറ്റവും ഞെട്ടിച്ചിട്ടുള്ളത് അരുണ ഷാൻബാഗിന്റെ കേസ് ആണ്. Aruna Ramachandra Shanbag Vs Union of India, നീണ്ട 42 വർഷത്തെ ദുരന്ത ജീവിതം. പോരാട്ടത്തിനൊടുവിൽ ഒരു മാധ്യമ പ്രവർത്തക വഴി അവർക്ക് ദയാവധം ലഭിച്ചു.

മല്ലിക സാരാഭായിയുടെ ഒരു ഇന്റർവ്യൂവിൽ അവർ ഇപ്രകാരം പറയുകയുണ്ടായി: നമ്മൾ ഒരു പെൺകുട്ടിയെയും ആൺകുട്ടിയെയും സമൂഹത്തിൽ വളർത്തുന്നത് രണ്ട് കാഴ്ചപ്പാടിലൂടെയാണ്. തന്റെ സഹോദരന് പിന്നാലെ മരം കയറാനൊരുങ്ങുന്ന സഹോദരി തടയ

പ്പെടുന്നു. അവൾ തിരിഞ്ഞുനിന്ന് മുതിർന്നവരോട് ചോദിക്കുന്നു, 'അവനു കയറാമെങ്കിൽ എനിക്കെന്തുകൊണ്ട് കയറിക്കൂടാ?' തുല്യ അവകാശങ്ങളെക്കുറിച്ചുള്ള ബോദ്ധ്യം ഈ ചോദ്യത്തിൽനിന്നും തുടങ്ങുന്നു. സ്ത്രീ ശരീരത്തെ ഒരു വിലങ്ങുതടിയായോ പ്രതിസന്ധിയായോ കാണുന്ന ചിന്തയിലാണ് ഇവിടെ പ്രശ്നം. ലൈംഗികമായി ആക്രമിക്കപ്പെട്ടതിനു ശേഷമുള്ള സ്ത്രീ ശാക്തീകരണമല്ല നമുക്ക് വേണ്ടത്. സ്ത്രീ ആക്രമിക്കപ്പെടുമ്പോൾ അതിനെതിരെ ബോധവല്ക്കരിക്കേണ്ടത് സ്ത്രീകളെയല്ല, പുരുഷന്മാരെയാണ്. പുരുഷൻ പ്രതിയോഗിയല്ല, സ്ത്രീ-പുരുഷ സൗഹാർദ്ദമുള്ള വ്യവസ്ഥിതിയും ചട്ടങ്ങളുമുള്ള സമൂഹമാണ് നിർമ്മിക്കപ്പെടേണ്ടത്.

സ്ത്രീയെ ലൈംഗിക വസ്തുവായി മാത്രം കാണുന്നതുകൊണ്ടുണ്ടായ ഒട്ടനവധി റാപ്പ് കേസുകളുണ്ട്, ഏതൊരു സ്ത്രീയെയും അവ ഭയപ്പെടുത്തും. സൈബെറാബാദ് റാപ്പ് കേസ് നടക്കുന്ന സമയത്തു ഞങ്ങൾ ഹരിയാനയിൽ ഒരു ഇന്റർനാഷണൽ കൾച്ചറൽ ഫെസ്റ്റിവലിൽ സംബന്ധിക്കുകയായിരുന്നു. ആദ്യം ഈ വാർത്ത കേട്ടപ്പോൾ ഞങ്ങൾ തകർന്നുപോയി, പിന്നീട് ഊർജ്ജം വീണ്ടെടുത്തപ്പോൾ ഈ പരിപാടി ആ ഇരയ്ക്കായി ഡെഡിക്കേറ്റ് ചെയ്തുകൊണ്ട് 'Hershield' എന്നൊരു പരിപാടി ആവിഷ്കരിച്ചു; കളരിയഭ്യാസത്തിലൂടെ സ്ത്രീകളെ ശാക്തീകരിക്കുക. നിർഭയയെ 'ഇന്ത്യയുടെ മകൾ' എന്ന് വാഴ്ത്തിയ കാലഘട്ടത്തിൽ ഞാനൊരു നിയമവിദ്യാർത്ഥിയായിരുന്നു. ഞങ്ങളുടെ കലാലയത്തിൽ നിർഭയയ്ക്കുവേണ്ടി ഡെഡിക്കേറ്റ് ചെയ്തുകൊണ്ട് ഒരു പരിപാടി നടത്തിയപ്പോൾ അതിനെ പരിഹസിച്ച ഹിപ്പോക്രൈറ്റുകളായ പുരുഷന്മാരെ ഓർക്കുന്നു.

അടുത്ത കാലത്തു വന്ന ഒരു കോടതി വിധിയിൽ ലൈംഗികമായി ആക്രമിക്കപ്പെട്ട വ്യക്തിയെ ഇഷ്ടമാണെന്നും അവരെ വിവാഹം കഴിക്കണമെന്നും ആ കേസിലെ പ്രതി കോടതിയിൽ പറയുകയും ആ കേസിലെ വിധിയെത്തന്നെ അത് സ്വാധീനിക്കുകയും ചെയ്തു. ഒരു സ്ത്രീയുടെ ശരീരത്തിൽ അവളുടെ അനുമതിയില്ലാതെ നടന്ന വലിയൊരു ക്രൂരകൃത്യം എങ്ങനെ ലഘുവായി കാണാനാകും? അവൾ നടത്തിയേക്കാവുന്ന വിവാഹസമ്മതം മറ്റു നിർബ്ബന്ധങ്ങളാലല്ലെന്നു എങ്ങനെ വിശ്വസിക്കാനാവും? എത്ര പെട്ടെന്നാണ് വിവാഹം കഴിക്കും എന്നുള്ള ഉറപ്പിലൂടെ അത് കുറ്റകൃത്യമല്ലാതാവുന്നത്! യാഥാസ്ഥിതികരായ ഒരു കൂട്ടം ആളുകൾ നിറഞ്ഞ നിയമവ്യവസ്ഥയ്ക്ക് ഇന്ന് സ്ത്രീകൾ നേരിടുന്ന പ്രശ്നങ്ങൾക്കു പരിഹാരം കാണൽ അസാദ്ധ്യമാണ്. ഓരോ ലൈംഗിക ആക്രമണ കേസുകൾക്കും ശേഷം വരുന്ന മാധ്യമവാർത്തകളും ചർച്ചകളും തന്നെ ശ്രദ്ധിച്ചു നോക്കൂ, അവ എത്രത്തോളം ഇരയോട് ചേർന്ന് നില്ക്കും? മല്ലിക സാരാഭായി പറഞ്ഞതുപോലെ ജെൻഡർ വിവേചനമില്ലാതെ കുട്ടികളെ വളർത്തിയാൽ ഒരുപക്ഷേ, സമൂഹത്തിനു മാറ്റം വന്നേക്കാം.

സ്ത്രീയെ ലൈംഗിക വസ്തുവായി മാത്രം കാണുന്ന സംസ്കാരം പിതൃമേധാവിത്ത വ്യവസ്ഥിതിയുടെ ഉല്പന്നമാണ്. ഇരയെ കുറ്റം പറയുന്നതും ഒറ്റപ്പെടുത്തുന്നതും പരിഷ്കൃത സമൂഹത്തിനു ചേർന്നതല്ല. ഇക്കാലത്ത് സാമൂഹിക മാധ്യമങ്ങളിലൂടെയുള്ള metoo movement, women have legs movement എന്നിവ ലൈംഗിക ആക്രമണങ്ങൾക്കെതിരെയുള്ള സ്ത്രീകളുടെ കൂട്ടായുള്ള പ്രതിരോധങ്ങളാണ്. 2017 ൽ തൊഴിലിടത്തിൽനിന്നും മടങ്ങുമ്പോൾ ആക്രമണം നേരിട്ട മലയാള സിനിമ നടിക്ക് പിന്തുണ അറിയിച്ചുകൊണ്ട് രൂപപ്പെട്ട വുമൺ ഇൻ സിനിമ കളക്റ്റീവ് പോലുള്ള സംഘടനകൾ പ്രതീക്ഷ നല്കുന്നു. പക്ഷേ, ഇത്തരം കേസുകളിൽ നീതി ലഭിക്കാനുള്ള താമസം ഏതൊരു അതിജീവിതയെയും നിരാശയിലേക്കു തള്ളിവിടാവുന്നതാണ്. നീതിപീഠവും നിയമപാലകരും പൊതുസമൂഹവും അതിൽ പങ്കാളികളാണ്.

തിരുത്തപ്പെടേണ്ട സ്ത്രീ വിരുദ്ധ നിലപാടുകൾ ഒരുപാടുണ്ട് നമ്മുടെ പിതൃമേധാവിത്ത സംസ്കാരത്തിൽ. മാധ്യമ–നിയമ രംഗങ്ങളിൽ പ്രത്യേകിച്ച് ശരീരത്തിലുപരിയായി ആദരവർഹിക്കുന്ന ഒരു വ്യക്തിത്വം സ്ത്രീക്കുണ്ടെന്ന് വീണ്ടും വീണ്ടും ഓർമ്മപ്പെടുത്തേണ്ടിവരുന്നു. നമ്മുടെ പൊതുവിടങ്ങൾ ലിംഗതന്മയ്ക്കുപരിയായ സൗഹാർദ്ദ ചിന്തകൾ പ്രോത്സാഹിപ്പിക്കണം.

നാടൻ പാട്ട്, നോവൽ, സിനിമ എന്നിവ യിലെ ദളിത് സ്ത്രീ ശരീരങ്ങളുടെ അവതരണവും രാഷ്ട്രീയവും

സജ്ന എൻ

'ദളിത്' എന്നത് ഒരു ജീവിതാവസ്ഥ ആണ്, അത് ഏതെങ്കിലും ഒരു പ്രത്യേക ജാതിയെക്കുറിക്കുന്ന പദമല്ല. ജാതി-വർണ്ണവ്യവസ്ഥ തകർത്തെറിഞ്ഞ ഇന്ത്യൻ സാമൂഹിക വ്യവസ്ഥിതിയിൽ, ജനത്തെ മാത്രം അടിസ്ഥാനപ്പെടുത്തി നിർവ്വചിക്കപ്പെട്ട്, സാമൂഹിക പദവിയിൽ നിന്നും അധികാരത്തിൽനിന്നും മാറ്റി നിർത്തപ്പെട്ട, താഴെ തട്ടിലേക്ക് എറിയപ്പെട്ടവരെ കുറിക്കുന്ന പദമാണിത്. ദളിത് എന്ന പദം ഒരു സമുദായത്തോട് ചേർത്ത് ആദ്യമായിട്ട് ഉപയോഗിച്ചത് മഹാത്മാ ജ്യോതിബ ഫുലെ ആയിരുന്നു. ദളിത് എന്ന പദം ആദ്യമായി പട്ടികജാതി വിഭാഗത്തെ സൂചിപ്പിക്കാൻ ഉപയോഗിച്ചത് അംബേദ്കർ ആണ്. ജാതിയെ വിശകലനം ചെയ്യുമ്പോൾ അദ്ദേഹം 'അയിത്തജാതിക്കാർ' അഥവാ 'അസ്പൃശ്യർ' എന്നീ വാക്കുകൾ ഉപയോഗിച്ചിരുന്നു. ഗാന്ധിജി 'ഹരിജൻ' എന്ന പദം ആണ് ഉപയോഗിച്ചത്. സൈമൺ കമ്മീഷൻ വ്യത്യസ്ത സംസ്കാരങ്ങളിലുള്ള ഒരു പറ്റം അവർണ്ണ ജാതികളെ ഏകീകരിച്ച് പട്ടികപ്പെടുത്തുകയും 1935 ലെ ഗവൺമെന്റ് ഓഫ് ഇന്ത്യ ആക്ടിൽ ഈ പദം ഔദ്യോഗികമായി രേഖപ്പെടുത്തുകയും ചെയ്തു.. ഈ തരത്തിലുള്ള ഒരു പേര് ഈ ജനത സ്വയമേ സ്വീകരിച്ചത് അല്ല എന്നതു കൂടി നമ്മൾ ഓർക്കേണ്ടതുണ്ട്.. ദളിത് ഒരു ജാതി അല്ല, മറിച്ച് ഒരു തിരിച്ചറിവാണ്. ദളിത് എന്നത് ഒരു പദവി ബോധമാണ്. ഒരേസമയം ജാതി വിരുദ്ധതയും സ്വയംബോധവും ആണിത്. ഓരോരുത്തരുടെയും നിരന്തര വ്യക്തി പ്രകടനങ്ങൾ പോലും ജാതി അടിസ്ഥാനത്തിൽ ആണ് എന്ന് തിരിച്ചറിയാൻ കഴിയാത്ത വിധം അന്തർല്ലീനമായാണ് നമുക്കിട യിൽ ജാതി പ്രവർത്തിക്കുന്നത്.

പുരുഷാധിപത്യ വ്യവസ്ഥിതിയിൽ ജാതിവ്യവസ്ഥ നിലനില്ക്കുന്ന

തിനുള്ള ശക്തമായ മാർഗ്ഗങ്ങളാണ് സ്ത്രീകളെ കൃത്യമായി നിയന്ത്രിച്ചിരുന്നതും ജാതി ചിട്ടകൾ പാലിക്കേണ്ടിവരുന്നതും. ഉന്നത ജാതിക്കാരായ പുരുഷന്മാരുടെ ബഹുമാന്യതയും പദവിയും സംരക്ഷിക്കുന്നവരായാണ് സവർണ്ണ സ്ത്രീകളെ കണക്കാക്കുന്നത്. ഭാര്യ, അമ്മ, കന്യക എന്നീ നിലകളിലുള്ള സ്ത്രീപങ്കാളിത്തമാണ് വേദകാലം മുതല്ക്കേ സ്ത്രീകൾക്കായി നിർണ്ണയിക്കപ്പെട്ടിരുന്നത്. അത് തികച്ചും പുരുഷാധിഷ്ഠിത വ്യവസ്ഥിതിയിൽ നിന്നുകൊണ്ടുള്ളതാണ്. സ്ത്രീ ലൈംഗികതയ്ക്കു മേൽ ഏർപ്പെടുത്തിയിരുന്ന കഠിനമായ നിയന്ത്രണങ്ങൾ പുരുഷാധിപത്യ സമൂഹത്തിന് മേല്ക്കോയ്മ കൂട്ടുന്നതിന് സഹായകരമായി. പുരുഷാധിപത്യ വ്യവസ്ഥിതി സവർണ്ണ സ്ത്രീകളുടെ ലൈംഗികതയ്ക്കുമേൽ കനത്ത വിലക്കുകൾ കൊണ്ടുവരികയും ചാരിത്ര്യം, പാതിവ്രത്യം എന്നുള്ളത് അനുഷ്ഠാന ആചാരമായി മാറുകയും ചെയ്തു. ജാതി ആചാരങ്ങളെയും സ്വജാതിയിൽനിന്ന് വിവാഹം നിലനിർത്തുന്നതിനുമുള്ള ഏറ്റവും പ്രായോഗികമായ വഴിയായിരുന്നു ജാതിയിൽനിന്നും പുറത്താക്കുക എന്നുള്ളത്. ഒരു ദളിത് അവർണ്ണ സ്ത്രീയുടെ ജീവിതം ഒരിക്കലും ഇപ്രകാരം ഒതുങ്ങി നില്ക്കുന്നതായിരുന്നില്ല. സാമ്പത്തിക സാമൂഹിക കാർഷിക ഉല്പാദന പ്രക്രിയയിൽ കൃത്യമായി അവർ പ്രവർത്തിച്ചിരുന്നു. സാമൂഹിക അംഗീകാരം നല്കാതെ അദ്ധ്വാനിക്കുന്ന, എളുപ്പത്തിൽ വിധേയയാകുന്ന ഒരുവളെന്ന ലേബൽ ആണ് പൊതുസമൂഹം ചാർത്തി നല്കിയിരുന്നത്. സ്ത്രീകളുടെ ലിംഗപദവി സാമൂഹിക ജാതീയ പിന്നോക്കാവസ്ഥയിൽ അടിസ്ഥാനപ്പെടുത്തി നിർമ്മിച്ചതായിരുന്നു. അവരുടെ വീക്ഷണത്തിൽ കീഴാള സ്ത്രീകൾക്ക് യാതൊരു അവകാശങ്ങളും കുലീനതയും ഉണ്ടായിരുന്നില്ല. മാത്രമല്ല, അവർ ഹൈന്ദവ മാനദണ്ഡങ്ങൾക്ക് അധീന ആയിരുന്നുമില്ല അതുകൊണ്ടുതന്നെ കന്യക, കുടുംബിനി, പതിവ്രത എന്നിങ്ങനെ സ്ത്രീ സ്വഭാവങ്ങളെ മഹത്ത്വവല്ക്കരിക്കുന്ന പദങ്ങൾ ഒന്നും തന്നെ അവരുമായി ചേർന്നിരുന്നില്ല. സവർണ്ണ സ്ത്രീകളെ തറവാട്ടമ്മ എന്ന് വിളിക്കുമ്പോൾ കീഴാള സ്ത്രീ ചന്തപെണ്ണായി മാറുകയാണ്. സ്ത്രീകളുടെമേൽ പാതിവ്രത്യ ആചാരം ഇല്ല എന്നതും അവർ തൊഴിൽ ഉല്പാദന മേഖലയിൽ ഗണ്യമായ പങ്കുവഹിക്കുന്നു എന്നുള്ളതും ആദരണീയമായി അവരെ കണക്കാക്കാനുള്ള ഘടകങ്ങൾ ആയിരുന്നില്ല.

ദളിത് സാഹിത്യം

ദളിത് സാഹിത്യം വികസിച്ചുവന്ന കാലഘട്ടത്തിൽ ജാതിവരേണ്യത, ചൂഷണം, വിവേചനം എന്നിവയായിരുന്നു പ്രധാന ചിന്താധാരകൾ. ദളിത് ഇതര എഴുത്തുകാരിലൂടെ ദളിത് ജീവിതങ്ങൾ ദൃശ്യമാകുന്നുണ്ടായിരുന്നു. തൊണ്ണൂറുകളിലാണ് ദളിത് സാഹിത്യസൃഷ്ടികൾ ശക്തമായ ചർച്ചകൾക്ക് വിധേയമാകുന്നത്. ദളിത് സ്ത്രീകളുടേതായി പറയത്തക്ക സാഹിത്യരചനകൾ ഒന്നുംതന്നെ കണ്ടിരുന്നില്ല. ദളിത്

സ്ത്രീകൾ അക്കാലത്ത് ദൃശ്യവല്ക്കരിക്കപ്പെട്ടിരുന്നില്ല. നാടൻ പാട്ടുകളിലും കവിതകളിലും ആത്മകഥയിലും ഒഴിച്ചുനിർത്തിയാൽ എല്ലായിടത്തും അവർ അദൃശ്യർ ആയിരുന്നു. സവർണ്ണ സ്ത്രീകൾ ജാതിപേരുകളിൽ അറിയപ്പെട്ടപ്പോൾ അവർണ്ണ സ്ത്രീകൾ പുലച്ചി, പറച്ചി, വണ്ണാത്തി, നായടിച്ചി, പണിച്ചി എന്നിങ്ങനെയും തൂറി, കോപ്പി, ചാഴി, ചേര തുടങ്ങിയ പുഴു, ക്ഷുദ്ര ജീവികളുടെ പേരുകളിലുമാണ് അറിയപ്പെട്ടിരുന്നത്. ചെങ്ങന്നൂരാതി, ഇടനാടൻ പാട്ട് എന്നിവയിലെല്ലാം ദളിത് സ്ത്രീകളെക്കുറിച്ച് പരാമർശമുണ്ട്. മണ്ണിനോട് ഇവർക്കുള്ള ബന്ധവും അവരുടെ അദ്ധ്വാനവും കണക്കിലെടുത്ത് മണ്ണിൽനിന്ന് വേർതിരിക്കാതെ അവരുടെ സാമൂഹിക അസ്ഥിത്വം മണ്ണിനോടൊപ്പം കൈമാറ്റം ചെയ്യാവുന്ന ഉപകരണമായാണ് പ്രവർത്തിച്ചുകൊണ്ടിരുന്നത്. മനുഷ്യന്റെ വികാരങ്ങളും സുഖദുഃഖങ്ങളും തനതായ താളത്തിൽ നാടൻ പാട്ടുകൾ ആവഹിച്ചിരുന്നു. ജാതി നല്കിയ അയിത്തം ലൈംഗിക പീഡനം, കൊലപാതകം, വിശപ്പിന്റെ വിളികൾ തുടങ്ങിയവ മുഴങ്ങുന്ന ഒട്ടനവധി പാട്ടുകൾ പില്ക്കാലത്ത് രേഖപ്പെടുത്തിയിട്ടുണ്ട്. ഒരു ദളിത് സ്ത്രീ അവളുടെ സ്വകാര്യ ജീവിതത്തിലും സുരക്ഷിത ആയിരുന്നില്ല. സാമ്പത്തിക കാർഷികോല്പാദന പ്രക്രിയയിൽ വ്യാപൃത ആയിരിക്കുമ്പോഴും മറ്റ് സമൂഹത്തിലെ സ്ത്രീകളെപ്പോലെ മിച്ചംവെക്കാൻ ഒരു സമയം അവർക്കുണ്ടായിരുന്നില്ല. കറുത്ത സ്ത്രീകളെ കാമ പൂർത്തിക്കും സന്തോഷത്തിനുംവേണ്ടിയുള്ള ഉപകരണങ്ങളായാണ് കണ്ടിരുന്നത്. അവരുടെ അദ്ധ്വാനശേഷി ഉപയോഗിക്കുന്നതിനുപുറമേ അവരെ ശാരീരിക ചൂഷണത്തിനും വിധേയരാക്കിയിരുന്നു. സ്ത്രീ ആസ്വദിക്കപ്പെടാനുള്ളതാണ് എന്ന ഈ ബ്രാഹ്മണിക സങ്കല്പം കേരളത്തിൽ അനുഭവവേദ്യമാകുന്നത് നാടൻപാട്ടുകളിലൂടെയാണ്. ഈ നാടൻ പാട്ടുകൾ ഒരുകാലത്ത് ഒരു ജനത അനുഭവിച്ചിരുന്ന ക്രൂരതകളുടെ കണക്കാണ്. തന്റെ ശരീരത്തെ, അദ്ധ്വാനത്തെ, ചൂഷണം ചെയ്യുന്ന ജന്മിയെ വെല്ലുവിളിക്കുന്നതാണ് മിക്ക നാടൻപാട്ടുകളുടെയും ഇതിവൃത്തം.

'നീലിയമ്മ തോറ്റം' വ്യഭിചാര കുറ്റം ആരോപിച്ചു കുഞ്ഞു നീലി എന്ന സ്ത്രീയെ തമ്പ്രാനും തുറക്കാരും ബലികൊടുക്കാൻ ആവശ്യപ്പെടുമ്പോൾ സത്യാവസ്ഥ ബോദ്ധ്യപ്പെടുത്തി നീലി മരിക്കുന്നതാണ്. പൂമാതെ പൊന്നമ്മ നാടുവാഴിയുടെ ഇംഗിതത്തിന് വഴങ്ങാതിരുന്ന പുലയത്തി പൊന്നമ്മയെ പിഴച്ചുവെന്നാരോപിച്ച് ചുട്ടുകൊല്ലുന്നതാണ്. മുലയും തലയും കരിക്കപ്പെട്ട പുലയസ്ത്രീ സവർണ്ണ പുരുഷാധിപത്യത്തെയാണ് അടയാളപ്പെടുത്തുന്നത്. മിക്ക പാട്ടുകളിലും പുലയന് അയിത്തം കല്പിച്ച് മാറ്റിനിർത്തുമ്പോഴും, പെണ്ണുങ്ങളെ പായ വിരിക്കാൻ ക്ഷണിക്കുന്നതും, അതിൽ അവരുടെ നിസ്സഹായതയും വ്രണപ്പെടുന്ന അഭിമാനബോധവും കാണാം. ദളിത് സ്ത്രീ തന്റെ ശരീരത്തിന്റെയും ലൈംഗികതയുടെയും മേൽ സ്ഥാപിക്കുന്ന അഭിമാനബോധം നാടൻ പാട്ടുകളിൽ ശക്തമായി അടയാളപ്പെടുത്തിയിട്ടുണ്ട്:

അന്തിയായാൽ പുഞ്ചക്ക്
നീര് തേവി കൂട്ടണം
പുഞ്ച നീര് നനക്കുമ്പോൾ
പുള്ള പീച്ചി കൂട്ടുമ്പോൾ
ഞാനയഞ്ഞ മാടത്തെ
പായിലങ്ങ് കിടക്കണ്

ഒരു ദളിത് സ്ത്രീയുടെ ജീവിത നേർക്കാഴ്ചയാണ് ഈ വരികൾ. കായികാദ്ധ്വാനത്തിനപ്പുറം അന്തിയായാലും വിശ്രമമില്ലാത്ത ജോലി ഭാരവും കുഞ്ഞിന്റെ കരച്ചില് കേൾക്കുമ്പോൾ പോലും ഒന്നും പ്രതി കരിക്കാൻ ആവാതെ തമ്പുരാന്റെ കൂടെ പായയിൽ ആണെന്ന് ആത്മനിന്ദയോടെയാണ് അവൾ ഓർക്കുന്നത്. അപമാനിക്കപ്പെടുന്ന സ്ത്രീ ശരീരങ്ങളുടെ കഥയാണ് മിക്ക നാടൻ പാട്ടുകളിലൂടെയും ഇതി വൃത്തം.

പൂമാതൈ പൊന്നമ്മ 1952 ൽ ടി എച്ച് കുഞ്ഞിരാമൻ നമ്പ്യാർ ആണ് ആദ്യമായി ശേഖരിച്ച് പ്രസിദ്ധീകരിക്കുന്നത്. കുഞ്ഞിരാമൻ നമ്പ്യാർ തന്നെ ഈ പാട്ട് കഥാപ്രസംഗ രൂപത്തിൽ നൂറുകണക്കിന് വേദികളിൽ 1950–90 കാലഘട്ടത്തിൽ അവതരിപ്പിച്ചു പ്രചരിപ്പിച്ചു. കെ പി കുമാരൻ സംവിധാനം ചെയ്ത *തോറ്റം* എന്ന സിനിമ പൂമാതൈ പൊന്നമ്മയെ അടിസ്ഥാനമാക്കിയുള്ളതാണ്. വടക്കൻപാട്ടിലെ ഒരു വീരവനിതയാണ് പൂമാതൈ പൊന്നമ്മ. പുലയ സമുദായത്തിൽ പിറന്ന പൂമാതൈ പൊന്ന മ്മയോട് തമ്പുരാനായ കടലുംകര നാടുവാഴി ശരീരം ആവശ്യപ്പെടുന്നു. അവൾ വഴങ്ങുന്നില്ല. പ്രലോഭനത്തിനും ഭീഷണിക്കും ഒന്നും വഴങ്ങാത്ത അവൾക്കെതിരെ നാടുവാഴി ഗൂഢാലോചന നടത്തുന്നു. കാലിമേയ്ക്കാൻ വന്നവരുമായി പൂമാതൈ ശരീരബന്ധത്തിലേർപ്പെട്ടു എന്ന അപവാദം നാട്ടിലാകെ പ്രചരിപ്പിക്കുന്നു. ഇത് വിശ്വസിച്ച ഗോത്രം അവളെ ഗോത്ര ശിക്ഷയ്ക്ക് വിധേയയാക്കുന്നു. പൂമാതൈയുടെ തലയും മുലയും കരിക്കണം എന്ന് വിധിക്കുന്നു. ഇത്തരത്തിൽ, ദളിത് സ്ത്രീ ശരീരങ്ങളെ അവരുടെ അദ്ധ്വാന ശേഷിക്കപ്പുറത്തേക്ക് ശാരീരിക ചൂഷണത്തിനും കടുത്ത പീഡനത്തിനും ഇരയാക്കുന്നുവെന്ന് സൂചിപ്പിക്കുന്ന നിരവധി നാടൻ ശീലുകൾ കാണാം.

വളരെ ചുരുക്കം നോവലുകൾ മാത്രമാണ് ദളിത് പ്രമേയം ആക്കി എഴുതപ്പെട്ടിട്ടുള്ളത്. 'ആദ്യകാല മലയാള നോവൽ' എന്നറിയപ്പെട്ട *ഘാതകവധം* (The Slayer Slain 1859) മിസിസ് കോളിൻസ് എഴുതാൻ ആരംഭിക്കുകയും 1864 ൽ അവരുടെ മരണശേഷം മിസ്റ്റർ കോളിൻസ് അത് പൂർത്തിയാക്കുകയും ചെയ്തു. 1877 ൽ പുറത്തിറങ്ങിയ മലയാള പരിഭാഷ ദളിതരുടെ ജീവിതാവസ്ഥ വിശകലനം ചെയ്യുന്നു. വിദ്യാഭ്യാസത്തിനും വഴിനടക്കാനുമുള്ള അവകാശത്തിനുമായി ക്രിസ്തുമതത്തിലേക്ക് വഴിമാറിയ പുലയർ ഞായറാഴ്ച പ്രാർത്ഥനാ

ദിനമായി അനുവദിക്കുന്നതിനായി നടത്തുന്ന പ്രയത്നങ്ങളും തന്മൂലമുണ്ടാകുന്ന പ്രശ്നങ്ങളിൽപ്പെട്ട് ഒരു കുഞ്ഞ് മരിക്കുന്നതുമാണ് കഥ. മലയാള നോവൽ സാഹിത്യത്തിലെ ആദ്യത്തെ രക്തസാക്ഷി കൂടിയാണ് ആ കുഞ്ഞ്. കരയാൻ പോലും ശേഷിയില്ലാതെ, പ്രതികരിക്കാൻ ശേഷിയില്ലാത്ത അടിമ ജീവിതം നയിക്കുന്ന ദളിത് സ്ത്രീകളെ നോവൽ അടയാളപ്പെടുത്തുന്നു.

ആർച്ച് ഡീക്കൻ കോശിയുടെ *പുല്ലേലി കുഞ്ചു* എന്ന നോവൽ 1882 ലാണ് എഴുതപ്പെട്ടത്. അടിമകളെപ്പോലെ ജീവിക്കുന്ന ദളിത് സമൂഹവും ക്രിസ്തുമതം സ്വീകരിച്ചതുമൂലം രണ്ടാം കിടക്കാര് ആകുന്ന ദളിത് സമൂഹവും ദളിത് സ്ത്രീയുടെ ജീവിത നേർക്കാഴ്ചയുമായി നോവലിനെ യഥാർത്ഥവല്ക്കരിക്കുന്നു.

ഞങ്ങളെ കണ്ടയുടനെ കടുവയെ കണ്ട പശുക്കളെപ്പോലെ എല്ലാം കൂടെ വിരണ്ടും നിലവിളിച്ചുംകൊണ്ടു തിരിച്ചോടി. പിടിച്ചോളിൻ എന്ന് ഭട്ടേരി കല്പിച്ചു. പപ്പു മുതൽ പേരും പിറകേ എത്തി. ആ പുലയരിൽ എട്ടൊൻപതുമാസം ഗർഭമുള്ള പുലയി ഉണ്ടായിരുന്നു. അവളും ചില കിടാങ്ങളും പിറകായിപ്പോയി. അടിയോട്ടിൽ പപ്പു ഓടിച്ചെന്ന ചെലവിൽ ഒരു പുലയക്കിടാവിനെ തൂക്കിയെടുത്തു ആ പുലയിയുടെ പുറത്തടിച്ചു. അതിനോടെ അവർ വയറും തല്ലി കമിഴ്ന്നുവീണു. ഉടനെ പ്രസവവും കഴിഞ്ഞു.... ശേഷം പുലയരിൽ കൈയിൽ കിട്ടിയതിനെയൊക്കെ അവർ നുറുങ്ങെ നല്കി. നാലഞ്ചുകിടാങ്ങളെ എടുത്ത് കാട്ടിലേക്കെറിഞ്ഞു. ചുമടു ഇട്ടും കളഞ്ഞു ഓടിപ്പോയവരെ മാത്രം പിടികിട്ടിയില്ല. അവരുടെ നെല്ലെല്ലാം പപ്പുവും കൂട്ടരും തട്ടിത്തൊഴിച്ച് കാട്ടിൽ ചീന്തിക്കളഞ്ഞു.

ഗർഭിണിയായ പുലയ സ്ത്രീയെ മർദ്ദിക്കുന്ന കാഴ്ച ദളിത് സ്ത്രീകളുടെ ഭീതിജനകമായ ജീവിതാവസ്ഥ രേഖപ്പെടുത്തുന്നുണ്ട്. ക്രിസ്തുമത പ്രഖ്യാപനമാണ് ഈ നോവലിന്റെ യഥാർത്ഥ ലക്ഷ്യമെങ്കിലും യാഥാർത്ഥ്യ വിവരണങ്ങൾ കേരളത്തിലെ അടിമദളിത് ജീവിതങ്ങളിലേക്കുള്ള സാമൂഹിക നേർക്കാഴ്ചകളാണ്. ആദ്യകാല ദളിത് നോവലുകൾ യാതൊരുവിധ അവകാശങ്ങളും ലഭിക്കാത്ത, ശാരീരിക ചൂഷണത്തിനു വിധേയരായി അടിമ ജീവിതം നയിച്ചിരുന്ന, പ്രതികരണ ശേഷിയില്ലാത്ത സ്ത്രീ ജീവിതങ്ങളെയാണ് സൂചിപ്പിക്കുന്നത്.

തകഴിയുടെ ശ്രദ്ധേയമായ നോവലുകളിൽ എല്ലാം ശക്തമായ ദളിത് ജീവിതങ്ങളെ അടയാളപ്പെടുത്തിയിരിക്കുന്നു, കാർഷിക രംഗത്ത് ശക്തമായി പ്രവർത്തിക്കുമ്പോഴും ചൂഷണങ്ങൾക്കെതിരെ പ്രവർത്തിക്കുവാൻ തയ്യാറായ ഒരു ജനതയെയാണ് കൃതികൾ ആഖ്യാനം ചെയ്യുന്നത്. *രണ്ടിടങ്ങഴി, തോട്ടിയുടെ മകൻ , തലയോട്, ചെമ്മീൻ* എന്നിവ ശക്തമായ ദളിത് ജീവിത ആഖ്യാനങ്ങളാണ്. തകഴിയുടെ *രണ്ടിടങ്ങഴി*, അഴകും വൃത്തിയുമുള്ള പുലയ പെണ്ണുങ്ങളെ ലൈംഗിക ആവശ്യത്തിനുവേണ്ടി ഉപയോഗിക്കാൻ തക്കംപാർത്തിരിക്കുന്ന ജന്മി പുത്രന്മാരെ ആവിഷ്കരിച്ചിരിക്കുന്നു. 'ഒന്ന് പെറ്റു കഴിഞ്ഞ പെണ്ണിനെ തമ്പുരാൻ നോക്കില്ല'

എന്ന് കൂട്ടുകാരി പറയുമ്പോൾ കോരനോട് 'എനിക്കൊന്ന് എനിക്കൊന്ന് പെറണം' എന്നു ചിരുത പറയുന്നിടത്ത്, മാനം സംരക്ഷിക്കാൻ വ്യാകുലപ്പെടുന്ന സ്ത്രീകളുടെ യാതനകൾ കാണാം. തകഴിയുടെ മറ്റു നോവലുകളിൽനിന്നും വ്യത്യസ്തമായി ആത്മാഭിമാനമുള്ള വ്യക്തമായ നിരീക്ഷണങ്ങളുള്ള ശക്തയായ ദളിത് സ്ത്രീയാണ് ചിരുത.

ടി കെ സി വടുതലയുടെ *ചങ്ങലകൾ നുറുങ്ങുന്നു 1979, നനവുള്ള മണ്ണ്, കറ്റയും കൊയ്ത്തും* തുടങ്ങിയ ശ്രദ്ധേയമായ നോവലുകളിൽ പുലയ സമുദായത്തിലേക്ക് വെളിച്ചം വീശുന്ന ഒരുപാട് കാര്യങ്ങൾ കാണാൻ കഴിയും. ദളിത് ശരീരങ്ങളെ ചൂഴ്ന്നു നടക്കുന്ന സവർണ്ണ ജന്മി അടയാളങ്ങൾ കൃതികൾ ശക്തമായി രേഖപ്പെടുത്തിയിട്ടുണ്ട്. മതപരിവർത്തനം ചെയ്ത കീഴാള ജീവിതങ്ങളാണ് കൂടുതലും ടി കെ സിയുടെ കൃതികൾ ആലേഖനം ചെയ്തത്. ഒ വി വിജയന്റെ *ഖസാക്കിന്റെ ഇതിഹാസം* മാജിക് റിയലിസത്തിന്റെ അനന്തസാദ്ധ്യതകൾ ഉപയോഗിച്ചുകൊണ്ട് ദളിത് സ്ത്രീ ശരീരങ്ങളിലേക്കുള്ള നേർക്കാഴ്ചയാണ്. എം മുകുന്ദന്റെ ഒരു ദളിത് യുവതിയുടെ കദനകഥ ദളിത് ജീവിത പ്രമേയമാണ്. പ്രമേയത്തിന്റെ പുതുമയും പ്രസക്തിയും മറ്റ് കൃതികളിൽനിന്ന് ഇതിനെ വ്യത്യസ്തമാക്കുന്നുണ്ട്. വ്യക്തമായ ലക്ഷ്യബോദ്ധ്യത്തോടെയാണ് നാടകകൃത്ത് നാരായണനും സംവിധായകൻ കരിമ്പുലിയും നാടകം അവതരിപ്പിക്കാൻ തയ്യാറാവുന്നത്. റേപ്പിന് ഇരയാക്കപ്പെട്ട ഒരു യുവതിയുടെ കഥ മാത്രമല്ല അത്, അടിച്ചമർത്തപ്പെട്ട ഒരു സമൂഹത്തിന്റെ നിസ്സഹായമായ നിലവിളി കൂടെയാണ്. യാഥാസ്ഥിതികമായ കാരണങ്ങളാൽ രാധിക കഥാപാത്രത്തെ അവതരിപ്പിക്കാൻ വിസമ്മതിക്കുകയും വസുന്ധര അത് ഏറ്റെടുക്കുകയും, സവർണ്ണ നാടകനടിയുടെ കദനകഥയായി മാറുകയും, 'ദളിത്' എന്ന പദം എങ്ങനെയാണ് കച്ചവടവല്ക്കരിക്കപ്പെടുന്നത് എന്നതിനുള്ള തെളിവ് കൂടിയാകുന്നു ഈ കൃതി.

ഫെമിനിസ്റ്റ് പ്രസ്ഥാനത്തിന്റെ പ്രധാന സംഘാടകയാണ് സാറാ ജോസഫ്. *അലാഹയുടെ പെൺമക്കൾ, മാറ്റാത്തി, ബുധിനി* എന്നീ കൃതികൾ ശക്തമായ സ്ത്രീ പ്രമേയങ്ങളിലുള്ള കൃതികളാണ്. ജവഹർലാൽ നെഹ്റുവിനെ ഹാരം അണിയിച്ചതിന്റെ പേരിൽ സമാനതകളില്ലാത്ത ദുരന്ത ജീവിതം നേരിടേണ്ടിവന്ന ദളിത് സ്ത്രീയുടെ കഥയാണ് *ബുധിനി.* പെരുമാൾ മുരുകൻ തന്റെ *കീഴാളൻ* എന്ന നോവലിൽ ദളിത് അടിമ ജീവിതത്തിലേക്ക് നയിക്കപ്പെട്ട കീഴാള ജനതയുടെ ദുരിതപൂർണ്ണമായ ആഖ്യാനമാണ്. കീഴാളർ ആയി ജനിക്കുന്ന സ്ത്രീശരീരങ്ങൾ എവിടെയും സുരക്ഷിതരല്ല എന്നു നമുക്ക് കാണാൻ കഴിയും. ഭാമ എഴുതിയ *കരുക്ക്* ഒരു ദളിത് സ്ത്രീയുടെ യഥാർത്ഥ അനുഭവ കഥ പറയുന്നു. തമിഴ് സാഹിത്യത്തിൽ ദളിത് ഫെമിനിസത്തിന്റെ ശക്തമായ കാഴ്ചപ്പാടുകൾ നിരത്തിയ കൃതിയാണ് *കരുക്ക്.* സ്ത്രീകൾ അവരുടെ ശരീരങ്ങളുമായും സത്വങ്ങളുമായും നിരന്തരം കലഹിച്ചുകൊണ്ടിരിക്കുന്നു. *സംഗതി* എന്ന കൃതിയിൽ മുഴുവൻ ആഖ്യാനവും പന്ത്രണ്ട് അദ്ധ്യാ

യങ്ങളായി തിരിച്ചിരിക്കുന്നു. 'സംഗതി' എന്ന വാക്കിന്റെ അർത്ഥം സംഭവങ്ങൾ, അങ്ങനെ ഓരോ കഥകളിലൂടെയും ഉപകഥകളിലൂടെയും ഓർമ്മകളിലൂടെയും നോവൽ ദളിത് സ്ത്രീകളുടെ ജീവിതത്തിൽ നടക്കുന്ന സംഭവത്തെ ചിത്രീകരിക്കുന്നു. ദളിത് സമൂഹത്തിലെ നിരവധി തലമുറകളിലെ സ്ത്രീകളുമായി സംഗതി ഇടപെടുന്നു. ദളിത് സമൂഹത്തിന്റെ ദൈനംദിന സംഭവവികാസങ്ങൾ – പരസ്പരബന്ധിതമായ സംഭവങ്ങളാൽ നിറഞ്ഞതാണ് പുസ്തകം. ശരൺകുമാർ ലിംബാളെയുടെ അകർമാശി (അർദ്ധജാതി)യുടെ ആമുഖത്തിൽ ഇങ്ങനെ എഴുതിയിരിക്കുന്നു. 'എന്റെ ചരിത്രം എന്റെ അമ്മയുടെ ജീവിതമാണ്. ഏറിയാൽ അമ്മൂമ്മ വരെ പോകുന്നത്, അതിനപ്പുറം എനിക്ക് പൂർവ്വികർ ഇല്ല.' മേൽജാതിക്കാരൻ ബലാത്സംഗത്തിനിരയാക്കിയ ഒരു ദളിത് യുവതിയുടെ ജീവിതമായി അക്കർമാശിയെ വായിക്കാവുന്നതാണ്. ദളിത് സ്ത്രീശരീരങ്ങൾ കൃത്യമായി സവർണ്ണരുടെ ഭോഗവസ്തുവായി മാറുന്നതും അതിൽനിന്ന് കരകയറാനാകാത്ത സ്ത്രീ ജീവിതങ്ങളും അക്കർമാശി നമുക്ക് കാട്ടിത്തരുന്നുണ്ട്.

ദളിത് ആഖ്യാനങ്ങളും ചലച്ചിത്രങ്ങളും

സിനിമാവ്യവസായത്തിന് പ്രധാന ആകർഷണങ്ങളിലൊന്ന് അതിന്റെ തുടക്കംമുതൽ ഒടുക്കംവരെ പെർഫെക്റ്റ് ആയ ശരീരങ്ങളിലേക്ക് നോക്കുകയും അതിൽ പ്രത്യേക ആഗ്രഹങ്ങൾ സൃഷ്ടിക്കപ്പെടുകയും ചെയ്യുക എന്നതാണ്. സിനിമകൾ voyeuristic, സ്കോപോഫിലിക്, ആനന്ദത്തിനുള്ള ഇടംകൂടിയാണ്. സാമൂഹികവും, രാഷ്ട്രീയവും, ജാതീതവുമായ പല അവസ്ഥകളും ശരീരത്തിന്റെ നിർമ്മിതികൾ ആയാണ് സിനിമ ഉല്പാദിപ്പിക്കുന്നത്. ശരീരത്തെ ഉപരിനിലനില്ക്കുന്ന ഈ വ്യവസായത്തിൽ മുൻവിധി വേരൂന്നിയതിനാൽ അമ്പേ തഴയപ്പെട്ടുപോയവരാണ് ദളിത് സ്ത്രീശരീരങ്ങൾ. മറ്റ് ഉയർന്ന ജാതി ശരീരങ്ങൾക്ക് വിപരീതമായി വളരെ സ്റ്റീരിയോടിപ്പിക്കൽ ആയ ദളിത് ആണിന്റെയും പെണ്ണിന്റെയും ശരീര നിർമ്മിതിയാണ് സിനിമയിൽ നടക്കുന്നത്. ദളിതർ കറുത്തവരും ദുർബ്ബലരും ആയി ചിത്രീകരിക്കപ്പെടുന്നു. അതേപോലെ തന്നെ കറുത്ത ചർമ്മവും അനാകർഷതയും ദളിത് സ്ത്രീ ശരീരങ്ങളുടെ പ്രത്യേകതയായി മാറുന്നു. സവർണ്ണ സ്ത്രീശരീരം സദാചാരത്തിന് പ്രതീകമാണ്.

മലയാള സിനിമയുടെ ചരിത്രം 1928 ലെ *വിഗതകുമാരനി*ൽ നിന്നുമാണ് ആരംഭിക്കുന്നത്. സ്ത്രീകൾ അഭിനയരംഗത്തേക്ക് കടന്നുവരാൻ തയ്യാറല്ലാത്ത സാമൂഹിക സാഹചര്യങ്ങളിൽനിന്നാണ് റോസി ആദ്യ മലയാള നായിക ആകുന്നത്. താൻ അഭിനയിച്ച സിനിമ പോലും കാണാൻ ഭാഗ്യമില്ലാതെ ജന്മനാട്ടിൽനിന്ന് ആട്ടിപ്പായിക്കപ്പെട്ട റോസിക്ക് അപ്പുറം ഒരു ദളിത് നായികയും മലയാള കൊമേഴ്സ്യൽ സിനിമാരംഗത്ത് വന്നിട്ടില്ല എന്നുള്ളത് ആശങ്കാജനകം ആണ്. ആദ്യകാലങ്ങളിൽ

നായികാ കഥാപാത്രങ്ങളെ അവതരിപ്പിക്കാൻ മിസ് കുമാരി, ഷീല പോലുള്ള സവർണ്ണ ക്രിസ്ത്യാനി സ്ത്രീകളും പിന്നീട് പത്മിനി, രാഗിണി, ജയഭാരതി, സീമ എന്നിവരിലുമെത്തി. സീമയ്ക്കുശേഷം മലയാള സിനിമയിലുണ്ടായ പുരോഗമനപരമായ മാറ്റം തങ്ങളുടെ പേരിനൊപ്പം ജാതിവാൽ കൂടി ചേർക്കുക എന്ന ജാതി പുരോഗമനം ആണ്. മഞ്ജുവാര്യർ, സംയുക്തവർമ്മ, നവ്യാ നായർ തുടങ്ങി സവർണ്ണ നായികമാർ കീഴാള സ്ത്രീകളെ അവതരിപ്പിക്കുമ്പോഴും കറുത്ത പെയിന്റ് അടിച്ച് സവർണ്ണ സ്ത്രീശരീരങ്ങൾ ഞാനാരാണെന്നും എവിടെയാണെന്നും നിരന്തരം ഓർമ്മപ്പെടുത്തുന്നു. ഒരു ദളിത് ശരീരങ്ങളിലേക്ക് അവരുടെ നേർക്കാഴ്ചകൾ എത്തുന്നില്ല. മാത്രമല്ല. എവിടേയും ഞാൻ ആരാണ് എന്ന് വെളിവാക്കുന്നു. അത് ഏത് ജാതി ശരീരത്തിൽ വേഷ പകർച്ച നടത്തിയാലും.

1954 ലെ *നീലക്കുയിലി*ലൂടെ നീലി എന്ന പുലയ സ്ത്രീ മലയാള ചലച്ചിത്രചരിത്രത്തിലേക്ക് നടന്നുകയറി. സവർണ്ണ സ്കൂൾ അദ്ധ്യാപകനായ ശ്രീധരൻനായർ തന്റെ കാമുകിയായ ദളിത് യുവതിക്ക് നല്കുന്ന പേരിൽ നിന്നാണ് ചിത്രത്തിന് പേര് വന്നത്. അവൾ ഗർഭിണിയായപ്പോൾ ശ്രീധരൻനായർ അവളെ ഉപേക്ഷിച്ചു. അവൾ രഹസ്യ ലൈംഗിക ബന്ധങ്ങൾക്ക് അനുയോജ്യയും പൊതു അംഗീകാരത്തിന് വിവാഹമെന്ന സോഷ്യൽ ഇൻസ്റ്റിറ്റ്യൂഷന് പറ്റാത്തവളുമായി ചിത്രീകരിക്കപ്പെട്ടിരിക്കുന്നു. നീലിയുടെ ശരീരത്തെ മാത്രം പ്രണയിച്ച നിർദ്ദയനായ ശ്രീധരനെ വെള്ളപൂശുന്ന സവർണ്ണതയ്ക്ക് അനുകൂലമായ ഒരു ക്ലൈമാക്സ് ഉണ്ടാക്കുന്നതിലും ഈ സിനിമ വിജയിച്ചിട്ടുണ്ട്. *ചെമ്മീൻ* എന്ന വിശ്വവിഖ്യാതമായ രാമു കാര്യാട്ട് സിനിമയും പറയുന്നത് കീഴാള സ്ത്രീകളെ നിയന്ത്രിക്കാൻ ലഭ്യമായ എല്ലാ മാർഗ്ഗങ്ങളും അവലംബിക്കുന്ന പുരുഷാധിപത്യ സമൂഹത്തെക്കുറിച്ചാണ്. ചാരിത്ര്യം, കുടുംബം, പതിവ്രത എന്നീ മതിൽ കെട്ടുകൾ തീർത്ത് അന്ധവിശ്വാസത്തിലൂന്നി കറുത്തമ്മയുടെ പ്രണയത്തെ കെട്ടിയിടുന്ന സമൂഹത്തെക്കുറിച്ചാണ് സിനിമ പറയുന്നത്. വിജാതീയ പ്രണയ ബന്ധങ്ങൾക്ക് മുതിരുന്ന സ്ത്രീ അനഭിമതയും കുടലയുമായി മാറി. അത്തരം സ്ത്രീകഥാപാത്രങ്ങൾ കൊല്ലപ്പെടുകയോ ആത്മഹത്യയിലേക്ക് നയിക്കപ്പെടുകയോ ചെയ്യപ്പെടുന്നു.

ഈ കാലഘട്ടങ്ങൾക്കുശേഷം ശക്തമായ ദളിത് സാമൂഹികജീവിതത്തിൽ ഊന്നിയ മലയാള സിനിമകൾ ഉണ്ടായിട്ടില്ല. ഗോതമ്പ് നിറമുള്ള സ്ത്രീശരീരങ്ങൾ അഭിമതവും ആകർഷണീയതയുടെ അടയാളവും ആയിമാറി. ഭരതന്റെയും പത്മരാജന്റെയും, ജോർജിന്റെയും സിനിമകളിൽ കീഴാള വേഷം ചെയ്തിരുന്ന സൂര്യ മാത്രമാണ് ഇതിന് ഒരു അപവാദം. ഇതിൽനിന്ന് ദളിത് ജീവിതാവസ്ഥ കൈകാര്യം ചെയ്യുന്ന *കമ്മട്ടിപ്പാടം* (2016) എന്ന സിനിമയിലേക്ക് വരുമ്പോഴും കാര്യങ്ങൾ വ്യത്യസ്തമാകുന്നില്ല. അതിൽ അഭിനയിച്ചിരിക്കുന്ന സ്ത്രീ കഥാപാത്രത്തിന് കറുത്ത ചായം പൂശി ജീവിക്കുക എന്നതിനപ്പുറം സിനിമയിൽ പ്രത്യേ

കിച്ച് ഒന്നും ചെയ്യാൻ ഉണ്ടായിരുന്നില്ല. 2016 ൽത്തന്നെ പുറത്തിറങ്ങിയ *കിസ്മത്ത്* യഥാർത്ഥ സംഭവങ്ങളെ ആധാരമാക്കി ഷാനവാസ് കെ ബാവക്കുട്ടി സംവിധാനം ചെയ്ത കഥയാണ്. എസ് സി പ്രമോട്ടറും ഗവേഷകയും ആയ അനിത സവർണ്ണ മുസ്ലിം യുവാവിനെ പ്രേമിക്കുന്നതിലൂടെ അവർക്ക് നേരിടേണ്ടിവരുന്ന സാമൂഹിക യാഥാർത്ഥ്യങ്ങളാണ് സിനിമയുടെ ഉള്ളടക്കം. പൊലീസ് സ്റ്റേഷനിൽനിന്നും നേരിടേണ്ടിവരുന്ന ജാതി ചൂഷണങ്ങൾ സിനിമയ്ക്ക് പുതിയ മാനം നല്കുന്നു.

സവർണ്ണ മനസ്സിലെ ദളിത് ശരീരം ഇരുണ്ടതും വിരൂപത ഉള്ളതും പരുക്കനും ആണ്. സിനിമ സൃഷ്ടിക്കുന്ന സൗന്ദര്യാത്മകതയ്ക്ക് വിഭിന്നമായി ദളിത് ശരീരം കറുത്തതും വിരൂപമായതും അല്ലാതെ സങ്കല്പിക്കാനാവില്ല. മിക്കവാറും എല്ലാ ദളിത് അനുകൂല സിനിമകളിലും കറുത്ത ചായം പൂശിയ ശരീരങ്ങൾ ഉണ്ടാകുന്നതിനുള്ള കാരണങ്ങൾ അതാണ്. *കാക്കോത്തിക്കാവിലെ അപ്പൂപ്പൻതാടികൾ* എന്ന സിനിമയിൽ രേവതി, കാവ്യാ മാധവൻ (*ഒരിക്കൽ*), പത്മപ്രിയ (*കറുത്ത പക്ഷികൾ*), *നമ്മൾ* എന്ന സിനിമയിൽ ഭാവന, തുടങ്ങി മിഡിൽ ക്ലാസിനു താഴെയുള്ള ജീവിതങ്ങളെക്കുറിച്ച് പരാമർശിക്കുന്ന സിനിമകളിലെല്ലാം നായികയെ കറുത്ത പെയിന്റ് അടിച്ചുനിർത്തുന്നു. ദളിത് സ്ത്രീ കഥാപാത്രമായി മാറുന്ന മിക്കവാറും എല്ലാ സിനിമകളിലും അവളുടെ സ്വത്വത്തെ കവർന്നെടുക്കുകയും മറ്റുള്ളവർക്ക് സഹതാപം തോന്നുന്ന വിധം മാറ്റപ്പെടുകയും ചെയ്യുന്നു. മേല്പറഞ്ഞ സിനിമകളിൽ എവിടെയും സ്വന്തമായി അസ്തിത്വമുള്ള ഒരു ദളിത് നായികയെ കാണാൻ കഴിയില്ല. പെയിന്റ് അടിച്ച സവർണ്ണ നായികമാർ ദളിത് നായികയുടെ വേഷം ചെയ്യുകയും സിനിമ പ്രേക്ഷകരെ തൃപ്തിപ്പെടുത്തുകയും ചെയ്യുന്നു.

ദളിത് സ്ത്രീ ശരീരങ്ങളെ സിനിമയിൽ ദൃശ്യമാക്കുമ്പോൾ അവർ പ്രബലരായ സവർണ്ണ സ്ത്രീകളിലൂടെ കറുത്ത ചായം പൂശി സൃഷ്ടിക്കപ്പെടുമ്പോൾ സവർണ്ണ സ്ത്രീശരീരങ്ങൾ ഒരിക്കലും ദളിത് സ്ത്രീകളെ അടയാളപ്പെടുത്തുന്നില്ലെന്ന് മാത്രമല്ല, ദളിത് സ്ത്രീ അവളുടെ അദ്ധ്വാനശരീരത്തിൽ മാത്രമായി ചുരുങ്ങുകയും ചെയ്യുന്നു. പാർവതി തിരുവോത്ത് കൈകാര്യം ചെയ്ത *രാച്ചിയമ്മ* (2021) എന്ന സിനിമയിൽ എത്തിനില്ക്കുമ്പോഴും സ്ഥിതി വ്യത്യസ്തമാകുന്നില്ല.

സിനിമകളിലും നോവലുകളിലും എങ്ങനെയാണ് അധികാരം സ്ത്രീ ശരീരങ്ങളെ ഉപഭോഗവസ്തുവായി നോക്കിക്കാണുന്നതെന്ന് എന്ന് വെളിവാക്കപ്പെടുന്നു. ദളിത് സ്ത്രീകളുടെ ശരീരത്തിന്റെയും ലൈംഗികതയുടെയും മേൽ അധികാരം സ്ഥാപിച്ചെടുക്കുകയും ചൂഷണത്തിന് വിധേയരാക്കുകയും ചെയ്യുന്നതിനെതിരെ പ്രതിഷേധ സ്വരമുയർത്തുന്നവരെ നാടൻപാട്ടുകളിൽ കാണാൻ കഴിയും. നാടൻ പാട്ടുകൾ കൂടുതലും സവർണ്ണ വ്യവസ്ഥ എങ്ങനെയാണ് അധികാരം ഉപയോഗിച്ചുകൊണ്ട് ദളിത് ശരീരങ്ങളെ കാർഷിക സാമ്പത്തിക ശാരീരിക ആക്രമണങ്ങൾക്ക് വിധേയരാക്കുന്നതെന്ന് കാണിച്ചുതരുന്നു. എവിടെയും

ബ്രാഹ്മണിക ജാതിവ്യവസ്ഥയിൽ ദളിത് സ്ത്രീ ശരീരങ്ങൾ കടന്നാക്രമണങ്ങളും സാമ്പത്തിക സാമൂഹിക അസമത്വങ്ങൾക്കും വിധേയരാകുന്നു എന്നതിൽ തർക്കമില്ല. സ്ത്രീ വെറും ലൈംഗിക വസ്തുക്കളായി ചരക്ക് വല്ക്കരിക്കുന്ന ബലാത്സംഗ സംസ്കാരം രൂപപ്പെടുത്തിയെടുക്കുന്നതിൽ ജാതീയതയും വളരെ വലിയ പങ്കുവഹിച്ചിട്ടുണ്ട്. ദൈനംദിന ജീവിതത്തിൽ ഉയർന്ന സദാചാരമൂല്യങ്ങൾ പുലർത്തിയാലും പൊതുജന സവർണ്ണ വീക്ഷണത്തിൽ വിലയിരുത്തുന്നത് ജാതി അടിസ്ഥാനമാക്കി മാത്രമാണ്, അതുകൊണ്ടാണ് ദളിത് സ്ത്രീശരീരങ്ങൾ ആക്രമിക്കപ്പെടുമ്പോൾ സമൂഹം നിശ്ശബ്ദരാകുന്നതും സവർണ്ണ ശരീരങ്ങൾക്ക് വേണ്ടി മുറവിളി കൂട്ടുന്നതും. ഐ എ എസ് നേടിയാലും ദളിത് സ്ത്രീ ശരീരങ്ങൾ ജാതി ശരീരങ്ങൾ മാത്രം ആയി മാറുന്നത് വരേണ്യ, 'ഫെയർ ആൻഡ് ലൗലി സംസ്കാര'ത്തിൽ കുടുങ്ങി ദളിത് സ്ത്രീ ശരീരങ്ങളെ അംഗീകരിക്കാത്ത ബ്രാഹ്മണിക വരേണ്യ അജണ്ടയുടെ പ്രതിഫലനം തന്നെ ആണ്.

ലെറ്റസ് ബ്ലീഡ് ഫ്രീ: ടാബൂവിൽനിന്നും മര്യാദകളിലേക്കും സ്വതന്ത്ര ഇടത്തിലേക്കും

റോസ്മരിയ മാത്യു, ഡോ. എസ് ബാലസുന്ദരി

ആമുഖം

സൊമാറ്റോയുടെ ആർത്തവാവധി നയം ആർത്തവാവധിയെക്കുറിച്ചുള്ള തീവ്രമായ ചർച്ചകൾക്ക് വഴിയൊരുക്കിയിട്ടുണ്ട്. ഇതിന്റെ വെളിച്ചത്തിൽ ഈ ലേഖനം ദൈനംദിന ജീവിതത്തിൽ ആർത്തവത്തെക്കുറിച്ചുള്ള സാമൂഹിക ധാരണകളെ പരിശോധിക്കുന്നു. നമ്മുടെ ദൈനംദിന ജീവിതത്തിലെ ആർത്തവ മര്യാദയുടെ നൈരന്തര്യത്തെ വിശകലനം ചെയ്തുകൊണ്ട് ആർത്തവത്തിന്റെ വ്യക്തിഗത അനുഭവങ്ങൾ സാമൂഹിക ധാരണകളെ എങ്ങനെയാണ് സ്വാധീനിക്കുകയെന്നു ചൂണ്ടിക്കാണിക്കുകയും ചെയ്യുന്നു.

സൊമാറ്റോയുടെ ആർത്തവാവധിനയത്തിനു വമ്പിച്ച സ്വീകാര്യതയും മൂർച്ചയുള്ള വിമർശനവും നേരിടേണ്ടി വന്നു. ഈ തീരുമാനം സാമൂഹിക ഇടങ്ങളിൽ ആർത്തവത്തെ വെളിച്ചത്തേക്ക് കൊണ്ടുവരികയും അത്തരമൊരു അവധി വേണോ വേണ്ടയോ എന്നും, അത് സ്ത്രീകൾക്ക് യഥാർത്ഥത്തിൽ ഒരു വിമോചനമാണോ എന്നതിനെക്കുറിച്ചുമുള്ള ക്രിയാത്മകമായ ചർച്ചകൾക്ക് വഴിയൊരുക്കി. അത്, തുല്യതയില്ലാത്ത ലോകത്തിനെതിരെയുള്ള ഫെമിനിസത്തിന്റെ ദീർഘനാളായുള്ള പോരാട്ടത്തിന്റെ പരാജയമാണോ അതോ സ്ത്രീശരീരത്തിന്റെ ജൈവികമായ പ്രത്യേകതകൾ സ്വീകരിക്കപ്പെട്ടതിന്റെ ആഘോഷവേളയാണോ എന്ന വലിയ കോലാഹലങ്ങൾ തന്നെ പൊട്ടിപ്പുറപ്പെടാൻ ഇടയാക്കി. ഈ സംവാദങ്ങൾ തുടരവേ, പ്രസ്തുത തീരുമാനം, ഞങ്ങളുടെ മനസ്സിലേക്ക് ആർത്തവവുമായി ബന്ധപ്പെട്ടു ഞങ്ങളുടെ സുഹൃത്തുക്കളും സഹപ്രവർത്തകരും അനുഭവിച്ചിരുന്നതോ പങ്കുവച്ചതോ ആയ ചില സംഭവങ്ങൾ കൊണ്ടുവരുന്നു. കോളേജ് കാലം മുതൽ തന്നെ നമ്മളിൽ

പലരും ആർത്തവവുമായി ബന്ധപ്പെട്ടു വേദനകളനുഭവിച്ചതും, പാവാടയിലെങ്ങാനും പുരണ്ട നേർത്ത ചോരപ്പാടുകൾ ചൂണ്ടിക്കാണിക്കുന്ന സഹയാത്രികരോട് ഒഴിവുകഴിവുകൾ പറഞ്ഞതും, അങ്ങനെ ഓർത്തെടുക്കാനനവധി സംഭവങ്ങൾ കാണും നമുക്കോരോരുത്തർക്കും. പിന്നീട്, തൊഴിൽ ചെയ്യുന്ന സ്ത്രീകളാവുമ്പോഴേക്കും നമ്മൾ, 'സാമൂഹിക അംഗീകാരമുള്ള,' എന്നാൽ പെട്ടെന്ന് മനസ്സിലാവുന്ന, 'ഓ എനിക്ക് തല വേദനയാണ്' അല്ലെങ്കിൽ "ചെറിയ അസ്വസ്ഥതയാണ്" എന്നിങ്ങനെയുള്ള കാരണങ്ങൾ പറഞ്ഞുകൊണ്ട് വിശ്രമം ആവശ്യമാണെന്ന് പറയാതെ പറയും. തൊഴിലിടങ്ങളിൽ സത്യസന്ധമായി ആരെങ്കിലും ഇത് തുറന്നു പറയാൻ തുനിഞ്ഞാൽ, തന്റെ ശബ്ദം ഉയർന്നതിനെതിരെ അവൾക്ക് തുറിച്ചു നോട്ടമോ ശാസനയോ നേരിടേണ്ടി വരുന്നു.

ഈ ആർത്തവാവധിയെക്കുറിച്ചുള്ള തീരുമാനത്തിൽ ഞങ്ങളെ ആകർഷിച്ചത്, ഒഴിവുകഴിവുകൾ കണ്ടുപിടിക്കുന്നതിനു പകരം നേരിട്ട് നിങ്ങളുടെ സഹപ്രവർത്തകരോട്, നിങ്ങൾക്ക് ആർത്തവസംബന്ധമായ ബുദ്ധിമുട്ടുകളാണെന്നു തുറന്നുപറയാം എന്നതാണ്. 'ആർത്തവാവധിക്ക് അപേക്ഷ നല്കുമ്പോൾ ആർക്കും ലജ്ജയോ കളങ്കമോ വേണ്ട, 'CEO ദീപിന്ദർ ഗോയൽ ചൂണ്ടിക്കാണിച്ചു. "നിങ്ങളുടെ ആൾക്കാരോടോ ആന്തരിക സംഘങ്ങളോടോ ഇ-മെയിലിനോ നിങ്ങൾ ആർത്തവാവധിയിലാണെന്നു മറുപടി പറയുന്നതിൽ ഒരു മടിയും വിചാരിക്കേണ്ടതില്ല," അദ്ദേഹം കൂട്ടിച്ചേർത്തു (Mihindukulasuriya 2020). എല്ലാ സ്ത്രീകൾക്കും അത് വേണമെന്നില്ലായിരിക്കും, എന്നാൽ ഇതിനർത്ഥം ഒരു സ്ത്രീക്കും അത് വേണ്ട എന്നല്ല. ആർത്തവസമയത്ത് കഠിനമായ വേദനയും അസ്വസ്ഥതകളുമനുഭവിക്കുന്ന സ്ത്രീകളുണ്ട്, അവർക്കിതൊരു വലിയ ആശ്വാസമാകും. ഈ കഥയുടെ ഏറ്റവും നല്ല ഭാഗമെന്താണെന്നു വെച്ചാൽ അത് ചുറ്റുപാടും അടിഞ്ഞു കൂടിയ നിശ്ശബ്ദത തകർക്കുന്നതിനുള്ള മറ്റൊരു സുപ്രധാന ചുവടുവയ്പ്പാണ് എന്നതിൽ സംശയമില്ല എന്നതാണ്. നിങ്ങളുടെ ജീവിതത്തിൽ ആർത്തവമില്ല എന്ന് നിങ്ങൾക്കിനി ഭാവിക്കേണ്ടി വരില്ല, അതും ഒരു സാനിറ്ററി നാപ്കിൻ വരെ പൊതിഞ്ഞു വാങ്ങേണ്ട അവസരത്തിൽ; ആ പൊതിയിൽ നാപ്കിൻ ആണെന്ന് പൊതി കണ്ടാൽ എല്ലാവരും മനസ്സിലാക്കുകയും ചെയ്യുന്ന സാമൂഹിക ചുറ്റുപാടിൽ. ഇതുമായി ബന്ധപ്പെട്ടിങ്ങനെ പല കാര്യങ്ങളും അടക്കത്തിൽ സംസാരിക്കുകയും രഹസ്യമാക്കി വെക്കുകയും ചെയ്യേണ്ടി വരുന്നുണ്ട്. തങ്ങൾക്ക് ആർത്തവമാണെന്നു പറയുന്നതിന് പകരം, പെൺകുട്ടികൾക്കു ഒരു നൂറു ക്ലീഷേ ഒഴിവുകഴിവുകൾ, അസ്വസ്ഥതയാണെന്നും തലവേദനയാണെന്നും വയറുവേദനയാണെന്നും നിഷ്കളങ്കമായി പറയേണ്ടി വരുന്നു. അതെ, ആർത്തവത്തെക്കുറിച്ചു നിശ്ശബ്ദതയും നിഗൂഢതയും പാലിക്കുന്ന സമൂഹത്തിൽ അത്ര എളുപ്പത്തിൽ പറയാൻ കഴിയില്ല. ഒരിക്കൽ ഞങ്ങളുടെ സുഹൃത്ത് ഒരു സൂപ്പർ മാർക്കറ്റിലെ സെയിൽസ്മാനോട് സാനിറ്ററി നാപ്കിന്റെ പാക്കറ്റ് പൊതിയണ്ട

എന്ന് പറഞ്ഞപ്പോൾ അയാളവളെ പരിഭ്രമത്തോടെ നോക്കിയിട്ട് ഇങ്ങനെ പറഞ്ഞു, "സഹോദരി, ഇത്തരം സാധനങ്ങൾ നന്നായി പൊതിയണം. ആളുകൾ കണ്ടാലെന്തു പറയും?" ഓരോ പാക്കറ്റും വെവ്വേറെ പൊതിയാൻ അയാൾ നിർബ്ബന്ധിച്ചു, ഒടുവിൽ തന്റെ പാക്കിങ് വ്യായാമം പൂർത്തിയാക്കിയപ്പോൾ, അയാൾ അത്യധികം സന്തോഷവാനും സംതൃപ്തനുമായി, വിശാലമായ ചിരിയോടെ പത്രത്തിൽ പൊതിഞ്ഞ ചെറിയ പാക്കറ്റുകൾ അവൾക്ക് നല്കി. വിഡ്ഢിത്തമോ തമാശയോ ആയി തോന്നിയേക്കാമെങ്കിലും, അത് ആർത്തവത്തെ ചുറ്റിപ്പറ്റിയുള്ള ആഴത്തിലുള്ള കളങ്കത്തെയും വളരെ സാധാരണവും ജീവശാസ്ത്രപരമായ ഈ പ്രക്രിയയോടുള്ള സാമൂഹിക മനോഭാവത്തെയും പ്രതിഫലിപ്പിക്കുന്നു.

ആർത്തവത്തെ സംബന്ധിച്ചുള്ള നിഗൂഢതയും നിശ്ശബ്ദതയും വളരെക്കാലം മുമ്പേ തന്നെ, ജെർമെയ്ൻ ഗ്രീർ തന്റെ പ്രധാന കൃതിയായ *ഫീമെയിൽ യൂനകി* (1970) ൽ പ്രസ്താവിക്കുന്നു, 'ആർത്തവത്തോട് നമുക്കിപ്പോഴും പ്രകടമായ വെറുപ്പ് ഉണ്ട്, പ്രധാനമായും അത് ഉയർന്നുവന്നിരിക്കുന്നത് രഹസ്യാത്മകതയിൽനിന്നാണ്. സ്ത്രീകൾ ഇപ്പോഴും സാനിറ്ററി പാഡുകൾ വലിയ വിവേചനത്തോടെയാണ് വാങ്ങുന്നത്, അതിനു വേണ്ടി മാത്രം അവർ ഹാൻഡ്ബാഗുകൾ കൊണ്ടുപോകുന്നു. (57)' അവരിപ്രകാരം തുടർന്നു: "നിങ്ങൾക്ക് വിമോചനം നേടിയ ഒരുവളാണെന്നു സ്വയം തോന്നുന്നുവെങ്കിൽ ഒരിക്കലെങ്കിലും നിങ്ങൾ നിങ്ങളുടെ ആർത്തവരക്തമൊന്നു രുചിച്ചു നോക്കണം-അത് നിങ്ങളെ അസുഖപ്പെടുത്തുന്നുവെങ്കിൽ നിങ്ങളിനിയും ഒരുപാട് ദൂരം പോകേണ്ടതുണ്ട് (57)." തീർച്ചയായും ഇത് നമ്മുടെ കമലാദാസ് നമ്മോട് ആവശ്യപ്പെട്ടത് ഓർമ്മപ്പെടുത്തിത്തരുന്നു: "അവനു എല്ലാം നല്കുക/നിങ്ങളെ ഒരു സ്ത്രീയാക്കുന്നത് അവനു നല്കുക നീണ്ട/മുടിയുടെ സുഗന്ധം/ മാറിടങ്ങൾക്കിടയിലെ വിയർപ്പിന്റെ ഗന്ധം/ചൂടുള്ള ആർത്തവരക്തത്തിന്റെ ഞെട്ടൽ ഒപ്പം നിങ്ങളുടെ/അവസാനിക്കാത്ത സ്ത്രൈണ ദാഹങ്ങളും" (1216). 'പുരുഷന്മാർ ആർത്തവിച്ചിരുന്നെങ്കിൽ' എന്ന Gloria Steinem ന്റെ കൗതുകകരമായ നിരീക്ഷണങ്ങൾ ഒരുപക്ഷേ, അതിലും പ്രശസ്തമാണ്. മറ്റു പുസ്തകങ്ങളിലൊന്ന് ക്രിസ് ബോബെലിന്റെ ന്യൂ ബ്ലഡ്: തേർഡ് വേൾഡ് ഫെമിനിസം ആന്റ് ദി പൊളിറ്റിക്സ് ഓഫ് മെൻസ്ട്രഷൻ (2010) ആണ്, അതിൽ അവൾ ആർത്തവ ആക്ടിവിസത്തിന്റെ തുടക്കവും പരിണാമവും കണ്ടെത്തുകയും ആർത്തവ ആക്ടിവിസ്റ്റ് പ്രസ്ഥാനത്തിന്റെ രണ്ട് പ്രധാന വിഭാഗങ്ങളെക്കുറിച്ച് ചർച്ച ചെയ്യുകയും ചെയ്യുന്നു – 'ഫെമിനിസ്റ്റ് ആത്മീയതവാദികളും' (feminist spiritualists) 'സമ്പൂർണ്ണ ആർത്തവവാദികളും' (radical menstruators). 1970 കൾ സ്ത്രീകളുടെ ആരോഗ്യ പ്രസ്ഥാനം, പരിസ്ഥിതിവാദം, ഉപഭോക്തൃ ആക്ടിവിസം എന്നിവയുടെ സംയോജനത്തോടെ ആർത്തവ പ്രവർത്തനത്തിന്റെ ഉയർച്ചയും നിർണ്ണായകമായ ആർത്തവ ബോധത്തിന്റെ വികാസവും കണ്ടു. സ്ത്രീകളുടെ ആരോഗ്യ പ്രസ്ഥാനം പുരുഷ

മേധാവിത്ത സംവിധാനത്തിലുള്ള വൈദ്യശാസ്ത്രത്തിൽ സ്വന്തം ശരീരത്തിനും ആരോഗ്യത്തിനും മേലുള്ള സ്ത്രീകളുടെ നിയന്ത്രണത്തെക്കുറിച്ച് ചോദ്യങ്ങൾ ഉന്നയിച്ചപ്പോൾ ആർത്തവ പ്രവർത്തകർ ആർത്തവ ഉല്പന്നങ്ങളുടെ സുരക്ഷയെയും ആർത്തവത്തെക്കുറിച്ചുള്ള സാമൂഹിക ധാരണയെയും ചോദ്യം ചെയ്തു (Mathew 2018:197).

ആർത്തവ മര്യാദകൾ

ആർത്തവത്തെക്കുറിച്ചുള്ള അവബോധവും ആക്ടിവിസവും വർദ്ധിച്ചുവരുന്നുണ്ടെങ്കിലും, ദൈനംദിന ജീവിതത്തിൽ ആർത്തവത്തെക്കുറിച്ചുള്ള വ്യക്തിഗത അനുഭവങ്ങൾ നാം ജീവിക്കുന്ന സമൂഹത്തിന്റെ ലിംഗപരമായ മുൻവിധികളിൽനിന്ന് മുക്തമല്ല. ആർത്തവ ഉല്പന്നങ്ങൾ വാങ്ങുന്നതും സൂക്ഷിക്കുന്നതും ഉപയോഗിക്കുന്നതും സാധാരണ സംഭാഷണങ്ങളിൽ ആർത്തവത്തെക്കുറിച്ച് സംസാരിക്കുന്നതും മുതൽ അത്തരം സംഭവങ്ങളുടെ ചലച്ചിത്ര പ്രതിനിധാനങ്ങളിൽ വരെ, ആർത്തവ മര്യാദകൾ കാണാതെ പോകാനാവില്ല. കഴിഞ്ഞ ദശകത്തിലെ ഒരു ജനപ്രിയ മലയാളം സിനിമയിൽ, ഒരു വനിതാ കലാലയത്തിൽ പ്രവേശനം നേടിയ ഏക വിദ്യാർത്ഥിക്ക് (male student) അബദ്ധത്തിൽ സാനിറ്ററി നാപ്കിൻ ലഭിച്ചപ്പോൾ അയാൾ അപമാനകരമായ അവസ്ഥയിൽ അകപ്പെടുന്ന ഒരു രംഗമുണ്ട്. ക്ലാസിലെ പെൺകുട്ടികൾ വൃത്തിയായി പൊതിഞ്ഞ പാക്കറ്റ് പരസ്പരം കൈമാറുകയും, അവന്റെ ഊഴമായപ്പോൾ അവൻ തന്റെ മുന്നിൽ ഇരിക്കുന്ന വ്യക്തിക്ക് അത് കൈമാറുന്നത് ടീച്ചർ കാണുകയും ചെയ്യുന്നു. പാക്കറ്റിൽ എന്താണെന്ന് കൃത്യമായി മനസ്സിലാക്കുമ്പോൾ, അവൻ ലജ്ജിക്കുകയും, ക്ലാസ് മുഴുവൻ പൊട്ടിച്ചിരിക്കുകയും ചെയ്യുമ്പോൾ, ടീച്ചർ ആരെങ്കിലും (ഒരു പെൺകുട്ടി) അവനിൽനിന്ന് അത് മേടിക്കാൻ ആവശ്യപ്പെടുന്നു. ഇത് പ്രേക്ഷകരെ നാണിപ്പിക്കുകയും ഉച്ചത്തിൽ ചിരിപ്പിക്കുകയും ചെയ്ത നിഷ്കളങ്കവും രസകരവുമായ ഒരു രംഗം ആയിത്തോന്നുമെങ്കിലും, ആർത്തവ മര്യാദയുടെ ഏക നിയമവും ഒരു പ്രധാന ആശയവും വെളിപ്പെടുത്തുന്നു – "സ്ത്രീകൾ ഒരു തരത്തിലും ആർത്തവത്തിലേക്ക് പുരുഷന്മാരുടെ ശ്രദ്ധയെ ആകർഷിക്കരുത്"(Laws 1990: 43). പലരും 'മെൻസ്ട്രൽ ടാബു'; 'മെൻസ്ട്രൽ സ്റ്റിഗ്മ' എന്നിങ്ങനെയുള്ള പദങ്ങൾ ഉപയോഗിക്കുമ്പോൾ സോഫി ലോവ്സ് എന്ന ഇംഗ്ലീഷ് സോഷ്യോളജിസ്റ്റ് 'ആർത്തവ മര്യാദ' (menstrual ettiquette) എന്ന പദം ഉപയോഗിച്ചുകൊണ്ട് ആർത്തവവുമായി ബന്ധപ്പെട്ട് സ്ത്രീകളും പുരുഷന്മാരും പാലിക്കുന്ന സാമൂഹിക നിയമങ്ങൾ അല്ലെങ്കിൽ ആർത്തവവുമായി ബന്ധപ്പെട്ട സാമൂഹിക ആചാരങ്ങൾ സൂചിപ്പിക്കുന്നു. പലപ്പോഴും 'ആർത്തവ മര്യാദ' എന്നാൽ എന്താണെന്ന് വ്യക്തമായി പഠിപ്പിക്കുന്നില്ലെങ്കിലും അറിയാതെ തന്നെ മുതിർന്ന സ്ത്രീകളിൽനിന്നും പെൺകുട്ടികളിലേക്ക് അവ കൈമാറ്റം ചെയ്യപ്പെടുന്നു. ആർത്തവ മര്യാദയുടെ

ഏറ്റവും പ്രധാനപ്പെട്ടതും പൊതുവായതുമായ ഘടകങ്ങൾ ഒളിക്കുകയോ മറയ്ക്കുകയോ ചെയ്യുക, പൊതു/സ്വകാര്യ വ്യത്യാസം, രഹസ്യവും നിശ്ശബ്ദതയും, അല്ലെങ്കിൽ പ്രത്യേക ഭാഷയുടെ ഉപയോഗം എന്നിവയാണ്. ഒരു വലിയ പൊതുവിടത്തിൽ മാത്രമല്ല, ഏറ്റവും സ്വകാര്യയിടങ്ങളിലും ആർത്തവ മര്യാദകൾ പാലിക്കപ്പെടണമെന്നു പ്രതീക്ഷിക്കപ്പെടുന്നു (ഉദാ: ഒരു കുടുംബത്തിൽ) (Mathew 2018: 400). ഗേൾസ് ഇൻ പവർ (2006) എന്ന തലക്കെട്ടിലുള്ള തന്റെ കൃതിയിൽ ലോറ ഫിംഗേഴ്സൺ, ആർത്തവവുമായി ബന്ധപ്പെട്ട് ഭാഷയുടെ 'പ്രത്യേക ഉപയോഗം' ആഴത്തിൽ വിശകലനം ചെയ്യുന്നു. അത്തരം പദപ്രയോഗങ്ങൾ അത് നേരിട്ട് പ്രസ്താവിക്കാനോ പരസ്യമായി പരാമർശിക്കാനോ പാടില്ല എന്ന ആശയത്തെ ശക്തിപ്പെടുത്തുകയും, അതേസമയം സംസാരിക്കുന്ന ആളുടെ ആർത്തവത്തെക്കുറിച്ചുള്ള മനോഭാവവും വെളിപ്പെടുത്തുന്നു.

ദൈനംദിന ജീവിതത്തിലെ ആർത്തവ മര്യാദകളെക്കുറിച്ചുള്ള ഒരു ചർച്ച, ആർത്തവത്തെ സമകാലിക കാലഘട്ടത്തിൽ ലജ്ജാകരമാക്കുന്നതോ അല്ലെങ്കിൽ അതിനോടുള്ള പ്രബലമായ സാമൂഹിക മനോഭാവത്തെ രൂപപ്പെടുത്തുന്നതോ ആയ ഘടകങ്ങൾ കൃത്യമായി എന്തെല്ലാമാണെന്ന് ചിന്തിക്കാൻ പ്രേരിപ്പിക്കേണ്ടതുണ്ട്. ആർത്തവത്തെക്കുറിച്ചുള്ള, 'നിഗൂഢമായിരിക്കേണ്ടത്' അല്ലെങ്കിൽ 'അശുദ്ധം' എന്നിങ്ങനെയുള്ള സാമൂഹിക–സാംസ്കാരിക ധാരണ കണക്കിലെടുക്കുമ്പോൾ, മെഡിക്കൽ പാഠപുസ്തകങ്ങളിൽ ആർത്തവത്തെ 'പരാജയം' (failure) അല്ലെങ്കിൽ 'പരാജയപ്പെട്ട ഉല്പാദനം' (failed production) അല്ലെങ്കിൽ ഗർഭാശയ പാളിയുടെ 'അവശിഷ്ടങ്ങൾ' ("debris" of the uterine lining) എന്നിങ്ങനെ പ്രതിനിധാനം ചെയ്തിരിക്കുന്നതും ശ്രദ്ധിക്കേണ്ടതുണ്ട് (Martin 1991:486). അതിന്റെ പിന്നിലുള്ള ശാസ്ത്ര തത്ത്വങ്ങൾ നിരാകരിക്കാതെ തന്നെ മറഞ്ഞിരിക്കുന്ന പ്രാതിനിദ്ധ്യത്തിന്റെ രാഷ്ട്രീയം ശ്രദ്ധിക്കേണ്ടതുണ്ട്. സമകാലിക കാലഘട്ടത്തിൽ ആർത്തവത്തിന്റെ സാമൂഹികഘടനയെ സ്വാധീനിക്കുന്ന നിരവധി ഘടകങ്ങളിൽ, വാണിജ്യം ഒരു പ്രധാന പങ്ക് വഹിക്കുന്നു. മികച്ച ബ്രാന്റായ സാനിറ്ററി നാപ്കിൻ അല്ലെങ്കിൽ മറ്റ് ആർത്തവ ഉല്പന്നങ്ങളുടെ ശരിയായ തെരഞ്ഞെടുപ്പും ഉപയോഗവും അവ ഉപയോഗിച്ച് പരിഹരിക്കാൻ കഴിയുന്ന ഒരു 'ശുചിത്വ പ്രശ്നമായാണ്' വളരെക്കാലമായി ആർത്തവത്തെ കാണുന്നത്. "വൃത്തിയായി സൂക്ഷിക്കപ്പെടേണ്ട"തെന്നും "ആർത്തവ രക്തത്തിലെ അഴുക്കിനെക്കുറിച്ചുമാണ് ' 'സാനിറ്ററി നാപ്കിൻ' എന്ന വാക്ക് പോലും ഒരാളെ ഓർമ്മിപ്പിക്കുന്നത് (Mathew 2018:400). ആർത്തവ ഉല്പന്നങ്ങളുടെ വ്യാവസായിക വളർച്ച ആർത്തവത്തെ ഒരു 'ശുചിത്വ പ്രതിസന്ധിയാക്കി മാറ്റി, ഉചിതമായ ഉല്പന്നം തെരഞ്ഞെടുക്കുന്ന പ്രക്രിയ ഇതിലൂടെ ലഘൂകരിക്കപ്പെട്ടു' (Hufnagel 2012: 85). വ്യവസായത്തിന്റെയും വൈദ്യശാസ്ത്രത്തിന്റെയും യോജിപ്പിൽ, വാണിജ്യസാമ്പത്തിക ശക്തി സ്ത്രീശരീരത്തെക്കുറിച്ചുള്ള വ്യവഹാരത്തിൽ ആധിപത്യം സ്ഥാപിച്ചു.

ഹഫ്നഗേൽ ചൂണ്ടിക്കാണിച്ചതുപോലെ, (1) ശുദ്ധീകരിക്കൽ ആർത്തവത്തെ ഒരു ശുചിത്വ പ്രതിസന്ധിയായി വിപണനം ചെയ്യുന്നതിലൂടെ ആർത്തവ പ്രക്രിയ നിയന്ത്രിക്കുന്നതിന് പ്രത്യേക ആർത്തവ ഉല്പന്നങ്ങൾ വാങ്ങേണ്ടതുണ്ട് എന്ന ധാരണ സൃഷ്ടിക്കപ്പെട്ടു (2) രോഗാവസ്ഥ: ശാരീരികവും ഹോർമോൺ സംബന്ധമായതുമായ രോഗങ്ങളിൽ ഒന്നായി ആർത്തവം മാറ്റപ്പെട്ടു. (3) വില്പന: ആർത്തവവും ആർത്തവ കാലവും ആർത്തവ സംരക്ഷണ ഉല്പന്നങ്ങൾ സ്ഥിരമായി വാങ്ങേണ്ട ജീവിത സംഭവങ്ങളായി സ്ഥാപിക്കപ്പെട്ടു...' (2012: 85) അങ്ങനെ വാണിജ്യം ഒരു വാഹനമായി മാറി. ശരിയായ ആർത്തവ ഉല്പന്നം ഉപയോഗിച്ചു 'രക്തസ്രാവം' നിയന്ത്രിക്കുന്നതിലൂടെ, സ്ത്രീ ശരീരത്തിന്റെ 'പ്രതിസന്ധി' എളുപ്പത്തിൽ പരിഹരിച്ചു ആർത്തവം നന്നായി 'നിയന്ത്രിക്കപ്പെടണം' എന്ന അടിസ്ഥാന ആശയത്തിലാണ് വ്യവസായം അഭിവൃദ്ധി പ്രാപിക്കുന്നത്.

ഈ ചർച്ചയിൽ പ്രാധാന്യമുള്ള മറ്റൊരു അനുബന്ധ ഘടകം ഒരു 'മാതൃകാ' ഉടൽ അവതരിപ്പിക്കുന്നത്തിലെ പരസ്യങ്ങളുടെ പങ്ക് ആണ്. അത് ഒരു അനുയോജ്യമായ ശരീരത്തെ പ്രതിനിധീകരിക്കുന്നു എന്ന് മാത്രമല്ല, ഈ ശരീരത്തെ ഉപഭോക്താക്കൾ നേടിയെടുക്കാൻ ശ്രമിക്കേണ്ട അഭിലഷണീയമായ ഒന്നായി ഉയർത്തിക്കാട്ടുകയും ചെയ്യുന്നു. ആർത്തവത്തെ 'വാണിജ്യവല്ക്കരണം' എന്ന് പറയുമ്പോൾ, കോർപ്പറേറ്റ് മേഖല 'മാതൃകാ 'സ്ത്രീ ശരീരം എന്ന ആശയം തീരുമാനിക്കുകയും രൂപകല്പന ചെയ്യുകയും ചെയ്യുന്നു. പതിറ്റാണ്ടുകൾക്ക് മുമ്പുള്ളതിനേക്കാൾ കൂടുതൽ സ്ത്രീകൾക്ക് ഇപ്പോൾ ആർത്തവ ഉല്പന്നങ്ങൾ എളുപ്പത്തിൽ ആക്സസ് ചെയ്യാനും ഉപയോഗിക്കാനും കഴിയുമെന്നതിൽ സംശയമില്ല, എന്നാൽ ഈ പരസ്യങ്ങളിൽ പ്രദർശിപ്പിച്ചിരിക്കുന്ന അടിസ്ഥാന ആശയങ്ങൾ കാണാതെ പോകാനാവില്ല. ലാറ ഫ്രീഡൻഫെൽഡ്സ്, *The Modern Period* (2009) എന്ന തന്റെ കൃതിയിൽ, പരസ്യദാതാക്കൾ ഒരു ആധുനിക ശരീരത്തെ, നന്നായി കൈകാര്യം ചെയ്യപ്പെടുന്നതും ദുർഗ്ഗന്ധമില്ലാത്തതും ചോർന്നൊലിക്കാത്തതും സ്വയംബോധമോ ഉൽക്കണ്ഠയോ ഉണ്ടാക്കാത്തതും ആർത്തവത്തിന്റെ തെളിവൊന്നും പ്രദർശിപ്പിക്കാത്തതുമായി അവതരിപ്പിക്കപ്പെട്ടിരിക്കുന്നതായി കുറിക്കുന്നു. സ്ക്രീനിൽ നമ്മൾ കാണുന്ന സാനിറ്ററി നാപ്കിനുകളുടെ മിക്ക പരസ്യങ്ങളും, ഒരു പെൺകുട്ടി തനിക്ക് ആർത്തവമാണെന്ന് കണ്ടെത്തുകയും ശരിയായ ബ്രാന്റ് സാനിറ്ററി നാപ്കിൻ ലഭിക്കുമ്പോൾ അവളുടെ പെട്ടെന്നുള്ള ഉൽക്കണ്ഠ പരിഹരിക്കപ്പെടുകയും ചെയ്യുന്ന ഒരു ക്ലീഷേ ആശയം ഉപയോഗിക്കുന്നു. ആർത്തവമാണെന്ന് മറയ്ക്കുന്നതാണ് നല്ലതാണെന്ന ആശയമാണ് ഈ പരസ്യങ്ങളിൽ നമ്മിൽ ഭൂരിഭാഗവും ഇഷ്ടപ്പെടുന്നത്. വെളുത്ത വസ്ത്രം ധരിച്ച് രസകരമായ പാർട്ടിക്ക് പോകുന്ന പെൺകുട്ടിയായാലും ട്രോഫിയുമായി സന്തോഷത്തോടെ വീട്ടിലേക്ക് മടങ്ങുന്ന സ്കൂൾ വിദ്യാർത്ഥിനി

യായാലുമെല്ലാം ശരിയായ ആർത്തവ ഉല്പന്നം തെരഞ്ഞെടുത്ത് 'ആർത്തവ പ്രദർശന പ്രതിസന്ധി കൈകാര്യം ചെയ്യുന്നതിനെ' കുറിച്ചാണ് പരസ്യങ്ങൾ ഊന്നൽ നല്കുന്നതെന്ന് തോന്നുന്നു. ആത്യന്തികമായി, ആർത്തവ ഉല്പന്നത്തിന്റെ ശരിയായ ബ്രാൻഡ് എന്നാൽ വെളുത്ത വസ്ത്രത്തിൽ ഒരു രക്തക്കറ പോലും ഉണ്ടാക്കാത്ത ഒന്നാണ് എന്നതാണ്! അത്തരം പരസ്യങ്ങൾ പ്രത്യക്ഷത്തിൽ പുരോഗമനപരവും ആധുനികവുമാണെന്ന് തോന്നുമെങ്കിലും, പ്രത്യേകിച്ച്, ആർത്തവിക്കുന്ന പെണ്ണുടലുകൾക്കുറിച്ചുള്ള അവരുടെ ധാരണയിൽ 'ആർത്തവത്തെക്കുറിച്ചു ആകുലതയില്ലാത്ത, ശക്തരും ആഹ്ലാദഭരിതരുമായ സ്ത്രീകളുടെ' ചിത്രങ്ങൾ കാണാമെങ്കിലും, ആർത്തവവും സ്ത്രീ ശരീരവുമായി ബന്ധപ്പെട്ട നാണക്കേടിനെയും വൃത്തിയെയുംപറ്റിയുള്ള ലിംഗ പക്ഷപാതപരമായ ചരിത്രസങ്കല്പങ്ങളുടെ അടിയൊഴുക്കും ദർശിക്കാതിരിക്കാനാവില്ല.

ഉപസംഹാരം

"ആർത്തവം സ്ത്രീകളെ അപരയാക്കുന്നില്ല; അവൾ അപരയായതുകൊണ്ടാണ് ആർത്തവം ഒരു ശാപ'മെന്നു എലിസബത്ത് കിസ്ലിങ് ശരിയായി നിരീക്ഷിക്കുന്നു (qtd. in Hufnagel 2012: 1). ആർത്തവം ഒരു പുരുഷ പ്രശ്നമായിരുന്നെങ്കിൽ എന്ന, ആർത്തവത്തെക്കുറിച്ച് സാദ്ധ്യമായതും തികച്ചും വ്യത്യസ്തമായ ധാരണ അവതരിപ്പിക്കുന്നതുമായ, Gloria Steinem ന്റെ 'If Men Could Menstruate,' എന്ന തമാശയും ചിന്തയും ഉണർത്തുന്ന ഒരു ഭാഗം വായിക്കുമ്പോൾ ഇത് കൂടുതൽ വ്യക്തവും എളുപ്പത്തിൽ മനസ്സിലാക്കാവുന്നതുമാണ്. എന്നാൽ 'ആർത്തവാവധി' എന്ന സ്ത്രീകളുടെ പ്രശ്നമായ യാഥാർത്ഥ്യം കണക്കിലെടുക്കുമ്പോൾ, അത് ഒരു തരത്തിലും സ്ത്രീ ബലഹീനതയെ അല്ല അംഗീകരിക്കുന്നത്, സ്ത്രീ ശരീരത്തിന്റെ ആരോഗ്യകരമായ സ്വീകാര്യതയെയാണ്. ആർത്തവമുള്ള അവരുടെ ശരീരത്തെക്കുറിച്ചു ലജ്ജിക്കേണ്ട കാര്യമില്ലെന്ന് നമ്മുടെ പെൺകുട്ടികളെ പഠിപ്പിക്കുന്നതിനുള്ള ഒരു വലിയ ചുവടുവയ്പ്പാണിത്. ഏറ്റവും പ്രധാനപ്പെട്ട കാര്യം, അത് ദൈനംദിന തലത്തിൽ ആർത്തവത്തെ അപകീർത്തി നീക്കുകയും അതേക്കുറിച്ച് ക്രിയാത്മകമായ സംഭാഷണം ആരംഭിക്കുകയും ചെയ്യുന്നു എന്നതാണ്. ആർത്തവാവധിയെ സ്ത്രീസമൂഹം എങ്ങനെ കാണുന്നു എന്നതാണ് അടുത്തതായി ശ്രദ്ധിക്കേണ്ടത്. ആർത്തവ സംബന്ധമായി ഒരുദിവസം അവധി ആവശ്യപ്പെടുന്ന സ്ത്രീകൾ ബലഹീനരോ അല്ലെങ്കിൽ ആർത്തവ ബുദ്ധിമുട്ടുകൾ പെരുപ്പിച്ചുകാട്ടുന്നവരോ ആയി വിലയിരുത്തപ്പെടുന്നു. സ്ത്രീകൾ ബലഹീനരാണ് എന്ന തരത്തിലുള്ള ഇത്തരം തെറ്റായ അനുമാനങ്ങൾ ഇല്ലാതാക്കേണ്ടതുണ്ട്. ഒരു സ്ത്രീക്ക് ആർത്തവാവധി വേണ്ടിവരുമ്പോൾ മറ്റൊരാൾക്ക് അത് ആവശ്യമില്ലാതെ വരുന്നു. അതുപോലെ, ആർത്തവാവധി എന്ന

ലഭ്യമായ ഓപ്ഷൻ ഉപയോഗിക്കുന്നതിൽ ലജ്ജാകരമായ യാതൊന്നും ഉണ്ടാകേണ്ടതില്ല, 'ആളുകൾ എന്ത് പറഞ്ഞേക്കാം' എന്ന ചിന്ത തള്ളിക്കളയേണ്ടതാണ്. ആർത്തവ ആക്ടിവിസം എന്നത് പ്രത്യേകമായ എന്തെങ്കിലും പ്രിവിലെജുകൾ ആവശ്യപ്പെടുന്നില്ല, അത് വ്യത്യസ്തതകൾ അംഗീകരിച്ചുകൊണ്ടുള്ള സമത്വമാണാവശ്യപ്പെടുന്നത്. ആർത്തവത്തെക്കുറിച്ചു തന്റെ കലയിലൂടെ സംസാരിക്കാനാരംഭിച്ച ജെൻ ലൂയിസ്, കവിതാശകലങ്ങളിലൂടെ ആർത്തവത്തെക്കുറിച്ചുള്ള ആശങ്കളവതരിപ്പിച്ച എമിലി ബാസ്, ലുസില്ലെ ക്ലിഫ്ടൺ, 'Happy to Bleed' or 'Red Alert: You've Got a Napkin' തുടങ്ങിയ നമ്മുടെ രാജ്യത്തെ ആർത്തവ കാമ്പയിനുകൾ, Red Cycle പോലുള്ള ഗ്രൂപ്പുകൾ എന്നിവർ ആർത്തവം എന്നത് അശുദ്ധമായ ഒരു പ്രക്രിയ അല്ലെന്നും അത് നിശ്ശബ്ദമാക്കപ്പെടേണ്ടതോ ഒളിച്ചുവെക്കേണ്ടതോ ആയിട്ടുള്ള നിസ്സാരകാര്യമല്ലെന്നു വെളിവാക്കുന്നു. ആർത്തവാവധി തീർച്ചയായും ആർത്തവ കളങ്കം മായ്ക്കുന്നതിനും കൂടുതൽ ലിംഗ സൗഹൃദ പ്രൊഫഷണൽ ഇടങ്ങൾ സൃഷ്ടിക്കുന്നതിനുമുള്ള ധീരമായ ചുവടുവയ്പ്പാണെങ്കിലും, ഇനിയും വളരെയധികം കാര്യങ്ങൾ ചർച്ച ചെയ്യാനുണ്ട്. അങ്ങനെ ആർത്തവാവധി വന്നെങ്കിലും, ആർത്തവത്തെക്കുറിച്ചുള്ള സ്റ്റിഗ്മ ഇനിയും ഇനിയും മാറേണ്ടതുണ്ട്....

ഗ്രന്ഥസൂചി

Bobel, Chris (2010): New Blood: Third- Wave Feminism and the Politics of Menstruation, USA: Rutgers UP. "Capitalizing on the Curse: The Business of Menstruation." GoogleBooks.<https://books.google.co.in/books/about/Capitalizing_on_the_Curse. html?id=K-XaAAAAMAAJ&-osurce=kp_book_description&redir_esc=y>

Das, Kamala. "The Looking Glass." PoemHunter.com. < https://www.poemhunter. com/poem/the-looking-glass-11/ >

Fingerosn, Laura (2006): Girls in Power: Gender, Body, and Menstruation in Adolescence, Albany: State U of New York Press.

Frank, Priscilla. "Artist Explores The Unexpected Beauty Of Menstrual Blood Using Macrophotography." Huffpost. 07 Dec 2017. <https://www.huffingtonpost.in/entry/jen-lewis-beauty-in-blood_n_7205908?ri18n=true >

Freidenfelds, Lara (2009): The Modern Period: Menstruation in Twentieth- Century America, USA: John Hopkins UP.

Greer, Germaine (1971): The Female Eunuch, USA: McGraw.

Hufnagel, Glenda Lewin (2012): A History of Women's Menstraution from Ancient Greece to the Twenty- First Century: Psychological, Social, Medical, Religious, and Educational Issues, USA: Edwin Mellen Press.

Johari, Aarefa. "'Red Alert: You've Got a Napkin' campaign - Kerala activists fight menstrual taboos #Vaw." Kractivism. <https://kractivist.org/red-alert-youve-got-a-napkin-campaign-kerala-activists-fight-menstrual-taboos-vaw/ >

Laws, Sophie (1990): Issues of Blood: The Politics of Menstruation, London: Macmillan.

Martin, Emily (1991): "The Egg and the Sperm: How Science has Constructed a Romance

Based on Stereotypical Male- Female Roles." Signs Vol 16, No 3, pp 485- 501. JSTOR. Web. <https://web.stanford.edu/~eckert/PDF/Martin1991.pdf> - (2001): The Woman in the Body: A Cultural Analysis of Reproduction, Boston: Beacon Press.

Mathew, Rosemaria Regy (2018): "The Crimosn Journey from Taboo to Etiquette."

Language in India Vol 18, No 3, pp 398-406. Web. <http://languageinindia.com/march2018/rosemariacrimosnjourney1. pdf>- (2018): "A Bloody Fight: An Overview Of Menstrual Activism." Global Journal of

Advanced Research Vol 5, No 5, pp 197-199. Web. < http://gjar.org/publishpaper /vol5issue5/ d823r27.pdf>

Mihindukulasuriya, Regina. 'They need to rest this out' - Zomato introduces 'period leave' for women, transgender staff." The Print. 09 Aug 2020.< https://theprint.in/india/they-need-to-rest-this-out-zomato-introduces-period-leave-for-women-transgender-staff/478084/>

Sathyendran, Nita. "Thinking Red and Green." The Hindu. 02 June 2017. <https://www.thehindu.com/osciety/shradha-shreejaya-on-the-pioneering-work-of-sustainable-menstruation-kerala-collective/article18707416.ece>

Steinem, Gloria "If Men Could Menstruate." <http://ww3.haverford.edu/ psychology/ ddavis/ p109g/steinem.menstruate. html>

"The Last Enemy To Be Conquered Is Mother Nature: Menstruation in Advertising."

<https://www.reed.edu/anthro/adprojects/2011/case_jacobosn_spillane/#:~:text= The%20Always%20slogan%2C%20%22 Have%20a, advertisements%20for%20Tampax%20brand%20tampons>

"Why are Indian women 'Happy to Bleed'?" BBC. 23 Nov 2015. <https://www.bbc.com/news/world-asia-india-34900825>

Wisher, Yolanda. "Rubyfloetics: A Period Poem Mixtape." Poetry Foundation, 29 Apr. 2015. Web. <https://www.poetryfoundation.org/harriet/2015/04/rubyfloetics-a-period-poem-mixtape>

(പരിഭാഷ: ഡോ. അനു കുര്യാക്കോസ്

പെണ്ണുടലും വസ്ത്രസദാചാരവും

സുദിന പി വി

ആമുഖം

ലോകത്തിന്റെ മറ്റു പ്രദേശങ്ങളിൽനിന്ന് തികച്ചും വ്യത്യസ്തവും വിചിത്രവുമാണ് കേരളത്തിലെ ശരീര വസ്ത്ര ബന്ധം. ആധുനികതയുടെ ആവിർഭാവത്തോടുകൂടിയാണ് മനുഷ്യൻ വസ്ത്രം ധരിക്കാൻ തുടങ്ങിയത്. സവിശേഷമായ സാംസ്കാരിക-പ്രകൃതി പശ്ചാത്തലമുള്ള കേരളത്തിലെ വസ്ത്രധാരണത്തിന്റെ ചരിത്രം ഇതര ഇടങ്ങളിൽനിന്ന് പ്രത്യേകമായി വേർതിരിഞ്ഞുനില്ക്കുന്നു. കേരളത്തിലെ ഭൂപ്രകൃതി പരമായ സവിശേഷതകൾ ഒന്നും തന്നെ ഇവിടത്തെ വസ്ത്രധാരണ രീതിയെ സ്വാധീനിച്ചിട്ടില്ല എന്നത് തന്നെയാണ് അതിൽ പ്രധാനം. മറ്റെല്ലാ പ്രദേശങ്ങളിൽനിന്നും വ്യത്യസ്തമായി കേരളത്തിൽ ശരീരം, വസ്ത്രം എന്നീ പദങ്ങൾ ബന്ധപ്പെട്ടിരിക്കുന്നത് സവിശേഷമായാണ്. സാധാരണയിൽ കവിഞ്ഞ നീളവും വീതിയുമുള്ള തുണികളെയാണ് വസ്ത്രം എന്ന് വിളിച്ചിരുന്നത്. അനുഷ്ഠാനപരമോ ആചാരപരമോ ആയ ധർമ്മങ്ങളാണ് വസ്ത്രങ്ങൾക്ക് പണ്ടുകാലത്ത് കല്പിക്കപ്പെട്ടിരുന്നത്. 'ജനനേന്ദ്രിയം സ്ഥിതിചെയ്യുന്ന ഭാഗത്തെ മറയ്ക്കുക' എന്നതായിരുന്നു മലയാളി 'മാനം മറയ്ക്കൽ' എന്നതുകൊണ്ട് ഉദ്ദേശിച്ചിരുന്നത്. വസ്ത്രത്തിന്റെ അടിസ്ഥാനധർമ്മവും അന്ന് ഇതുതന്നെയായിരുന്നു.

വസ്ത്രവും ജാതിയും ലിംഗതനിമയും

മുട്ടിന്മേൽ വരെ, മുട്ടുവരെ, കണങ്കാൽ എത്തിച്ച്, നെരിയാണി വരെ എന്ന തരത്തിലായിരുന്നു വസ്ത്രധാരണത്തിലെ കീഴ്നടപ്പ്. ജാതിഭേദം

അനുസരിച്ചായിരുന്നു ഈ തരംതിരിവ്. അവർണ്ണന് മുട്ടുമറിയാതെ മുണ്ടുടുക്കാനാണ് അവകാശം ഉണ്ടായിരുന്നത്.. ഈഴവാദി പിന്നോക്കം കഷ്ടിച്ച് മുട്ടു മറയും. നായർ മുതലായവർക്ക് കണങ്കാൽ എത്തിച്ചും ബ്രാഹ്മണർക്ക് നെരിയാണിവരെയും എത്തിച്ച് മുണ്ടുടുക്കാമായിരുന്നു. ഉയർന്ന ജാതിയിൽപ്പെട്ട സ്ത്രീകൾ ഒന്നരയും മുണ്ടും മുട്ടിനു കീഴെ വരെ ഉടുത്തുപോന്നു. അച്ചിപ്പുടവ എന്നാണ് അതിനെ പറഞ്ഞിരുന്നത്. അധഃകൃതസ്ത്രീകൾക്ക് മുട്ടിനു കീഴെ എത്താത്ത മുണ്ടായിരുന്നു വേഷം. ബ്രാഹ്മണസ്ത്രീകൾ മാത്രമാണ് അരയ്ക്കു മുകളിൽ മേല്പോട്ട് നല്ലവണ്ണം മറച്ചിരുന്നത്. മേൽജാതിക്കാർക്ക് മുമ്പിൽ മേൽമുണ്ട് ഊരി ബഹുമാനം പ്രകടിപ്പിക്കണമായിരുന്നു. വസ്ത്രം എന്ന പദം പോലും ബ്രാഹ്മണർ വിശേഷാവസരത്തിൽ ഉപയോഗിച്ചിരുന്ന തുണിക്കാണ് പറഞ്ഞിരുന്നത്. ഇത്തരത്തിൽ ജാതീയവും ആചാരപരമായ മാനദണ്ഡങ്ങളാണ് കേരളത്തിൽ വസ്ത്ര സങ്കല്പത്തെക്കുറിച്ച് നിലനിന്നിരുന്നത്. നഗ്നത, ലജ്ജ എന്നീ സങ്കല്പങ്ങൾക്ക് പ്രാധാന്യം ഉണ്ടായിരുന്നില്ല.

മതപരിവർത്തനം ചെയ്ത് ക്രിസ്ത്യാനികളായവർക്കാണ് വസ്ത്രധാരണത്തിൽ കൂടുതൽ സ്വാതന്ത്ര്യം ഉണ്ടായിരുന്നത്. ചാന്നാർലഹള കേരളീയചരിത്രത്തിലെ ഒരു സുപ്രധാന സംഭവമാണ്. മതപരിവർത്തനം ചെയ്ത ഭൂതത്താൻകുടി ചന്നാനും എശങ്കി ചന്നാട്ടിയും പുതിയ വേഷം ഇട്ടതോടുകൂടിയാണ് ചാന്നാർ ലഹള നടന്നത്. എന്നാൽ ഇവിടെ ശ്രദ്ധിക്കേണ്ട മറ്റൊരു വസ്തുത വാസ്തവത്തിൽ തങ്ങളുടെ അരയ്ക്ക് മേലോട്ടുള്ള നഗ്നത മറയ്ക്കാൻ അല്ല ഈ സമരം അരങ്ങേറിയത്. മറിച്ച് തുല്യമായ അവകാശത്തിനു വേണ്ടിയാണ്. കേരളീയരുടെ വസ്ത്രധാരണ ചരിത്രത്തിന്റെ ആദ്യ നാളുകളിൽ ഒന്നിലും നഗ്നത, നാണം തുടങ്ങിയവ വസ്ത്രധാരണവുമായി ബന്ധപ്പെടുത്തി നിർവ്വചിച്ചിട്ടില്ല. മാറുമറയ്ക്കാനുള്ള അവകാശം ലഭിച്ചിരുന്നെങ്കിലും പുറത്ത് മാറുമറച്ച് നടക്കുന്നത് വലിയ അപമാനം ആയിട്ടാണ് സ്ത്രീകൾ കണ്ടിരുന്നത്. റൗക്ക ഇട്ട് മാറ് മറച്ചിരുന്ന സ്ത്രീകളെ ആട്ടക്കാരികളെന്നും മറ്റും വിളിച്ച് ആദ്യകാലത്ത് ആക്ഷേപിച്ചിരുന്നു. അന്തസ്സില്ലാത്ത അവസ്ഥയായിട്ടാണ് അന്ന് മറച്ചുവെക്കലിനെ കണ്ടിരുന്നത്.

കേരളത്തിന്റെ സാംസ്കാരിക ചരിത്രത്തിൽ മറ്റെല്ലാ മേഖലകളിലും മിഷണറിമാരുടെ കൈയൊപ്പ് പതിഞ്ഞതുപോലെ വസ്ത്രധാരണ രീതികളിലും അതിന്റെ സ്വാധീനം പ്രകടമായിരുന്നു. യൂറോപ്യൻ മിഷണറിമാരുടെ നേതൃത്വത്തിൽ മതപരിവർത്തനം നടത്തിയ കേരളീയരാണ് ജാതിവ്യവസ്ഥയ്ക്ക് അതീതമായ വസ്ത്രധാരണം ചെയ്തു തുടങ്ങിയത്. യൂറോപ്പിനുമുമ്പ് തന്നെ അറബികളുമായി കേരളത്തിന് വാണിജ്യ ബന്ധം ഉണ്ടായിരുന്നെങ്കിലും അത് കേരളീയവസ്ത്രധാരണ രീതികളെ ഒരിക്കലും ബാധിച്ചിരുന്നില്ല. യൂറോപ്യൻ ഇടപെടലുകൾ കേരളീയ

സാമൂഹിക സാംസ്കാരിക മണ്ഡലങ്ങളെ പരിവർത്തന വിധേയമാക്കി തീർത്തു. മാറുമറയ്ക്കൽ സമരകാലത്ത് മിഷണറി പ്രവർത്തകർ അതിനെ പിന്തുണച്ചുകൊണ്ട് ആയിരക്കണക്കിന് റൗക്കകൾ കേരളത്തിൽ അങ്ങോളമിങ്ങോളം വിതരണം ചെയ്തിരുന്നു. ഇവയ്ക്കൊപ്പം വിക്ടോറിയൻ സദാചാര മൂല്യങ്ങൾ കൂടിയാണവർ വിതരണം ചെയ്തത്. കേരളീയ വേഷങ്ങളോടുള്ള കൊളോണിയൽ മനഃസ്ഥിതിയാണ് ഇവിടെ വെളിപ്പെടുന്നത്. സഭ്യതയുടെ പുതിയ പാഠങ്ങളുടെ തുടക്കം കൂടിയായിരുന്നു ഈ ഇടപെടൽ. വിക്ടോറിയൻ സദാചാരബോധത്തിൽ ഊന്നിയ ഈ വസ്ത്രസങ്കല്പത്തെ കേരളീയരിൽ ഉറപ്പിക്കുന്നതിനായി അച്ചടിയേയും വിദ്യാഭ്യാസസ്ഥാപനങ്ങളേയും അവർ കൃത്യമായി ഉപയോഗപ്പെടുത്തി. സ്വതന്ത്രമായ ശരീരഭാഗങ്ങളെ മറച്ചുപിടിക്കുന്നതാണ് ഉത്തമം എന്ന നില ഇതോടെ വന്നുചേർന്നു.

വസ്ത്രവും സദാചാരവും പെണ്ണുടലിൽ

വിക്ടോറിയൻ സദാചാരബോധത്തിന്റെ ഈ ചെറുത്തുനില്പുകൾ പിന്നീട് ശക്തമായിത്തീരുകയും സ്ത്രീ ശരീരങ്ങളെ സ്വന്തം അസ്തിത്വത്തിൽനിന്ന് അടർത്തിമാറ്റി ലൈംഗികമാക്കി ചുരുക്കുകയും ചെയ്തു. സദാചാര ബോധത്തെ ആൺ-പെൺ ബന്ധങ്ങൾക്കകത്തും പൊതുസമൂഹത്തിലും വളർത്തിയെടുത്തു. നാണത്തിന്റെ, കുലീനതയുടെ, നഗ്നതയുടെയെല്ലാം പുതിയ ചിഹ്നങ്ങൾ ഇതോടെ ഉടലെടുത്തു വന്നു. അവയവങ്ങൾക്ക് പുതിയ ലൈംഗിക സൂചകങ്ങൾ വന്നുചേർന്നു. സമൂഹത്തിൽ സമഗ്രമായി രൂപപ്പെട്ടുവന്ന ഈ മാറ്റം പൊതുസ്ഥലങ്ങളിൽ സ്വയം പുതുമയോടെ ആവിഷ്കരിക്കാനുള്ള ആവേശവും ആഗ്രഹവും സ്ത്രീകളിൽ വളർത്തിയെടുത്തു. ജാതി ശരീരങ്ങളുടെ ജനാധിപത്യം എന്ന നവോത്ഥാന ആശയത്തിലൂടെ ലൈംഗികവല്ക്കരണത്തെയും സദാചാരബോധങ്ങളെയും ഒളിച്ചു കടത്തുകയാണ് കൊളോണിയൽ ആധുനികത ചെയ്തുപോന്നത്. അന്ന് ഉറച്ചുപോയ മറച്ചുപിടിക്കലിന്റെയും നഗ്നതയുടെയും അളവുകോലുകൾ തന്നെയാണ് മാറ്റിയിട്ടും മായ്ച്ചിട്ടും മാറാതെ ഇന്നും കേരളീയരിൽ നിലനില്ക്കുന്നത്.

സ്ത്രീകൾ സ്വന്തം ശരീരത്തെ എങ്ങനെ, എത്ര മൂടണം എന്നതിനെ സംബന്ധിക്കുന്ന എഴുതപ്പെടാത്ത പല നിയമങ്ങളും ഇന്നും നിലനില്ക്കുന്നുണ്ട്. ഇത്തരം നിയമങ്ങളെ ഗൗനിക്കാത്ത സ്ത്രീകൾക്ക് ശരീരപ്രദർശനം നടത്തുന്നു, കുഴപ്പം വിളിച്ചുവരുത്തുന്നു തുടങ്ങിയ പല ആരോപണങ്ങളും കേൾക്കേണ്ടി വരുന്നു. വസ്ത്രധാരണത്തിന്റെ കാര്യത്തിൽ സ്ത്രീകൾ വളരെയധികം ശ്രദ്ധിക്കുന്നത് ഇക്കാരണം കൊണ്ടാവാം. സാരിക്കിടയിലൂടെ വയർ കാണുന്നുണ്ടോ, ദുപ്പട്ട സ്ഥാനത്ത് തന്നെയല്ലേ, ടോപ്പിന്റെ ഇറക്കം കുറഞ്ഞോ, ഉടുപ്പിന്റെ കഴു

ത്തിന് ഇറക്കം കൂടിയോ തുടങ്ങി പല പരിശോധനകളും നടത്തിയാണ് ഓരോ സ്ത്രീയും പുറത്തിറങ്ങുന്നത്.

സമൂഹത്തിന്റെ സദാചാരക്കണ്ണുകൾ അവരെ സദാ പിന്തുടരുന്നതുകൊണ്ടാണ് കേരളത്തിലെ സ്ത്രീകൾ സ്വന്തം ശരീരത്തെക്കുറിച്ച് എപ്പോഴും ബോധവതികളാകാൻ നിർബ്ബന്ധിതരാവുന്നത്. ഇന്ന് കുറച്ചു കൂടി സ്ത്രീകൾ സൗകര്യപ്രദമായ വസ്ത്രം ധരിക്കാൻ തയ്യാറാണ്. കേരളത്തിന്റെ വിയർപ്പിലും ചൂടിലും കൈയില്ലാത്ത വസ്ത്രം ധരിക്കുന്നത് ആരോഗ്യകരമാണെങ്കിലും അതിനുള്ള സാഹചര്യം ഇവിടെ പലയിടത്തും ഇന്നില്ല. ശരീരം മറച്ചു വയ്ക്കുന്നതുകൊണ്ട് കേരളത്തിലെ സ്ത്രീകൾ സുരക്ഷിതരാണെന്നാണ് പലരുടെയും വിശ്വാസം. ശരീരം മുഴുവനും മൂടുന്നതും, മതത്തോടുള്ള ആഭിമുഖ്യം വിളിച്ചറിയിക്കുന്നതുമായ വസ്ത്രം (ബുർഖ) ധരിക്കുന്നതിലൂടെ പൊതുവിടങ്ങളിൽ കൂടുതൽ സ്വതന്ത്രരാകാൻ കഴിഞ്ഞിട്ടുണ്ടെന്ന് പല മുസ്ലീംസ്ത്രീകളും പറഞ്ഞുകേൾക്കാറുണ്ട്. ഇങ്ങനെ ശരീരത്തെ 'മെരുക്കി' 'ഒതുക്കി' നിർത്തുന്നതിലൂടെയാണ് സ്ത്രീകൾക്ക് മാന്യതയും പൊതുവ്യക്തിത്വവും (ഒരളവുവരെയെങ്കിലും) ഉണ്ടാവുക എന്ന് കരുതുന്നത് ശരിയല്ല. സ്ത്രീകൾക്കെതിരെയുള്ള അതിക്രമങ്ങൾ കേരളത്തിൽ ധാരാളം ഉണ്ടാകുന്നതിനൊരു കാരണം സ്ത്രീകളുടെ വസ്ത്രധാരണ രീതിയാണെന്ന് പറയുന്നവരിന്നുമുണ്ട്. എന്നാൽ ശരീരം മറച്ചു വയ്ക്കുന്നതുകൊണ്ട് മാത്രം കേരളത്തിലെ സ്ത്രീകൾ സുരക്ഷിതരാണോ? അതിന് യാതൊരു തെളിവുമില്ല. ഇത്തരം ചിന്താരീതികൾ സ്ത്രീശരീരത്തെ കാമമുണർത്തുന്ന വസ്തുവായി ചുരുക്കി കളയുകയും, അപമാനിക്കുകയുമാണ് ചെയ്യുന്നത്. കാമമുണർത്തുന്ന വസ്തുവെന്ന് പറഞ്ഞു സ്ത്രീശരീരത്തെ താഴ്ത്തിക്കെട്ടുമ്പോൾ സ്വന്തം ശരീരത്തിൽ ആനന്ദം കണ്ടെത്താനുള്ള, സ്വതന്ത്രയായി നടക്കാനുള്ള സ്ത്രീയുടെ അവകാശം ഇല്ലാതാക്കുകയാണ് ചെയ്യുന്നത്. ശരീരത്തെ മൂടിപ്പൊതിഞ്ഞ് പാപകരമായ വസ്തുവായി കണ്ട് അപമാനിക്കുക, അല്ലെങ്കിൽ ആണിന്റെ സന്തോഷത്തിനായി ഒരുക്കികെട്ടി പ്രദർശിപ്പിക്കുക തുടങ്ങിയ രണ്ടുതരത്തിലുള്ള നോട്ടങ്ങളാണ് സമൂഹത്തിൽനിന്ന് സ്ത്രീക്ക് നേരിടേണ്ടി വരുന്നത്. ഈ രണ്ടറ്റങ്ങളിലൂടെ അല്ലാതെയുള്ള ഒരു നോട്ടം സ്ത്രീകൾക്ക് സ്വയം സൃഷ്ടിച്ചുകൂടെയെന്ന ചോദ്യം ഇന്നും പ്രസക്തമാണ്.

മുണ്ടുംബ്ലൗസും പേരിനൊരു തോർത്തും ധരിച്ച് കടയിലും മറ്റും പോകുന്ന സ്ത്രീകൾ, മുട്ടൊപ്പം വസ്ത്രംധരിച്ച് പാടത്തും പറമ്പിലും പണിയെടുക്കുന്നവർ, ബ്ലൗസും ഒന്നരയും ധരിച്ച് ഈറനോടെ അമ്പലങ്ങളിൽ തൊഴുന്ന സ്ത്രീകൾ, കുഞ്ഞുങ്ങൾക്കു മുലകൊടുക്കുന്നവർ - ഇവരാരും കുറച്ച് നാളുകൾക്കുമുമ്പുവരെ കാഴ്ചവസ്തുക്കളായിരുന്നില്ല. ഇന്നത്തെയപേക്ഷിച്ച് ദാരിദ്ര്യം അധികമായിരുന്ന കാല

മായിരുന്നതുകൊണ്ട് ഇന്നു നാം പാലിക്കുന്ന മോടിയൊന്നും അന്നത്തെ വസ്ത്രത്തിനില്ലായിരുന്നുവെന്നതു വാസ്തവംതന്നെ. വസ്ത്രംകൊണ്ട് മുഴുവനും മൂടിവെച്ചിട്ടില്ലാത്ത സ്ത്രീശരീരം എല്ലായ്പ്പോഴും 'കുഴപ്പം' വിളിച്ചുവരുത്തുമെന്ന ഇന്നത്തെ ഭയം അന്ന് തീർച്ചയായും കുറവായിരുന്നു. എന്നാൽ ആണുങ്ങൾ ഇത്തരം കാര്യങ്ങളിൽ ഒട്ടും ഭയപ്പെടുന്നില്ല. തലമുടിയുടെ സ്റ്റൈൽ, ഷർട്ട് എവിടംവരെ തുറന്നിടാം എന്ന കാര്യങ്ങളിൽ ആൺകുട്ടികൾക്ക് ചിലപ്പോഴൊക്കെ നിയന്ത്രണമുണ്ടാവാം. പക്ഷേ, പൊതുവെ പറഞ്ഞാൽ സ്വന്തം ശരീരത്തെ എങ്ങനെ കൊണ്ടു നടക്കണമെന്ന കാര്യത്തിൽ ആണുങ്ങൾക്ക് കുറേക്കൂടി സ്വാതന്ത്ര്യമുണ്ട്.

ജീൻസ്, പാന്റ്സ്, ചെറിയ പാവാട തുടങ്ങിയവ ധരിച്ചാൽ സ്ത്രീകൾ 'ഇന്ത്യൻ സംസ്കാര'ത്തിനു പുറത്താകുമെന്ന ധാരണ ഇന്നും നമുക്കിടയിലുണ്ട്. പുരുഷന്മാർ കോട്ടും സൂട്ടും ജീൻസും ധരിച്ചു നടക്കുന്നതിൽ തെറ്റില്ല; അവർക്ക് മുണ്ടിനടിയിൽ അടിപ്പാവാട വേണ്ട; നേർത്ത ഷർട്ടിനടിയിൽ ബനിയൻ ഇടാതെയും നടക്കാം; ചെറിയ കുട്ടി നിക്കറുമിട്ട്, കൈയില്ലാത്ത ബനിയനും കയറ്റി റോഡിലൂടെ കറങ്ങാം – ഇതൊന്നും 'ഇന്ത്യൻസംസ്കാര'ത്തിനു കുഴപ്പംവരുത്തില്ല. എന്നാൽ സ്ത്രീകൾ അതിന്റെ പകുതിവഴിയെത്തിയാൽ 'എല്ലാംനശിച്ചു' എന്നു പ്രഖ്യാപിക്കാൻ ആളുണ്ട്! വാസ്തവത്തിൽ ഈ ഇരട്ടത്താപ്പ് ഏറിയോ കുറഞ്ഞോ ഇന്ത്യയിലെല്ലായിടത്തുമുണ്ട്. മതതീവ്രവാദം വളർന്നതോടെ ഇത്തരം ഭ്രാന്ത് അല്പം കുറവായിരുന്ന നഗരപ്രദേശങ്ങളിൽപ്പോലും ഈ ഇരട്ടസദാചാരം നടപ്പിലാക്കാനുള്ള ശ്രമങ്ങൾ കൂടുതലായി കാണുന്നുണ്ട്.

സ്ത്രീയുടെ കാല്, മാറ്, തുട, വയറ്, യോനി ഇതൊക്കെത്തന്നെ അന്നും ഇന്നും ചർച്ചയാകുന്നത്. എന്നാൽ പുരുഷ ശരീരം എവിടെയും ചർച്ചയാകുന്നില്ല. പുരുഷന്റെ നഗ്നമായ നെഞ്ചും തുടയും വയറും കാലുമൊന്നും ആരേയും അസ്വസ്ഥപ്പെടുത്തുന്നുമില്ല. അവന് പൊതുവിടത്തിലും വീട്ടിനുള്ളിലും ഇഷ്ടമുള്ള വസ്ത്രം ധരിക്കാം. വേണമെങ്കിൽ ഒക്കെ ഊരിക്കളഞ്ഞ് കാറ്റുകൊണ്ട് നടക്കുകയും ചെയ്യാം. സമൂഹത്തിന് അതിലൊന്നും ഒരു അസ്വാഭാവികതയും തോന്നാറില്ല. പെണ്ണിന്റെ കാലും കൈയുമൊക്കെ പുറത്ത് കാണുമ്പോൾ മാത്രമാണ് പലരും അസ്വസ്ഥരാവുന്നത്. സ്ത്രീയുടെ സ്വാഭാവികമായ ശരീരചേഷ്ടകൾക്കും അംഗചലനങ്ങൾക്കുംവരെ ഇങ്ങനെ ഒരു നിറം ചേർക്കൽ വന്നിരിക്കുന്നു. മലർന്നു കിടക്കൽ, കാലുകൾ അകത്തി വച്ച് ഇരിക്കൽ ഇതൊന്നും സ്ത്രീക്ക് മറ്റുള്ളവരുടെ മുന്നിൽ വച്ച് ചെയ്യാൻ അനുവദിക്കപ്പെട്ട കാര്യങ്ങളല്ലാതായി തീർത്തിരിക്കുന്നു.

സ്ത്രീയെന്നത് സ്വതന്ത്ര വ്യക്തിയാണെന്നും സമൂഹത്തിന്റെ

പൊതുസ്വത്തല്ലെന്നും നമ്മളോരോരുത്തരും മനസ്സിലാക്കേണ്ട കാലം അതിക്രമിച്ചു കഴിഞ്ഞു. 'നമ്മുടെ സ്ത്രീകൾ എന്ത് വസ്ത്രം ധരിക്കണം' എന്ന സാമാന്യവല്ക്കരണവുമായി നടക്കുന്നവർക്ക് ഈ ചിന്ത ദഹിക്കാനല്പം പാടാണ്. അവരെ സംബന്ധിച്ചിടത്തോളം സ്ത്രീകളുടെ ഐഡന്റിറ്റി 'നമ്മുടെ/ഞങ്ങളുടെ സ്ത്രീകൾ', 'നിങ്ങളുടെ സ്ത്രീകൾ', 'അവരുടെ സ്ത്രീകൾ' എന്നീ ഉടമസ്ഥാവകാശ പ്രഖ്യാപനങ്ങൾക്കകത്താണ്. കേടുവന്ന നഖങ്ങൾ, വിണ്ടുകീറിയ കാലുകൾ, പുഴുക്കുത്തു വന്ന പല്ല്, ത്വക്ക് രോഗങ്ങൾ എന്നിവയെല്ലാം ചിലരിൽ അലോസരമുണ്ടാക്കിയേക്കാം; അതെല്ലാം പക്ഷേ, അവരുടെ മാത്രം പ്രശ്നമാണെന്നും അങ്ങനെയുള്ളവർ ഷൂ ധരിച്ചും ചിരിക്കാതെയും പർദ്ദയിട്ടും എല്ലാം പുറത്തിറങ്ങി നടക്കണമെന്നും ആവശ്യപ്പെടാൻ ആർക്കും അവകാശം ഇല്ലെന്നുമൊക്കെ പൊതുബോധം വളരെ എളുപ്പത്തിൽ സമ്മതിക്കും; എന്നാൽ ശരീരവണ്ണം കൂടുതലോ കുറവോ ഉള്ള സ്ത്രീകളുടെ വസ്ത്രധാരണരീതികൾ തങ്ങളിൽ അലോസരമുണ്ടാക്കുന്നുവെന്നും അതുകൊണ്ടവ ഉപേക്ഷിക്കണമെന്നും അടുത്ത ശ്വാസത്തിൽത്തന്നെ, പറയുന്നതിലെ വൈരുദ്ധ്യാത്മകത ഒട്ടും മനസ്സിലാക്കാതെ തന്നെ പ്രഖ്യാപിക്കുകയും ചെയ്യും. സ്വന്തം വ്യക്തിപരമായ ഇഷ്ടാനിഷ്ടങ്ങൾ സാമൂഹ്യനിയമങ്ങളാകണം എന്നതാണാവശ്യം. ഈ അലോസരം ആരിലുണ്ടാകുന്നു, ആരുടെയൊക്കെ അലോസരം കണക്കിലെടുത്താണ് ഇത്തരം സാമൂഹ്യനിയമങ്ങൾ നടപ്പാക്കേണ്ടത് എന്ന് ചോദിച്ചാൽ കുഴഞ്ഞുപോകും. കാരണം ഓരോ വ്യക്തിക്കും അലോസരമുണ്ടാക്കുന്ന കാഴ്ചകൾ പലതാകാം; വളർന്നുവന്ന ചുറ്റുപാടുകൾ, വ്യക്തിയനുഭവങ്ങൾ, മുൻധാരണകൾ എന്നിങ്ങനെ ഇതിനെ സ്വാധീനിക്കുന്ന ഘടകങ്ങൾ പലതാണ്.

ഉപസംഹാരം

സമൂഹത്തിന്റെ പാതിവരുന്ന പുരുഷസമൂഹത്തിന് ഏതവസരത്തിൽ ഏതു വസ്ത്രം ധരിക്കണമെന്ന് മറുപാതിയുടെ തീട്ടുരങ്ങൾ ആവശ്യമില്ലെന്നിരിക്കെ, മുണ്ട് മടക്കിക്കുത്തുമ്പോൾ രോമാവൃതമായ കാലുകളുടെ പ്രദർശനം മറുപാതിക്ക് അലോസരമുണ്ടാക്കുന്നുണ്ടോ എന്ന് വേവലാതിപ്പെടേണ്ട സാഹചര്യം നിലവിലില്ലെന്നിരിക്കെ, സ്ത്രീയുടെ കാര്യത്തിൽ മാത്രം പൊതുജനാഭിപ്രായത്തിന്റെ ആവശ്യമെന്താണ്? പുരുഷനെ പോലെ തന്നെ സ്വജീവിതത്തിൽ ഇത്തരം തെരഞ്ഞെടുപ്പുകൾ നടത്താനും തീരുമാനങ്ങളെടുക്കാനും കെല്പുള്ള പൂർണ്ണവ്യക്തികൾ തന്നെയാണ് സ്ത്രീകൾ.

ഗ്രന്ഥസൂചി

അനിൽകുമാർ ടി കെ 2004. *മലയാളസാഹിത്യത്തിലെ കീഴാളപരിപ്രേക്ഷ്യം*. കേരള സാഹിത്യ അക്കാദമി, തൃശ്ശൂർ.

ഉഷാകുമാരി ജി 2013. *ഉടൽ ഒരു നെയ്ത്ത് സംസ്കാരത്തിന്റെ സ്ത്രീ വായന*. നാഷണൽ ബുക്ക് സ്റ്റാൾ, കോട്ടയം.

കമറുദ്ദീൻ എം 2017. *വസ്ത്രവും നഗ്നതയും*. ചിന്ത പബ്ലിഷേഴ്സ്, തിരുവനന്തപുരം.

ദേവിക ജെ 2010. *കുലസ്ത്രീയും ചന്തപ്പെണ്ണും ഉണ്ടായതെങ്ങനെ?* (ചരിത്രം/ ലിംഗനീതി പഠനം), സെന്റർ ഫോർ ഡെവലപ്മെന്റ് സ്റ്റഡീസ്, തിരുവനന്തപുരം.

ബാലചന്ദ്രൻ ബി 2013. *കേരളീയ വസ്ത്രപാരമ്പര്യം*. കേരള ഭാഷാ ഇൻസ്റ്റിറ്റ്യൂട്ട്, തിരുവനന്തപുരം.

ഭാസ്കരനുണ്ണി. പി. 2000. *പത്തൊമ്പതാം നൂറ്റാണ്ടിലെ കേരളം* കേരള സാഹിത്യ അക്കാദമി, തൃശൂർ.

ശ്രീധരമേനോൻ എ 2017. *കേരളസംസ്കാരം* ഡി സി ബുക്സ്, കോട്ടയം.

തുലാസിലേറുന്ന പെണ്ണുടലുകൾ ലൈംഗികതയും മാനസികവിഭ്രാന്തിയും മലയാള സിനിമയിൽ

ഡോ. ഗായത്രി ജി ആർ

ആമുഖം

ഫെമിനിസ്റ്റ് പ്രസ്ഥാനം ആന്റി സൈക്യാട്രി മൂവ്മെന്റുമായി കൈകോർത്തപ്പോഴാണ് മാനസികാരോഗ്യവും ലിംഗഭേദവും ലൈംഗികതയുമൊക്കെ കുട്ടിവായിക്കപ്പെടാൻ തുടങ്ങിയത്. ഈ മാറ്റത്തിന്റെ ഭാഗമായി മാനസികാരോഗ്യപ്രസ്ഥാനങ്ങളിലെ ലിംഗവിവേചനത്തെക്കുറിച്ച് ഒരുപാടു പഠനങ്ങൾ വന്നു. വിഖ്യാത മെന്റൽ ഹെൽത്ത് ആക്ടിവിസ്റ്റ് ഭാർഗ്ഗവി ദാവർ തന്റെ പഠനങ്ങളിലൂടെ (1995, 1999, 2008, 2012, 2015) ഇന്ത്യൻ സ്ത്രീകളുടെ മാനസികാരോഗ്യത്തെക്കുറിച്ചും അതിന്റെ മറ്റു മാനദണ്ഡങ്ങളെക്കുറിച്ചും ചർച്ച ചെയ്തിട്ടുണ്ട്. രേണു അഡ്ലക എന്ന പ്രശസ്ത നിരൂപക മനസികാരോഗ്യത്തിന്റെ നിയമവശങ്ങളെക്കുറിച്ചും അതിന്റെ പരിമിതികളെക്കുറിച്ചും പഠനങ്ങൾ നടത്തിയിട്ടുണ്ട്. പെൺ മനസ്സുകളുടെ സങ്കീർണ്ണതകളെക്കുറിച്ച് മലയാള സിനിമ ചർച്ചചെയ്യാൻ തുടങ്ങിയത് ഇരുപതാം നൂറ്റാണ്ടിന്റെ അവസാന കാലഘട്ടങ്ങളിലാണ്. ഈ കാലയളവിൽത്തന്നെയാണ് സ്ത്രീ സാക്ഷരത കൂടുന്നതും കൂടുതൽ സ്ത്രീകൾ വീടുകളിൽനിന്നും പുറത്തേക്കുപോയി ജോലി ചെയ്യാൻ തുടങ്ങിയതും. സാമ്പത്തിക സ്വാതന്ത്ര്യം ആസ്വദിക്കാൻ തുടങ്ങിയ സ്ത്രീയുടെമേൽ പുരുഷാധിപത്യത്തിന്റെ കടിഞ്ഞാൺ അയഞ്ഞുതുടങ്ങി. എന്നാൽ സ്വതന്ത്രയായ സ്ത്രീയുടെ ലൈംഗികതയെക്കുറിച്ചുള്ള സാമൂഹത്തിന്റെ ഉൽക്കണ്ഠ വർദ്ധിച്ചു. പുരുഷ നിയന്ത്രിതമായ സമൂഹത്തിന്റെ അളവുകോലിനു അതീതമായ പെണ്ണുടലുകൾ കുലസ്ത്രീപട്ടത്തിനു അർഹരല്ലാതായി, വിചിത്ര പ്രതിഭാസങ്ങളായി, അസ്വാഭാവികതയുടെ പ്രതിരൂപങ്ങളായി. ഇത്തരത്തിലുള്ള സാമൂഹിക നിലപാടിന്റെ സൂചകമാണ് മലയാള സിനിമാപ്രസ്ഥാനവും.

മലയാള സിനിമയിലെ സ്ത്രീശരീരങ്ങൾ സംസ്കാരത്തിന്റെയും പാരമ്പര്യത്തിന്റെയും കലവറയായി ചിത്രീകരിക്കപ്പെട്ടു തുടങ്ങിയിട്ടു ഏറെ നാളായിട്ടില്ല എന്നതാണ് രസകരമായ വസ്തുത. മലയാള സിനിമയുടെ തുടക്ക കാലഘട്ടങ്ങളിൽ സ്ത്രീയെ നന്മയുടെയും സദാചാരത്തിന്റെയുമൊക്കെ പ്രതീകങ്ങളായിട്ടായിരുന്നു ചിത്രീകരിച്ചത്. ജ്ഞാനാംബിക (1940), *നിർമ്മല* (1948), *ചന്ദ്രിക* (1950) തുടങ്ങിയ സിനിമകളുടെ പേരുകൾ തന്നെ ഇതിനു ഉത്തമ ഉദാഹരണങ്ങളാണ്. എന്നാൽ കേരളത്തിൽ കമ്യൂണിസ്റ്റ് പ്രസ്ഥാനം അധികാരത്തിൽ വന്നതോടെ കൂടുതൽ സ്ത്രീകൾ തൊഴിൽ മേഖലയിൽ കടന്നുവരാൻ തുടങ്ങി, പ്രത്യേകിച്ചും കാർഷിക മേഖലയിൽ. സാമൂഹിക പെരുമാറ്റച്ചട്ടത്തിൽ വന്ന ഈ മാറ്റം മലയാള സിനിമയിലും ചലനങ്ങൾ സൃഷിടിച്ചു. പ്രൊഫ. മീനാ റ്റി പിള്ളയുടെ മലയാള സിനിമയിലെ സ്ത്രീകഥാപാത്രങ്ങളെക്കുറിച്ചുള്ള പുസ്തകം ഈ മാറ്റത്തെപ്പറ്റി സമഗ്രമായ അന്വേഷണം നടത്തുന്ന ഒന്നാണ്. അറുപതുകളിലും എഴുപതുകളിലും ഷീലയും ശാരദയുമൊക്കെ ചെയ്ത ശക്തമായ സ്ത്രീ കഥാപാത്രങ്ങൾ അവരുടെ ലൈംഗികതയെക്കുറിച്ച് ഒട്ടും നിശ്ശബ്ദരായിരുന്നില്ല. *ചെമ്മീൻ* (1968) *പുനർജന്മം* (1972) തുടങ്ങിയ സിനിമകൾ ഈ പ്രസ്താവനയെ പിന്താങ്ങുന്നു.

ഇരുപതാം നൂറ്റാണ്ടിന്റെ അവസാന കാലഘട്ടത്തിൽ പ്രചരിച്ച ക്രിസ്ത്യൻ മിഷണറി ആശയങ്ങൾ മലയാളിയുടെ ലൈംഗികതയെക്കുറിച്ചുള്ള പൊതുബോധത്തെ ആകെ മാറ്റി മറിച്ചു. അതിരുവിട്ട ലൈംഗികത (പ്രത്യേകിച്ചു സ്ത്രീയുടേത്) കുടുംബത്തിനും സമൂഹത്തിനും ഭീഷണി ആയി മാറി. ഇത്തരത്തിലുള്ള ഒരു അപകട സൂചന ഉയർന്നുവന്നതോടെ പെണ്ണുടലുകളുടെമേൽ കടിഞ്ഞാൺ വീണ് തുടങ്ങി. ജെ ദേവികയുടെ *കുലസ്ത്രീയും ചന്തപ്പെണ്ണും* എന്ന പുസ്തകത്തിൽ പറയുന്നതുപോലെ സമൂഹത്തിന്റെ നന്മ, സദാചാരം, പുരോഗതി മുതലായ ഉത്തരവാദിത്വത്തിന്റെ കൂട് സ്ത്രീകളിൽ, അഥവാ സ്ത്രീ ശരീരങ്ങളിൽ നിക്ഷേപിക്കപ്പെട്ടു. അങ്ങനെ സ്ത്രീ ശരീരം പാരമ്പര്യത്തിന്റെയും സംസ്കാരത്തിന്റെയും സംഭരണിയായി മാറിയപ്പോൾ മലയാള സിനിമയിലും കാതലായ മാറ്റങ്ങൾ സംഭവിച്ചു, അതും പ്രത്യക്ഷത്തിൽ അധികം ആരും തിരിച്ചറിയാത്ത മാറ്റങ്ങൾ. സാമൂഹിക സ്ഥാപനങ്ങൾ നിഷ്കർഷിച്ച മൂല്യങ്ങളെ ഉയർത്തിക്കാട്ടുന്ന പെണ്ണുടലുകൾക്കു മലയാളസിനിമ കുലസ്ത്രീപ്പട്ടം ചാർത്തിക്കൊടുത്തു. സമൂഹമൂല്യങ്ങൾക്കു മെരുക്കാൻ കഴിയാത്ത സ്ത്രീ ശരീരങ്ങളെ മോശപ്പെട്ടവരാക്കി, യക്ഷികളാക്കി, ഭ്രാന്തികളാക്കി.

1980 കൾക്ക് ശേഷമാണ് മലയാള സിനിമ സ്ത്രീകളുടെ മാനസികാരോഗ്യത്തെക്കുറിച്ച് ചർച്ച ചെയ്യാൻ തുടങ്ങിയത്. ഈ മാറ്റം സ്ത്രീകൾക്കുള്ള ഒരു പരിഗണനയായി വിലയിരുത്തിയാൽ നമുക്ക് തെറ്റി. വീടിനു പുറത്തു ജോലിക്കുപോകുന്ന സ്ത്രീളെക്കുറിച്ചുള്ള സമൂഹ

ത്തിന്റെ ആകുലതയാണ് ഈ മാറ്റത്തിന് വഴിയൊരുക്കിയത്. എൺപതുകളിലെയും തൊണ്ണൂറുകളിലെയും സിനിമകൾ സ്വാതന്ത്ര്യ ബോധമുള്ള, തന്നിഷ്ടക്കാരികളായ സ്ത്രീകളെ മോശപ്പെട്ടവരായി ചിത്രീകരിച്ചു. പലപ്പോഴും അത്തരത്തിലുള്ള സ്ത്രീകഥാപാത്രങ്ങളെ മലയാള സിനിമ മാനസിക വിഭ്രാന്തി ഉള്ളവരായി മുദ്രകുത്തി. അങ്ങനെ പാരമ്പര്യത്തിൽ നിന്നുള്ള, സ്ത്രീത്വത്തിൽനിന്നുള്ള പതനം സ്ത്രീകളെ മനോരോഗികളാക്കി അവതരിപ്പിക്കുന്നതിലേക്കു നയിച്ചു.

മാനസിക വിഭ്രാന്തിയും സ്ത്രീശരീരവും ലൈംഗികതയും മലയാള സിനിമയിൽ

മാനസിക വിഭ്രാന്തിയും സ്ത്രീശരീരവും ലൈംഗികതയും മലയാള സിനിമ എങ്ങനെ കൂട്ടിവായിച്ചു എന്നതിനെക്കുറിച്ചാണ് ഈ ലേഖനം ഇനി ചർച്ച ചെയ്യുന്നത്. 1982 ൽ പുറത്തിറങ്ങിയ *നവംബറിന്റെ നഷ്ടം* ഒരു സ്ത്രീയുടെ മാനസിക സംഘർഷങ്ങൾ മുഖ്യ കഥാതന്തുവായി പരിഗണിച്ച ആദ്യകാല മലയാള സിനിമകളിൽ ഒന്നാണ്. ആ സമയത്തെ ഏറ്റവും തിരക്കേറിയ അഭിനേത്രിയായ മാധവി ആണ് ഈ സിനിമയിലെ കേന്ദ്ര കഥാപാത്രമായ, സമൂഹം തെറിച്ചപ്പെണ്ണ് എന്ന് വിലയിരുത്തുന്ന, മീരയായി വേഷമിട്ടത്. അവളുടെ പ്രവൃത്തികളിലെല്ലാം ഒരു പാരമ്പര്യ വിരുദ്ധത കാണാം. അവൾ രാവിലെ ഉണരാൻ മടി കാട്ടുന്നു, കുട്ടിക്കുപ്പായങ്ങൾ അണിഞ്ഞു കോളേജിൽ പോകുന്നു, ബുള്ളറ്റ് സ്റ്റാർട്ട് ആക്കുന്നു, ഉറക്കെ കൂകി വിളിക്കുന്നു. ഇങ്ങനെയുള്ള മീരയാണ് കാമുകനാൽ വഞ്ചിക്കപ്പെടുന്നതും മാനസികാരോഗ്യകേന്ദ്രത്തിലാവുന്നതും. ഒടുവിൽ രോഗം ഭേദമായി ആശുപത്രി വിടുമ്പോൾ പ്രേക്ഷകർ കാണുന്നത് മുടി പിന്നിക്കെട്ടി സാരി ഉടുത്തുവരുന്ന മീരയെ ആണ്. മറ്റൊരു തരത്തിൽ പറഞ്ഞാൽ സാധാരണനിലയിലേക്കു മനസ്സിനെ തിരിച്ചുകൊണ്ടുവരാൻ സ്ത്രീയുടെ ശരീരത്തെയാണ് മെരുക്കേണ്ടത് എന്ന് ഇവിടെ പരോക്ഷമായി സൂചിപ്പിക്കുന്നു.

വ്യത്യസ്ത സാമൂഹിക വ്യവസ്ഥകളിൽനിന്നുള്ള മൂന്ന് സ്ത്രീകളെ കേന്ദ്രകഥാപാത്രങ്ങളാക്കി പുറത്തുവന്ന പ്രശസ്ത സംവിധായകൻ ജോർജിന്റെ *ആദാമിന്റെ വാരിയെല്ല്* (1983), സ്ത്രീകളെ അടിച്ചമർത്തുന്ന സാമൂഹിക വ്യവസ്ഥകൾക്ക് നേരെയുള്ള ശക്തമായ വെല്ലുവിളി ആയിരുന്നു. ഈ സ്ത്രീകളുടെ വ്യത്യസ്ത സാമൂഹികസ്ഥിതി, വിദ്യാഭ്യാസം, കുടുംബപശ്ചാത്തലം എന്നിവ പ്രകടമാകുന്നത് അവരുടെ ശരീരങ്ങളിലൂടെയാണ്. ഉയർന്ന സാമ്പത്തിക ശേഷിയുള്ള, ക്രിസ്ത്യൻ വനിതയായ ആലീസ് ഷിഫോൺ സാരികളും പാശ്ചാത്യ രീതിയിലുള്ള കേശാലങ്കാര ശൈലിയും പിന്തുടരുന്നു. അവരുടെ അതിരുവിട്ട ലൈംഗികതയെക്കുറിച്ചും വിവാഹേതര ബന്ധങ്ങളെക്കുറിച്ചും സിനിമ ചർച്ച ചെയ്യുന്നു. ജീവിതത്തിന്റെ രണ്ടറ്റം കൂട്ടിമുട്ടിക്കാൻവേണ്ടി നെട്ടോട്ടം ഓടുമ്പോഴും തന്റെ ഗാർഹിക ഉത്തരവാദിത്വങ്ങൾക്ക് വിട്ടുവീഴ്ച

വരുത്താത്ത രണ്ടാമത്തെ കഥാപാത്രത്തെ ഒരു ഉത്തമ കുലസ്ത്രീ ആയിട്ടാണ് ചിത്രീകരിക്കുന്നത്. ഒന്നാമത്തെ കഥാപാത്രത്തിന്റെ ലൈംഗികതയെക്കുറിച്ച് കാര്യമായി പരിശോധിക്കുമ്പോൾ രണ്ടാമത്തെ കഥപാത്രത്തിന്റെ ലൈംഗികതയെക്കുറിച്ച് സിനിമ പ്രതിപാദിക്കുന്നില്ല. കുലീനയായ സ്ത്രീകൾ പലപ്പോഴും ലൈംഗിക മോഹങ്ങൾ താല്പര്യങ്ങൾ പുറത്തു കാണിക്കാത്തവരായാണല്ലോ വിലയിരുത്തപ്പെടുന്നത്. കുലസ്ത്രീയുടെ ലൈംഗികത അമ്മയാകാനുള്ള ശേഷി മാത്രമായി ചുരുങ്ങുന്നു. *ആദാമിന്റെ വാരിയെല്ലിൽ* ഈ മാതൃകാപരമായ സ്ത്രീത്വത്തിനു ഭംഗം വരുമ്പോൾ അവർ എത്തിച്ചേരുന്നത് ഒരു മനോരോഗാശുപത്രിയിലാണ്. ഈ സിനിമയിലെ സമൂഹത്തിന്റെ താഴെത്തട്ടിലുള്ള മൂന്നാമത്തെ സ്ത്രീ കഥാപാത്രത്തിന്റെ ലിംഗപരമായ വിധേയത്വം സൂചിപ്പിക്കുന്ന രീതിയിലാണ് അവരുടെ വസ്ത്രധാരണവും. അതായത്, എല്ലായിടത്തും സ്ത്രീയുടെ ലൈംഗികതയും സാമൂഹികസുരക്ഷിതത്വവും മാനസിക സൗഖ്യവും പരസ്പരം ഇഴ ചേർന്ന് കിടക്കുന്നു.

മലയാളികൾക്ക് ഏറെ പ്രിയപ്പെട്ട നിത്യഹരിത സിനിമ *മണിച്ചിത്രത്താഴ്* (1993) ഈ പ്രവണത പിന്തുടരുന്ന മറ്റൊരു അദ്ധ്യായം മാത്രം. കൊൽക്കത്ത നഗരത്തിൽ വളർന്ന ഗംഗ യക്ഷിക്കഥകളെ വകവെക്കാതെ തന്റെ പുരാവസ്തുക്കളോടുള്ള പ്രണയത്തിനു പിന്നാലെ പോകുമ്പോൾ നഷ്ടമാകുന്നതു പാരമ്പര്യത്തിൽ അധിഷ്ഠിതമായ ഒരു കൂട്ടുകുടുംബത്തിന്റെ ഭദ്രതയാണ്. സിനിമയുടെ അവസാന ഭാഗങ്ങളിൽ നാഗവല്ലി ആയി മാറുന്ന കഥാപാത്രത്തിന്റെ ഭീകരത പ്രേക്ഷകരിൽ എത്തുന്നത് തീക്ഷ്ണമായ സ്ത്രീ ശരീരത്തിലൂടെയാണ്. മെരുങ്ങാത്ത മുടിയിഴകളും അസ്ത്രംപോലെ തുളച്ചുകയറുന്ന നോട്ടവുമായി താണ്ഡവം ആടുന്ന നാഗവല്ലി സമൂഹത്തിനു ആപത്തുണ്ടാകുന്ന പെണ്ണുടലിന്റെ പ്രതീകമാണ്.

പുരുഷത്വത്തെ വെല്ലുവിളിക്കുന്ന യക്ഷികളുടെ ഐതിഹ്യം മലയാള സിനിമയ്ക്ക് എന്നും പ്രിയപ്പെട്ട വിഷയമാണ്. പുരുഷന്മാരെ വശീകരിച്ചു കീഴ്പ്പെടുത്തി കൊല്ലുന്ന യക്ഷിയുടെ സദാചാരവും സ്വഭാവശുദ്ധിയും സമൂഹത്തിനുതന്നെ ഒരു ഭീഷണിയായിട്ടാണ് കണക്കാക്കപ്പെടുന്നത്. അഴിച്ചിട്ട നീണ്ടമുടിയും ദംഷ്ട്രകളുമുള്ള യക്ഷികൾ ഇന്നും മലയാളിയുടെ ഉറക്കം കെടുത്തുന്ന സ്ത്രീ ശരീരങ്ങളാണ്. ഹരിഹരന്റെ *എന്ന് സ്വന്തം ജാനകിക്കുട്ടി* (1998), *മണിച്ചിത്രത്താഴ്* പോലെ യക്ഷിക്കഥകളെയും മാനസിക വിഭ്രാന്തിയെയും തമ്മിൽ കൂട്ടിവായിക്കുന്നു. ഈ ചിത്രത്തിലെ കേന്ദ്ര കഥാപാത്രമായ ജാനൂട്ടി അവളുടെ തറവാടിന്റെ വഷളത്തി കുട്ടിയാണ്. അടക്കവും ഒതുക്കവും ഇല്ലാതെ കറങ്ങി നടക്കുന്ന, ആരെയും കൂസാത്ത ഒരു വാശിക്കാരി. അവളുടെ ലൈംഗിക വിചാരങ്ങളും സമൂഹത്തിന് അംഗീകരിക്കാൻ പറ്റാത്തതാണ്. അങ്ങനെയുള്ള ഒരു പെൺകുട്ടി മാനസിക വിഭ്രാന്തിക്ക് കീഴ്പ്പെടുന്നത് ഒട്ടും അത്ഭുതം ഉളവാക്കുന്നില്ല.

പിന്നീടുള്ള രണ്ട് ദശാബ്ദങ്ങളിലും സ്ത്രീയുടെ മാനസികാരോഗ്യ പ്രശ്നങ്ങൾ ചർച്ച ചെയ്യുന്ന ഒരു പിടി മലയാള ചലച്ചിത്രങ്ങൾ പുറത്തിറങ്ങി. *ഫ്ളാഷ്* (2007), *പാട്ടിന്റെ പാലാഴി* (2010) തുടങ്ങിയ ചിത്രങ്ങളിൽ തന്റേടികളും മുൻകോപികളുമായ കേന്ദ്രകഥാപാത്രങ്ങൾ അവസാനം മാനസികരോഗികളായി മാറുന്നു. *സദ്ഗമയ* (2010) എന്ന ചിത്രത്തിലെ കേന്ദ്ര കഥാപാത്രം ചട്ടങ്ങൾ ലംഘിച്ചു അസമയത്തു ഒരു കാവിൽ പ്രവേശിക്കുകയും ഒരു കഴുകനാൽ ആക്രമിക്കപ്പെടുകയും ചെയ്യുന്നു. പാരമ്പര്യത്തെ ലംഘിച്ചുകൊണ്ട് ചെയ്ത ഈ പ്രവൃത്തി പിന്നീടുള്ള ജീവിതത്തെ ദോഷകരമായി ബാധിക്കുന്നു. *ഞങ്ങളുടെ വീട്ടിലെ അതിഥികൾ* (2014) എന്ന ചിത്രം കാഴ്ചവെക്കുന്നതും എഴുത്തുകാരിയും തന്നിഷ്ടക്കാരിയുമായ ഒരു സ്ത്രീയുടെ മാനസിക പ്രശ്നങ്ങളാണ്. ഒരു സ്ത്രീയുടെ സ്വന്ത്രമായ കാഴ്ചപ്പാടുകളും ചെയ്തികളും അന്നും ഇന്നും ചോദ്യം ചെയ്യപ്പെടുന്നു.

സുബോധമുള്ള സ്ത്രീകളെ മലയാള സിനിമ ചിത്രീകരിച്ചിരുന്നതും ചിത്രീകരിക്കുന്നതും അടക്കവും ഒതുക്കവും ഉളവാക്കുന്ന സ്ത്രീ ശരീരങ്ങളിലൂടെയാണ്. സ്ത്രീകളെ ഇത്തരത്തിൽ അവരുടെ ശരീരഘടനയും ലൈംഗിക താല്പര്യങ്ങളും അനുസരിച്ചു തരം തിരിക്കുന്ന രീതി പുതിയതല്ല. ഉദാഹരണത്തിന് ഭരതമുനിയുടെ നാട്യശാസ്ത്രത്തിൽ സ്ത്രീകളെ വേശ്യയായും, കുലീനയായും, ഭൃത്യയായും തരം തിരിക്കുന്നത് അവരുടെ ശരീരങ്ങളെ ആസ്പദമാക്കിക്കൊണ്ടാണ്. ഇത്തരത്തിലുള്ള വേർതിരിവ് മലയാള സിനിമയിലും സ്പഷ്ടമാണ്. മുൻപ് ചർച്ച ചെയ്ത *ആദാമിന്റെ വാരിയെല്ല്* എന്ന ചിത്രത്തിൽ ഈ മൂന്ന് തരത്തിൽ വിഭജിച്ചിരിക്കുന്നതു നമുക്ക് കാണാം. ഈ വിഭജനം യാഥാർത്ഥ്യമാകുന്നതു സ്ത്രീ ശരീരങ്ങളിലൂടെയാണ് എന്നതാണ് ശ്രദ്ധേയമായ വസ്തുത. സാമ്പത്തികമായി ഉയർന്ന ആലീസ് ഷിഫോൺ വസ്ത്രങ്ങളും മുന്തിയ ആഭരങ്ങളും ധരിക്കുന്നു. അവളെ ഭർത്താവ് സ്വാർത്ഥ താല്പര്യങ്ങൾക്കുവേണ്ടി മറ്റുള്ളവരുടെ മുന്നിൽ പ്രദർശിപ്പിക്കുന്നു. ഇടത്തരം കുടുംബത്തിന്റെ അത്താണിയും സർവ്വോപരി ഉത്തമ കുടുംബിനിയുമായ വാസന്തിക്ക് കുലസ്ത്രീ പട്ടം ചാർത്തിക്കിട്ടുന്നു. ഇതേ വാസന്തി തന്റെ ഭർത്താവിനെതിരെ പ്രതികരിച്ചു തുടങ്ങുമ്പോൾ ഭ്രാന്തിയായി മാറുന്നു. ആലീസിന്റെ വീട്ടുജോലിക്കാരിയാണ് മൂന്നാമത്തെ സ്ത്രീ. സമൂഹത്തിന്റെ താഴെക്കിടയിൽനിന്നുള്ള ഈ ഭൃത്യ ആലീസിന്റെ ഭർത്താവിന്റെ കാമവെറിക്ക് ഇരയാകുന്നു. *മണിച്ചിത്രത്താഴി*ലെ നാഗവല്ലി ആൺ മേല്ക്കോയ്മയ്ക്ക് എതിരെ നിലനില്ക്കുന്ന ശബ്ദമാണ്. *എന്ന് സ്വന്തം ജാനകിക്കുട്ടി*യിലെ കുഞ്ഞാത്തോലും ഭർത്താവിന്റെ കാമലീലകൾ ചോദ്യം ചെയ്തതിന് ക്രൂശിക്കപ്പെട്ട സ്ത്രീയാണ്. ജീവിച്ചിരിക്കുമ്പോൾ പ്രതികരിക്കാൻ പറ്റാത്ത ഈ സ്ത്രീകൾ യക്ഷികളായി രൂപാന്തരപ്പെടുന്നു.

സ്ത്രീയുടെ ലൈംഗികത എന്നും പുരുഷന് ഒരു കാഴ്ചവസ്തു

വായി മാത്രം നിലനില്ക്കുന്നു. സ്ത്രീ തന്റെ ലൈംഗികത ഇഷ്ടത്തിന് പ്രകടിപ്പിക്കുമ്പോൾ അവൾ കുലീനയല്ലാതെ ആയി മാറുന്നു. ഇരുപതാം നൂറ്റാണ്ടിന്റെ അതേ കാഴ്ചപ്പാടാണ് പിന്നീടുള്ള ചിത്രങ്ങളും പിന്തുടർന്നത്. കാലാനുസൃതമായ ചില മാറ്റങ്ങൾക്കപ്പുറം ആശയപരമായി ഒരു വിപ്ലവവും ഈ ചിത്രങ്ങൾക്ക് സൃഷ്ടിക്കാൻ കഴിഞ്ഞില്ല. കുടുംബത്തിന്റെ ചട്ടക്കൂടിൽ ഒടുങ്ങാത്ത, ലൈംഗിക വികാരത്തെ മറച്ചുവെക്കാത്ത സ്ത്രീ ശരീരങ്ങൾ, അന്നും ഇന്നും വിചിത്ര പ്രതിഭാസങ്ങളായി തുടരുന്നു.

ഗ്രന്ഥസൂചി

Addlakha, Renu. *Deconstructing mental illness: An ethnography of psychiatry, women, and the family*. New Delhi: Zubaan: An association of Kali for Women, 2008.

Davar, Bhargavi, *V. Mental Health of Indian Women: A Feminist Agenda*. New Delhi: Sage Publications. 1999.

Davar, Bhargavi, V. *From mental illness to disability: Choices for women users/survivors of psychiatry in self and identity constructions*. Indian Journal of Gender Studies.15.2: 2008. 261-290.

Davar, Bhargavi, V."Legal frameworks for and against people with psychosocial disabilities". Economic and Political Weekly. 47.52: 2012. 123-131.

Davar, Bhargavi V and T. K Sundari, Ravindran (Eds).. Gendering Mental Health:

Knowledges, Identities and Institutions: Oxford University Press, 2015.

Devika, J. *Bodies gone awry: The abjection of sexuality in development discourse in contemporary Kerala*. Indian Journal of Gender Studies 16.1 (2009): 21-46.

Devika, Jayakumari. "Domesticating Malayalees: Family planning, the nation and home-centered anxieties in mid-20th century Keralam," 2002.

Pillai, Meena T. *Becoming women: Unwrapping femininity in Malayalam cinema*. Women in Malayalam cinema: Naturalising gender hierarchies, 2010.

'പെൺ ശരീരം' എന്ന ആതുരതയുടെ പ്രതിനിധാനം

ശരണ്യ പി എസ്

ജനതയുടെ സംസ്കാരത്തിന്റെ ഭാഗമായി ഓരോ കാലഘട്ടങ്ങളിലും ഓരോ രീതിയിൽ പ്രതിപാദിക്കപ്പെടുന്ന, മനുഷ്യശരീരത്തിന്റെ ഒരു ജൈവസ്വഭാവമാണ് രോഗം. രോഗാതുരമാവുന്നതോടെ ശരീരം ഒരു പ്രധാന ശ്രദ്ധാകേന്ദ്രമാവുന്നു. അതുകൊണ്ടാണ് കലകളിലേക്ക് കേവല ശരീരത്തേക്കാൾ ആതുര ശരീരം പ്രക്ഷേപിക്കപ്പെട്ടത്. ജനകീയകലകളിലും സംസ്കാരത്തിലും രോഗാതുരമായ സ്ത്രീ ശരീരം, രോഗാതുരമായ പുരുഷശരീരത്തിൽനിന്ന് വിവിധ മാനങ്ങളിൽ വ്യത്യസ്തമായ ഒരു ചിത്രമാണ് സൃഷ്ടിക്കുന്നത്. രോഗാതുരവും ദീനബാധിതവുമായ സ്ത്രീശരീരത്തോട് സ്ത്രീക്ക് പെട്ടെന്ന് തന്മയീഭവിക്കാവുന്നതാണ്. എന്നാൽ അരോഗദൃഢഗാത്രമായ ശരീരം പൗരുഷചിഹ്നമായിട്ടാണ് കാലങ്ങളായി പരിഗണിക്കപ്പെട്ടുവരുന്നത്. ഇത്തരത്തിൽ പരിഗണിക്കപ്പെടുന്നതിൽ അടിസ്ഥാനപരമായ ഒരനീതി നിലനില്ക്കുന്നുണ്ട്.

രോഗാതുരമായ പുരുഷശരീരവും സ്ത്രീ ശരീരവും ജനപ്രിയ സംസ്കാരത്തിൽ ഭിന്നമായ ആഘാതങ്ങളാണ് സൃഷ്ടിക്കുന്നത്. ഒരു പുരുഷശരീരം രോഗാതുരമാകുമ്പോൾ ജനപ്രിയസംസ്കാരം ആ രോഗത്തെ വ്യക്തിയുടെ നിർഭാഗ്യമായി കാണുകയും അനുതപിക്കുകയും, ഒരു സ്ത്രീശരീരം രോഗാതുരമാകുമ്പോൾ രോഗം സ്ത്രീ ജീവിതത്തിന്റെ തികച്ചും സ്വാഭാവികമായ ഒരു പരിണാമമായി കാണുകയും രോഗത്തിൽ സഹതപിക്കുകയും ചെയ്യുന്നു. അനുതാപവും സഹതാപവും തമ്മിൽ അടിസ്ഥാനപരമായ വ്യത്യാസങ്ങളുണ്ട്. ഇവിടെ സ്ത്രീശരീരത്തിലെ രോഗാവസ്ഥകൾ സാധാരണീകരിക്കപ്പെടുന്നു. അഥവാ, രോഗാതുരമല്ലാത്ത സ്ത്രീശരീരം എന്നത് അസാധാരണമായ ഒന്നായി ചിത്രീകരിക്കപ്പെടുന്നു. ഇക്കാര്യത്തിൽ ജനപ്രിയ കലകളും മാധ്യമങ്ങളും

അവയുടെ കൃത്യമായ പങ്ക് കാലാകാലങ്ങളായി വഹിച്ചുപോരുന്നുണ്ട്. അവയിൽ ഏറ്റെ പ്രധാനപ്പെട്ട ഒന്നാണ് ആചാരങ്ങൾ.

ആചാരങ്ങളുടെ മാധ്യമം മനുഷ്യശരീരമാണ്. അഥവാ, മനുഷ്യ ജീവിതത്തെയും ഒരു വ്യക്തി ജീവിച്ചുവരുന്ന ഭൗതിക പരിസരത്തെയും ആസ്പദമാക്കിയാണ് ആത്മീയതയും ആത്മീയതയെ അടിസ്ഥാനപ്രേരണയായി കണക്കാക്കുന്ന ആചാരങ്ങളും രൂപപ്പെടുന്നത്. നോമ്പ്, ഏകാദശിപോലെയുള്ള ആചാരാനുഷ്ഠാനങ്ങൾ ഈ വിധത്തിൽ സമൂഹത്തിന്റെ ഭക്ഷണസംസ്കാരവുമായി ബന്ധപ്പെട്ട് രൂപംകൊണ്ട നിയന്ത്രണമെന്ന തത്ത്വം മുന്നോട്ടു വയ്ക്കുന്ന ആചാരങ്ങളാണ് എന്ന് കരുതാം. എന്നാൽ അവ തന്നെയും പല അവസ്ഥകളിലും ലിംഗപരമായ അനാരോഗ്യകരമായ ജീവിത പരിസരങ്ങളെ സൃഷ്ടിക്കുന്നുണ്ട്. തിരുവാതിര പോലുള്ള വ്രതങ്ങൾ ഇതിന് ഉദാഹരണമാണ്. ഗുണവാനായ ഒരു പങ്കാളിയെ ലഭിക്കുന്നതിനായി സ്ത്രീകൾ മാത്രം ഭക്ഷണവും ഉറക്കവും ഉപേക്ഷിച്ച് ആചരിക്കുന്ന വ്രതമാണ് തിരുവാതിര. ഇത്തരം വ്രതങ്ങൾ, അഥവാ നിലനിന്നു പോരുന്ന ആചാരങ്ങൾ ജനകീയവുമാണ്. അതിനാൽത്തന്നെ കല, ജനകീയമായ കഥാപാത്രങ്ങളുടെ സൃഷ്ടിയിൽ ഇത്തരം ആചാരാനുഷ്ഠാനങ്ങളിൽ പ്രത്യേക ശ്രദ്ധ ചെലുത്തും. ആചാരരീതികൾ പിന്തുടരുന്ന ഒരു സ്ത്രീകഥാപാത്രം ജനങ്ങൾക്ക് കൂടുതൽ സ്വീകാര്യയാകുന്നതും അത്തരം രീതികളിൽ ശ്രദ്ധയൂന്നാതെ കൂടുതൽ ആരോഗ്യകരവും ശാസ്ത്രീയവുമായ രീതികൾ പിന്തുടരുന്ന ഒരു സ്ത്രീകഥാപാത്രം അത്രതന്നെ ജനങ്ങൾക്ക് സ്വീകാര്യമല്ലാതിരിക്കുന്നതിനും കാരണം ഇത്തരം ആചാരങ്ങളാൽ നിർമ്മിക്കപ്പെട്ട പൊതുബോധമാണ്. ഈ പൊതുബോധത്തെ തൃപ്തിപ്പെടുത്തുന്ന ഘട്ടത്തിൽ കല കൂടുതൽ ജനപ്രിയമാകുന്നു. എന്നാൽ അവ പലപ്പോഴും മനുഷ്യത്വവിരുദ്ധമായ ആശയങ്ങൾ കൈമാറുകയും ചെയ്യുന്നു.

നേരത്തെ സൂചിപ്പിച്ചതുപോലെ, രോഗത്താൽ അവശയായ, ദൈന്യാവസ്ഥയിലുള്ള ഒരു സ്ത്രീ പൊതുബോധത്തിന് ഏറെ സാധാരണമായ ഒരു കാഴ്ചയാണ്. എന്നാൽ ആരോഗ്യവതിയായ ഒരു സ്ത്രീ അത്രതന്നെ സ്വീകാര്യയുമല്ല. അതുമൂലമാണ് കരയുന്ന സ്ത്രീകഥാപാത്രങ്ങൾക്ക് ഇത്രമേൽ സ്വീകാര്യത ലഭിച്ചുപോരുന്നത്. സാഹിത്യത്തിലേക്ക് നോക്കുമ്പോഴും സ്ഥിതി വ്യത്യസ്തമല്ല. മാധവിക്കുട്ടിയുടെ ഏറെ ആഘോഷിക്കപ്പെട്ട 'കോലാട്' എന്ന കഥതന്നെ ഉദാഹരണമായി കണക്കാക്കാവുന്നതാണ്. അവിടെ നിത്യവൃത്തികളാൽ രോഗിയായി ത്തീർന്ന സ്ത്രീകഥാപാത്രത്തെ ശ്രദ്ധിക്കാം. രോഗാവസ്ഥ മാത്രമാണ് വായനക്കാർക്ക് അവർക്കുമേൽ സഹതാപം സൃഷ്ടിക്കുവാനായി ഉപകാരപ്പെടുന്നത്. അഥവാ, കോലാട് എന്ന കഥയിലെ സ്ത്രീ പൂർണ്ണാരോഗ്യവതിയായ ഒരുവളായിരുന്നെങ്കിൽ അവർക്കുമേൽ വായനാസമൂഹത്തിന് ഇത്രമേൽ അനുകമ്പയുണ്ടായിരിക്കുമോ എന്നത് സംശയാസ്പദമാണ്. അവിടെ സൃഷ്ടിക്കപ്പെടുന്ന വികാരം, അവരുടെ ആരോഗ്യത്തെപ്രതിയല്ല.

മറിച്ച്, ദൈനംദിനജോലികൾമൂലം രോഗിയാക്കപ്പെട്ട ഒരു സ്ത്രീ എന്നത് സഹതാപാർഹയായ ഒരു കഥാപാത്രമാണ്. എന്നാൽ അവർ തന്റെ ആരോഗ്യത്തെപ്രതി പിറ്റേന്ന് മുതൽ ജോലികളിൽനിന്ന് വിട്ടുനിന്നാൽ വായനക്കാരിൽ സൃഷ്ടിക്കുന്ന പ്രതീതി വ്യത്യസ്തമായിരിക്കും. അനാരോഗ്യവതിയായ, കരയുന്ന സ്ത്രീയെയാണ് ജനപ്രിയ കലാരൂപങ്ങൾക്കും അതിന്റെ ആസ്വാദകർക്കും ആവശ്യം. ആ രോഗം രൂപപ്പെടുന്നത് കുടുംബത്തിനു വേണ്ടിയുള്ള നിത്യാദ്ധ്വാനത്തിൽ നിന്നുമാകണം. കണ്ണീർ സീരിയലുകളുടെയും അടിസ്ഥാന തത്ത്വശാസ്ത്രം ഇതുതന്നെയാണ്.

സിനിമാരംഗത്തേക്കു നോക്കുമ്പോഴും അടുത്തകാലംവരെയും സ്ഥിതി ഏറെ വ്യത്യസ്തമായിരുന്നില്ല. എന്നാൽ സമീപകാലത്ത് സൃഷ്ടിക്കപ്പെട്ട പല സ്ത്രീകഥാപാത്രങ്ങളും താന്താങ്ങളുടെ ആരോഗ്യത്തെപ്രതി കുടുംബം ഉപേക്ഷിച്ചവരാണ്. *കുമ്പളങ്ങി നൈറ്റ്സ്* എന്ന സിനിമയിലെ അമ്മ കഥാപാത്രം ഇതിന് കൃത്യമായൊരു ഉദാഹരണമാണ്. തന്റെ ആരോഗ്യത്തെ കണക്കിലെടുക്കാതെയുള്ള ഒരു നീക്കത്തിനും തയ്യാറാകാത്ത ഒരു സ്ത്രീകഥാപാത്രം അത്രയൊന്നും സാധാരണമല്ല. എന്നാൽ, അതിനെതിരായി ഇന്നും 'അമ്മ' എന്ന അവസ്ഥയെ ഉപയോഗിച്ചുകൊണ്ട് സ്ത്രീകളെ മഹത്ത്വത്തിലേക്കടുപ്പിക്കുന്നത് അവരുടെ കുടുംബത്തിനുവേണ്ടിയുള്ള കഷ്ടപ്പാടുകളും അതുമൂലമുണ്ടാകുന്ന അനാരോഗ്യവുമാണ്. ഈ മട്ടിലുള്ള ആഖ്യാനങ്ങൾ ഇന്നും ധാരാളമായിത്തന്നെ രൂപപ്പെടുന്നുണ്ട്. *ഹോം* എന്ന സിനിമ അതിന് ഒരു ഉദാഹരണമാണ്. ഈ സിനിമയിലെ കുട്ടിയമ്മ എന്ന കഥാപാത്രത്തിന് സിനിമയുടെ അവസാനംവരെയും നീതി ലഭിക്കുന്നില്ല. കുട്ടിയമ്മയുടെ ദൈന്യത മുന്നോട്ടുവയ്ക്കുന്നത്, ഈ കുടുംബമാണ്, കുടുംബത്തിനുവേണ്ടിയുള്ള അദ്ധ്വാനമാണ് അവരെ ഈ നിലയിലെത്തിച്ചത്, അതിനാൽ അവർ തീർത്തും സഹതാപാർഹയാണ് എന്ന ആശയമാണ്. അവർ അപ്പോഴും അർഹിക്കുന്നത് സഹതാപം മാത്രമാണ്, ആരോഗ്യപൂർണ്ണമായ ഒരു ജീവിതമല്ല. അഥവാ, കുട്ടിയമ്മ എന്ന കഥാപാത്രം പൂർണ്ണ ആരോഗ്യവതിയായിരുന്നെങ്കിൽ അവർക്ക് ഈ സഹതാപവും പ്രേക്ഷകപക്ഷത്തുനിന്ന് ലഭിക്കുവാൻ സാദ്ധ്യത കുറവാണ്. ഇവിടെ രോഗം ഒരു ആഖ്യാനമാർഗ്ഗമാണ്.

രോഗമില്ലാത്ത സ്ത്രീക്കും രോഗമില്ലാത്ത പുരുഷനും പൊതുബോധം നല്കുന്ന വ്യാഖ്യാനം വ്യത്യസ്തമാണ്. പൂർണ്ണാരോഗ്യവതിയായ സ്ത്രീ എന്ന ചിത്രം എന്തുകൊണ്ടെല്ലാമോ പൊതുബോധത്തിന് സ്വീകാര്യമല്ലാത്തതാണ്. അഥവാ, സ്വന്തം ആരോഗ്യത്തിൽ വേണ്ടതരത്തിൽ ശ്രദ്ധ ചെലുത്തുന്ന സ്ത്രീ അസാധാരണവും കുടുംബാന്തരീക്ഷത്തിൽ അസംഭ്യവുമാണെന്ന പൊതുബോധത്തെ ഇത്തരം കലകൾ ഊട്ടിയുറപ്പിക്കുന്നു. കുടുംബവ്യവസ്ഥ എത്രമാത്രം അനീതികളെയും ചൂഷണങ്ങളെയും സൃഷ്ടിക്കുന്നു എന്നത് ഇത്തരം കല

കളിൽനിന്ന് വായിച്ചെടുക്കാമെങ്കിലും ഇവ സൃഷ്ടിക്കുന്ന ചില ചിത്രങ്ങൾ അത്യന്തം അപകടകരമാണ്.

കുടുംബവ്യവസ്ഥയിലുൾപ്പെട്ട സ്ത്രീ സഹതാപാർഹയാകുന്നതിനുള്ള ഏക കാരണം അവരുടെ അനാരോഗ്യമാണ് എന്ന ആഖ്യാനമാണ് ഇവ സൃഷ്ടിച്ചെടുക്കുന്നത്. എന്നാൽ ആ അനാരോഗ്യം അഭിസംബോധന ചെയ്യപ്പെടുന്നത് ആരോഗ്യത്തെപ്രതിയല്ല. മറിച്ച്, കുടുംബവ്യവസ്ഥയിലെ ജീവിതം അനാരോഗ്യം സൃഷ്ടിക്കുന്നുവെന്നും, അതിനാൽ അവർ സഹതാപം (ആരോഗ്യമല്ല) അർഹിക്കുന്നുവെന്നുമുള്ള തലത്തിലേക്കാണ് സ്ത്രീയുടെ അനാരോഗ്യങ്ങൾ ചർച്ച ചെയ്യപ്പെടുന്നത്. അതിനാലാണ് സ്ത്രീ ബഹുമാനിക്കപ്പെടേണ്ടത് എന്ന തരത്തിൽ നിർമ്മിക്കപ്പെടുന്ന ആഖ്യാനം സ്ത്രീയെ കൂടുതൽ കൂടുതൽ കുടുംബവ്യവസ്ഥയിലേക്കും അനാരോഗ്യത്തിലേക്കുമല്ലാതെ മറ്റൊന്നിലേക്കും നയിക്കുന്നില്ല. ആരോഗ്യവതിയായ സ്ത്രീ ഇവിടെ സഹതാപാർഹമായ കുടുംബചിഹ്നമല്ല. അതിനാൽ രോഗിയായ സ്ത്രീയെ കല പ്രയോജനപ്പെടുത്തുന്നു.

സാമൂഹിക മാധ്യമങ്ങളിൽ ഈ അവസ്ഥയുടെ വിവിധ രീതികളിലുള്ള പ്രതിപാദനങ്ങൾ കാണാനാകും. സാമൂഹിക മാധ്യമങ്ങൾ അടിസ്ഥാനപരമായി പ്രവർത്തിക്കുന്നത് കുമിളകൾ പോലെയുള്ള ഒരു പരിസരത്തിനകത്താണ് എന്നത് ഇവിടെ ഓർത്തുവയ്ക്കേണ്ട ഒരു വസ്തുതയാണ്. മാതൃദിനങ്ങളിലും വനിതാദിനങ്ങളിലും സാമൂഹിക മാധ്യമങ്ങളിൽ കണ്ടുവരുന്ന ആശംസാചിത്രങ്ങൾ ഇവിടെ പ്രസക്തമാണ്.

ഈ അടുത്ത കാലത്ത് ഏറെ ചർച്ച ചെയ്യപ്പെട്ട ഒരു ചിത്രമായിരുന്നു ഓക്സിജൻ മാസ്കുമിട്ട് ഒരു അമ്മ അടുക്കള ജോലികളിലേർപ്പെടുന്നത്. ഈ ചിത്രം നിർവ്വഹിക്കുന്ന ധർമ്മം തന്നെയാണ് അത്രതന്നെ പ്രകടമായല്ലെങ്കിലും മുഖ്യധാരാ സാഹിത്യവും സിനിമകളും നിർവ്വഹിക്കുന്നത്. ദൈന്യതയിലും കുടുംബത്തെപ്രതി അദ്ധ്വാനിക്കുന്ന അമ്മ എന്ന ചിത്രം ഏറെ ആഘോഷിക്കപ്പെടുന്നതും അപകടകരവുമാണ്. എന്നാൽ സാമൂഹിക മാധ്യമങ്ങളുടെ വരവോടെ ഇത്തരം രീതികൾ പലതും ചോദ്യം ചെയ്യപ്പെടാനും എതിർക്കപ്പെടാനും തുടങ്ങിയിട്ടുണ്ട് എന്നത് അംഗീകരിക്കേണ്ട വസ്തുത തന്നെയാണ്. ആർത്തവശുചിത്വം, പോസ്റ്റ് മെനോപോസൽ സിൻഡ്രോം (PMS), പോസ്റ്റ്പാർട്ടം ഡിപ്രെഷൻ (PPD) പോലുള്ള വിഷയങ്ങൾ ധാരാളമായി ചർച്ചയിൽ വരുന്നതും അത്തരം ചർച്ചകളിൽ സാധാരണക്കാർപോലും പങ്കാളികളാകുന്നതും പ്രതീക്ഷ നല്കുന്നതുതന്നെയാണ്.

എന്നാൽ സാമൂഹിക മാധ്യമങ്ങളുടെ പ്രവർത്തനം പരിശോധിക്കുമ്പോൾ അടിസ്ഥാനപരമായി ഒരേ താല്പര്യക്കാർ അടങ്ങുന്ന മറ്റൊരിടത്തെ സൃഷ്ടിച്ചു എന്നതാണ് വസ്തുത. ഇവിടെ, ഇത്തരം ചർച്ചകൾ രൂപപ്പെടുന്നതും സ്വാധീനം ചെലുത്തുന്നതും അവയിൽ തല്പരരായ

ഒരു കൂട്ടം വ്യക്തികൾക്കുള്ളിൽ മാത്രമാണ് എന്നത് സാമൂഹികമാധ്യമങ്ങൾ വഴിയുള്ള ചർച്ചകളുടെ ഫലപ്രാപ്തിയെ ചോദ്യം ചെയ്യുന്നു. എന്നാൽത്തന്നെയും നീതിബോധത്തോടെയുള്ള ഇത്തരം ചർച്ചകൾക്ക് നിലനില്ക്കാനാവശ്യമായ കൃത്യമായ ഒരു ഇടം രൂപപ്പെട്ടു വരുന്നുണ്ട്. ഇത് സാമൂഹിക മാധ്യമങ്ങൾ നല്കുന്ന ഒരു ശുഭസൂചന തന്നെയാണ്.

ഒരു സ്ത്രീ പരിപൂർണ്ണ സ്വതന്ത്രയാകണമെങ്കിൽ അവർക്ക് സ്വന്തമായ വരുമാനവും പാർപ്പിടവും ആവശ്യമാണ്. എന്നാൽ അതോടൊപ്പം തന്നെ പ്രധാനമാണ് ആരോഗ്യപൂർണ്ണമായ ഒരു ശരീരവും. ഏതു രീതിയിൽ സൃഷ്ടിക്കപ്പെടുന്ന അനാരോഗ്യത്തെയും കൃത്യമായി ചികിത്സിക്കാനും വ്യക്തിക്ക് ആരോഗ്യപൂർണ്ണമായ മനസ്സും ശരീരവും നിലനിർത്തുവാനുമുള്ള സാഹചര്യം ഉണ്ടാവുക എന്നത് പ്രധാനമാണ്. അനാരോഗ്യത്തെയും അതുമൂലമുള്ള ദൈന്യാവസ്ഥകളെയും സ്ത്രീജീവിതത്തിന്റെ മഹത്ത്വമെന്ന രീതിയിൽ ചിത്രീകരിച്ച് ആഘോഷിക്കുന്ന പൊതുബോധം അത്യന്തം അപകടകരമാണ്. രോഗം ആഘോഷവസ്തുവല്ല.

ആഖ്യാനങ്ങളിലെ അടയാള പ്പെണ്ണുടലുകൾ: ദളിത്ക്രിസ്ത്യൻ സ്ത്രീകൾ മലയാള നോവലുകളിൽ

ബിൻസി മരിയ എൻ

She was told
That she was dirt,
She was filth and
In this sacred land of thousands of goddesses
She is called a Dalit

(A Dalit Woman in the land of Goddesses, by Aruna Gokulamanda)

ആണടയാളങ്ങൾ ആഴ്ന്നു പതിച്ച സാമൂഹിക, സാംസ്കാരിക, രാഷ്ട്രീയ ഇടങ്ങളിൽ സ്ത്രീകൾ അവരെ രേഖപ്പെടുത്തുന്നത് എപ്രകാരമായിരിക്കും എന്ന ചോദ്യത്തിന് നൂറ്റാണ്ടുകളുടെ പഴക്കമുണ്ട്. കേൾക്കുകയും കേൾക്കപ്പെടുകയും വായിക്കുകയും വായിക്കപ്പെടുകയും എഴുതുകയും എഴുതപ്പെടുകയും ചെയ്യുന്ന പുനർ നിർമ്മിതികളുടെ പെണ്ണിടങ്ങളെപ്പറ്റി ഇന്ത്യൻ സമൂഹം ചർച്ച ചെയ്തു തുടങ്ങുന്നത് പത്തൊൻപതാം നൂറ്റാണ്ടുമുതലാണ്. പക്ഷേ, പൊതുവിടമെന്നും സ്വകാര്യ ഇടമെന്നും രണ്ടായി പകുത്ത് പിതൃലീന വ്യവസ്ഥയുടെ 'കരുതൽ' സങ്കല്പങ്ങൾകൊണ്ടു ചുവർ കെട്ടി, പെണ്മയെ 'ശരീരമെന്ന' ഒറ്റ സമവാക്യംകൊണ്ടു മാത്രം നിർവ്വചിക്കുന്ന കുടുംബമെന്ന 'സുരക്ഷിത ഇടങ്ങളിൽ' (domestic space), പറഞ്ഞു പഴകിയ ദേവതാ സങ്കല്പത്തിന്റെ തോലുറകൾ നീക്കി പുറത്തുവരുവാൻ സാധിക്കാത്ത ബഹുഭൂരിപക്ഷം സ്ത്രീകൾ ഇന്നുമുണ്ടെന്ന യാഥാർത്ഥ്യം വിരോധാഭാസമായി തുടരുന്നു. ഇത്തരമൊരു സാമൂഹികാവസ്ഥയിൽ, എവിടെയായിരിക്കും ദളിത് സ്ത്രീകൾ അവരെ ചേർത്തുവയ്ക്കുക? ഇതിൽ എവിടെയാണ്

ദളിത് ക്രിസ്ത്യൻ സ്ത്രീകളുടെ സ്ഥാനം? ജന്മംകൊണ്ട് ഒരുവന്റെ കർമ്മവും ഒരു ജീവിതം മുഴുവനും നിർവ്വചിക്കപ്പെട്ടിരുന്ന, അളവും കണക്കും നിശ്ചയിച്ച് 'തീണ്ടാപ്പാട്' അകലെ മനുഷ്യർ മനുഷ്യരെ അകറ്റി നിർത്തിയിരുന്ന, ജാതിയധിഷ്ഠിത കേരള സമൂഹത്തിൽ ഒരു സ്ത്രീയായിരിക്കുക, പ്രത്യേകിച്ച് ദളിത് സ്ത്രീയായിരിക്കുക എന്നത് തീർത്തും അപകടകരം തന്നെയായിരുന്നു. 'Dalit Feminist Perspectives in India' എന്ന ലേഖനത്തിൽ ബങ്കിം ചന്ദ്ര മണ്ഡൽ ദളിത് സ്ത്രീകളെ നിർവ്വചിക്കുന്നത് 'ദളിതുകൾക്കിടയിലെ ദളിതുകൾ' എന്നാണ്. 'Absence in Presence: Dalit Women's Agency, Channar Lahala and Kerala Renaissance,' എന്ന ലേഖനത്തിൽ ബിനു കെ ഡി, മനോഷ് മനോഹരൻ എന്നിവർ ജാതിയധിഷ്ഠിത സമൂഹത്തിൽ ദളിത് സ്ത്രീകളുടെ അവസ്ഥയെപ്പറ്റി വിശദമായി പ്രതിപാദിക്കുണ്ട്. സവർണ്ണ പുരുഷാധിപത്യത്തിന്റെയും, ദളിത് പുരുഷ മേല്ക്കോയ്മയുടെയും ഇരകളായ ദളിത് സ്ത്രീകളെ, 'gendered caste subalterns' (ജാതീയമായും ലിംഗ വ്യത്യാസംകൊണ്ടും പാർശ്വവല്ക്കരിക്കപ്പെട്ട വിഭാഗം) എന്നാണ് നിർവ്വചിച്ചിരിക്കുന്നത്.

മർദ്ദക വർഗ്ഗത്തോടു പ്രതിരോധത്തിൽ ഏർപ്പെടുവാൻ കഴിവില്ലാത്തവിധം അബലകളും ജാതിയുടെയും പിതൃലീന വ്യവസ്ഥയുടെയും ഇരകളുമായിട്ടാണ് ദളിത് സ്ത്രീകളെ പൊതുവിൽ അവതരിപ്പിക്കുന്നത്. ജാതീയമായും, ലിംഗവ്യത്യാസങ്ങൾകൊണ്ടും പാർശ്വവല്ക്കരിക്കപ്പെട്ട ജനവിഭാഗത്തെ ഇത്തരത്തിൽ വാർപ്പ് മാതൃകകൾകൊണ്ട് അടയാളപ്പെടുത്തുന്നതിന്റെ പ്രധാന കാരണം ജാതീയമായ അനാചാരങ്ങൾക്കും ദളിത് സ്ത്രീകൾക്കെതിരെയുള്ള ലൈംഗിക ചൂഷണങ്ങൾക്കും നൂറ്റാണ്ടുകളായി ലഭിച്ചു പോരുന്ന സമ്മതിയും സാധുതയുമാണ് (18).

ബ്രാഹ്മണിക മൂല്യങ്ങൾ രൂഢമൂലമായ ഇത്തരമൊരു സാമൂഹിക ക്രമത്തിൽ, സ്ത്രീകളെയും അവരുടെ ബഹുവിധവും സങ്കീർണ്ണവുമായ പ്രശ്നങ്ങളെയും ഒറ്റ അളവുകോൽകൊണ്ട് വിവക്ഷിക്കുകയും ഏകീകരിക്കുകയും (Homogenize) ചെയ്യുന്നതിലെ നീതികേട് ചോദ്യം ചെയ്തു തുടങ്ങിയത് ദളിത് ഫെമിനിസത്തിന്റെ ഉത്ഭവത്തോടെയാണ്. സവർണ്ണ ലാവണ്യ ബോധത്തിന്റെ നിർവ്വചനങ്ങളും വാർപ്പു മാതൃകകളുംകൊണ്ട് ആത്മബോദ്ധ്യങ്ങളിൽപോലും അടിമ/അധമ ബോധം ഉരുക്കിയൊഴിച്ച്, സാമൂഹിക വികാസത്തിന്റെയും രാഷ്ട്രനിർമ്മാണത്തിന്റെയും തുടങ്ങി മറ്റെല്ലാ മേഖലകളിൽനിന്നും ബോധപൂർവ്വം മാറ്റി നിർത്തപ്പെടുന്ന ദളിത് സ്ത്രീകളെ സൂക്ഷ്മമായി പ്രതിനിധാനം ചെയ്യാൻ സാധിക്കാത്ത മുഖ്യധാരാ ഫെമിനിസത്തെ (Mainstream Indian Feminism) അനുപമ റാവു വിശേഷിപ്പിക്കുന്നത് 'ബ്രാഹ്മണിക ഫെമിനിസം' എന്നാണ്.

പ്രാമാണിക ഗ്രന്ഥങ്ങളും വേദ സംഹിതകളും ഉപയോഗിച്ച് സൂക്ഷ്മവും കൃത്യവുമായ ബോധന മാർഗ്ഗങ്ങളിലൂടെ ഊട്ടിയുറപ്പിക്കപ്പെട്ട ജാതി

ചിന്തകളും ശരീരകേന്ദ്രീകൃതമായ കാഴ്ചപ്പാടുകളും (caste and Gender) ദളിത് സ്ത്രീകളെ രണ്ടു വിധത്തിൽ ആണധികാര വ്യവസ്ഥയുടെ (Dual Patriarchy) അടിമകളാക്കിയെങ്കിൽ, ദളിത് ക്രിസ്ത്യൻ സ്ത്രീകൾ മതപരിവർത്തനാനന്തരം സംഭവിക്കുന്ന പുതിയ ഒരു അധികാര ഘടനയിലേക്ക് കൂടി അതിസങ്കീർണ്ണമാംവിധം ഇഴ ചേർക്കപ്പെടുകയും വിഭിന്നങ്ങളും പരസ്പര പൂരകങ്ങളുമായ രണ്ടിലധികം സ്വത്വങ്ങളെ അംഗീകരിക്കുവാൻ നിർബ്ബന്ധിതരാവുകയും ചെയ്യുന്നു. അതുകൊണ്ടു തന്നെ ദളിത് സ്ത്രീകളോടോ, ജാതിശ്രേണിയുടെ മുകൾത്തട്ടിലെ സ്ത്രീകളോടോ സമം ചേർത്ത് ദളിത് ക്രിസ്ത്യൻ സ്ത്രീകളുടെ ജീവിത വ്യവഹാരങ്ങളെയും അസ്തിത്വ പ്രശ്നങ്ങളെയും ചർച്ചചെയ്യുന്നതിൽ പ്രയാസമുണ്ട്. ക്രിസ്തുമതത്തിലേക്കുള്ള പരിവർത്തനം തീർച്ചയായും ദളിതരെ സംബന്ധിച്ചെടുത്തോളം സ്വാതന്ത്ര്യ പ്രഖ്യാപനമായിരുന്നു. മണ്ണും മനുഷ്യനുമേതെന്നു വിവേചിച്ചറിയാൻ സാധിക്കാത്തവണ്ണം ജന്മിത്ത വ്യവസ്ഥിതിയും ജാതീയതയും തുകലിട്ട് മുറുക്കിയ അടിമവർഗ്ഗങ്ങൾക്ക് മതപരിവർത്തനം ഒരു തരത്തിൽ ഉണർത്തു പാട്ടായിരുന്നുവെങ്കിലും അതൊരിക്കലും ആത്യന്തികമായ മോചന മാർഗ്ഗമായിരുന്നില്ല. വിമോചന സ്വാതന്ത്ര്യത്തിനു വിഘാതമാകുന്ന നിരവധി ഘടകങ്ങൾ മതം അനുവദിച്ചുനല്കിയ ഇടങ്ങളിൽ ദളിത് ക്രൈസ്തവർ ഇന്നും നേരിടുന്നു എന്നു പറയാതെ വയ്യ. വിഭവാധികാരവും സഞ്ചാര സ്വാതന്ത്ര്യവും ജീവിക്കുവാനുള്ള അവകാശംപോലും നിഷേധിക്കപ്പെട്ട ഒരു വലിയ വിഭാഗം ജനത്തെ ക്രിസ്തുമതത്തിലേക്ക് തുന്നിച്ചേർക്കുമ്പോൾ, സമത്വാധിഷ്ഠിതമായൊരു മതസംവിധാനമായിരുന്നു അവർ സ്വപ്നം കണ്ടിരുന്നതെങ്കിൽ ഇവിടെ രൂഢമൂലമായ ജാതി വ്യവസ്ഥയും ബ്രാഹ്മണിക മൂല്യങ്ങളും ചേർന്ന് ദളിതരുടെ അധമാവസ്ഥയെ കൂടുതൽ സങ്കീർണ്ണമാക്കി. പുതിയ മതഘടനയോടുള്ള സംയോജനം സാദ്ധ്യമല്ലാതിരുന്നതിന് പ്രധാന കാരണം ഉയർന്ന ജാതികളിൽനിന്നും മതപരിവർത്തനാനന്തരം ക്രിസ്തുമതത്തിലേക്ക് കടന്നു വന്നവർ തുടർന്നുപോന്ന ജാതി വഴക്കം തന്നെയായിരുന്നു. ജന്മംകൊണ്ടും കർമ്മംകൊണ്ടും തങ്ങൾ പാപികളാണെന്നും ആദിപാപത്തിന്റെ കറ നീക്കുന്ന മാമോദീസ വഴി ക്രിസ്തീയ വിശ്വാസത്തിലേക്ക് കടന്നു വന്നാലും പിന്നെയും നവീകരണങ്ങൾക്കും ഉടച്ചു വാർക്കലുകൾക്കും വിധേയമാക്കപ്പെട്ട്, മതപരിവർത്തനത്തിനുശേഷവും 'പുതുക്രിസ്ത്യാനികളും' 'പുലയക്രിസ്ത്യാനികളും' 'അവശക്രിസ്ത്യാനി'കളുമായി മാത്രം തുടരേണ്ടവരാണ് തങ്ങൾ എന്നുള്ള ബോധം അവരിൽ നിന്ന് തുടച്ച് നീക്കുന്നതിൽ മതത്തിനും മിഷണറി പ്രവർത്തനങ്ങൾക്കും സാധിച്ചിട്ടില്ല. ജാതിയും മതവും ആത്യന്തികമായി ഒരു വ്യക്തിയുടെ തെരഞ്ഞെടുപ്പ് അല്ലാതിരുന്നിട്ടുകൂടി ദളിതനായതിന്റെ പേരിലും ദളിത് ക്രൈസ്തവരായതിന്റെ പേരിലും സവർണ്ണ പൊതുബോധം അതിന്റെ മുൻവിധികൾകൊണ്ടും മിത്തുകൾകൊണ്ടും വാർപ്പു മാതൃകകൾകൊണ്ടും ഉരുക്കി

യുടച്ചു കളഞ്ഞ ദളിത് സ്വത്വങ്ങളെ മുഖ്യധാരാ സാഹിത്യവും മാധ്യമങ്ങളും എത്രമാത്രം ഗൗരവത്തോടെ ചർച്ച ചെയ്യുന്നുണ്ട് എന്ന് ചിന്തിക്കുന്നതിനോടൊപ്പംതന്നെ ദളിത് ക്രിസ്ത്യൻ സ്ത്രീകളുടെ നിരവധിയായ അടിസ്ഥാന പ്രശ്നങ്ങളെ സാധാരണീകരിക്കുകയും അദൃശ്യവല്ക്കരിക്കുകയും ചെയ്യുന്ന പ്രവണതകളെയും പ്രശ്നവല്ക്കരിക്കേണ്ടിയിരിക്കുന്നു. 'ദളിത് ക്രിസ്ത്യൻ സ്വത്വം' എന്ന ഏകതാനതയുടെ ഉള്ളടരുകളിലേക്ക് ഇറങ്ങി ചെന്നുകൊണ്ട്, ദളിത് ക്രിസ്ത്യൻ സ്ത്രീകളുടെ ദൃശ്യതയെ പ്രശ്നവല്ക്കരിക്കുകയാണ് ഈ ലേഖനം. 1948 ൽ പ്രസിദ്ധീകരിക്കപ്പെട്ട തകഴി ശിവശങ്കര പിള്ളയുടെ *രണ്ടിടങ്ങഴി*, പോൾ ചിറക്കരോടിന്റെ *പുലയത്തറ* (1963) എന്നീ നോവലുകളെ അധികരിച്ചുകൊണ്ടുള്ള ഈ പഠനം, ജാതിയധിഷ്ഠിത പൊതുബോധം മെനഞ്ഞെടുത്ത 'ദളിത് പെണ്ണുടലെന്ന' തടവറയ്ക്കപ്പുറം സ്വയം പ്രതിനിദാനം ചെയ്യുവാനും പ്രതിരോധിക്കുവാനും മതപരിവർത്തനം ദളിത് സ്ത്രീകളെ പ്രാപ്തരാക്കുന്നുണ്ടോ എന്നതിന്റെ അന്വേഷണം കൂടിയാണ്.

വിദേശ മിഷണറിമാരാൽ നല്കപ്പെട്ട പാശ്ചാത്യവിദ്യാഭ്യാസം തങ്ങളുടെ ദളിത് സഹജരേക്കാൾ ആദ്യം ലഭിക്കുന്നത് കേരളത്തിലെ ദളിത് ക്രൈസ്തവർക്കാണ്. കേരള നവോത്ഥാന മുന്നേറ്റങ്ങളിലും, പുരോഗമന പ്രസ്ഥാനങ്ങളിലും, അടിസ്ഥാന വർഗ്ഗങ്ങളുടെ സമരങ്ങളിലും ദളിത് ക്രൈസ്തവർക്ക് ചെറുതല്ലാത്ത പങ്കുണ്ട്. സാമൂഹിക പരിഷ്കരണ മുന്നേറ്റങ്ങളുടെ ചരിത്രം ആരംഭിക്കുന്നത് തന്നെ ദളിത് ക്രിസ്ത്യൻ സ്ത്രീകൾ നേതൃത്വം നല്കിയ ചാന്നാർ ലഹളയോടു (1813 1859) കൂടിയാണ്. എന്നിട്ടും എന്തുകൊണ്ടാവും ദളിത് ക്രൈസ്തവസ്ത്രീകളും അവരുടെ ജീവിത വ്യവഹാരങ്ങളും സാമൂഹിക രാഷ്ട്രീയ ഇടപെടലുകളും ശരീര കേന്ദ്രീകൃത സങ്കല്പങ്ങൾ ഭേദിച്ചുകൊണ്ട് ആർജ്ജവത്തോടെ പ്രതിനിധീകരിക്കപ്പെടാതിരിക്കുന്നത് എന്ന ചിന്ത ചെന്നെത്തുന്നത് ജന്മംകൊണ്ടു തീർപ്പ് കല്പിക്കപ്പെടുന്ന ശ്രേഷ്ഠതാ സങ്കല്പങ്ങളിലേക്കു തന്നെയാണ്. ബ്രാഹ്മണിക മൂല്യങ്ങളിലൂന്നിയ പിതൃലീന വ്യവസ്ഥ ദളിത് സ്ത്രീകളെ സവർണ്ണ പുരുഷന്മാർക്കും ദളിത് പുരുഷന്മാർക്കും വിധേയപ്പെട്ടു ജീവിക്കുവാൻ പരുവപ്പെടുത്തിയെങ്കിൽ വിക്ടോറിയൻ സദാചാര മൂല്യങ്ങളിൽ ഊന്നിയ മതഘടന അവരെ അരുതുകളും അതിരുകളുംകൊണ്ടു വരച്ചിട്ട വിധേയപ്പെടലിന്റെ മറ്റൊരു തലത്തിലേക്കാണ് കൂട്ടിക്കൊണ്ടു പോയതെന്ന് പറയാം. 'പെണ്ണുടലിന് മാത്രം ജാതിയില്ല' എന്ന അലിഖിത നിയമംകൊണ്ട് സവർണ്ണ പുരുഷരാൽ നിർദയം, നിരന്തരമെന്നോണം ഭോഗ വസ്തു മാത്രമായി കരുതപ്പെട്ടു പോന്നിരുന്ന ദളിത് പെണ്ണുടലുകൾക്ക് മത സ്വീകരണാർത്ഥം എന്താണ് സംഭവിക്കുന്നത്? പുരുഷനെ 'പ്രലോഭിപ്പിക്കാനുതകുന്ന ഭോഗ വസ്തു' എന്ന തലത്തിലേക്ക് തന്നെ മത പഠനങ്ങളും ഗ്രന്ഥങ്ങളും സ്ത്രീ ശരീരത്തെ നിർവ്വചിക്കുന്ന കാഴ്ചയാണവിടെ കാണുവാൻ സാധി

ക്കുന്നത്.

ദളിതന്റെ ജീവിത വ്യവഹാരങ്ങളെ പ്രത്യക്ഷത്തിൽ അളന്നു കൂട്ടി പൊതു ബോധത്തിന് ചേരുംപടി ചേർത്തു വയ്ക്കുന്നതിലെ യുക്തിയും ശരികേടും ചർച്ചകൾക്ക് വിധേയമായി തുടങ്ങിയത് ദളിത് രാഷ്ട്രീയവും സ്വത്വവാദങ്ങളും ദളിത് പ്രതിരോധങ്ങളും ദളിത് ക്രൈസ്തവ സംഘടിത മുന്നേറ്റങ്ങളും ഉടലെടുത്തതിനുശേഷമാണ്. അപ്പോഴും കാലത്തിനു തമസ്കരിക്കാനാവാത്ത മനുഷ്യാവകാശ ലംഘനത്തിന്റെയും നീതി നിഷേധത്തിന്റെയും ഉള്ളും പുറവും പൊള്ളിക്കുന്ന അടിമയനുഭവ ങ്ങളുടെ മേലടരുകൾക്ക് കീഴിൽ പലതരത്തിൽ കെട്ടുപിണഞ്ഞു കിട ക്കുന്ന ജാതിയും, മതവും, ലിംഗവും, പ്രദേശവും നിർവ്വചിക്കുന്ന വ്യതി രിക്തങ്ങളായ സ്വത്വങ്ങൾക്കൊണ്ട് ചേർത്തെഴുതപ്പെട്ട ദളിത്/ദളിത് ക്രിസ്ത്യൻ സ്ത്രീകൾക്ക് പൂർണ്ണമായ ദൃശ്യത ലഭിക്കുന്നില്ല. ഇരുട്ടിൽ നിന്നും ഇരുട്ടിലേക്ക് തുറക്കുന്ന വാതിലുകൾ കടന്നു, വെളിച്ചത്തിലേക്ക് വരുന്നത് പോലെയാണ് ഒരു ദളിത് സ്ത്രീ അവരുടെ സ്വത്വം കണ്ടെ ത്തുന്നത്. ഇതിനേക്കാൾ പ്രതിസന്ധികൾ നിറഞ്ഞതാണ് ദളിത് ക്രിസ് ത്യൻ സ്ത്രീകളുടെ സ്വത്വ നിർമ്മിതി. മതം നിർമ്മിക്കുന്ന അഭയ ഭൂപട ങ്ങളുടെ അരികു പറ്റി, അധികാര ഘടനയ്ക്ക് വെളിയിൽ നില്ക്കുന്ന, പ്രത്യേക പദവികളോ, വിശേഷാധികാരങ്ങളോ (privilege) ഇല്ലാത്ത ഇവർ അക്ഷരാർത്ഥത്തിൽ സ്വയം നിർമ്മിക്കുക തന്നെയാണ്. സാമൂ ഹിക രാഷ്ട്രീയ ദളിത് സ്ത്രീകളുടെ അടിസ്ഥാന പരമായ അവകാശ ലംഘനങ്ങളെ പ്രശ്നവല്ക്കരിക്കുന്നതിൽ മുഖ്യധാരാ സ്ത്രീപക്ഷ വാദ ങ്ങളുടെയും ദളിത് രാഷ്ട്രീയത്തിന്റെയും അപര്യാപ്തത ചോദ്യം ചെയ് തുകൊണ്ടാണ് ദളിത് ഫെമിനിസം ഉയർന്നുവരുന്നത്. ഊർമ്മിള പവാർ ഇതിനെ നിരീക്ഷിക്കുന്നത് ഇങ്ങനെയാണ്. 'ഒരു കാര്യം എനിക്ക് വ്യക്തമാണ്. ദളിത് സംഘടിത മുന്നേറ്റങ്ങളുടെ അജണ്ടയിലൊന്നും ദളിത് സ്ത്രീകൾ ഉൾക്കൊള്ളുന്നില്ല. അതേസമയം മുഖ്യധാരാ ഫെമിനിസ മാകട്ടെ ദളിത് പ്രസ്ഥാനങ്ങളോട് തീർത്തും ഉദാസീന മനോഭാവമാണ് പുലർത്തുന്നത്. ഇന്നും ഈ സ്ഥിതിഗതികൾക്ക് വ്യത്യാസമില്ല.' ദളിത് സ്ത്രീകളുടെ വ്യത്യസ്തങ്ങളായ അസ്തിത്വ പ്രശ്നങ്ങളെ (Difference) അഭിസംബോധന ചെയ്യുവാൻ Dalit Feminist Standpoint മുന്നോട്ടു വയ്ക്കുന്നതിലൂടെ സാദ്ധ്യമാകുമെന്ന് ഷർമിള രേഗി പറയുന്നുണ്ട്.

യഥാർത്ഥത്തിൽ, ഏത് തോത് കൊണ്ടാണ്, ഏത് പരികല്പന യിലാണ് ദളിത് ക്രിസ്ത്യൻ സ്ത്രീകളെ നിർവ്വചിക്കുക? അവരെ സംബ ന്ധിച്ചിടുത്തോളം തീവ്രാനുഭവങ്ങളുടെ എത്രയധികം തോലുറകളിൽ നിന്നും പുറത്തു വരേണ്ടിയിരിക്കുന്നു. അമേരിക്കൻ എഴുത്തുകാരിയും തത്ത്വചിന്തകയുമായ കിംബെർലെ ക്രെൻഷോയുടെ നിരീക്ഷണത്തിൽ, വിഭിന്നങ്ങളായ നിരവധി അസമത്വങ്ങൾ ഒരുമിച്ചു ചേരുന്നതും അത് പരസ്പരം വർത്തിച്ച് പ്രശ്നങ്ങളുടെ തീവ്രത വർദ്ധിപ്പിക്കുകയും ചെയ്യുന്ന സാമൂഹിക, രാഷ്ട്രീയ, സാംസ്കാരിക പരിസരങ്ങളെ കൃത്യ

മായി അടയാളപ്പെടുത്തേണ്ടിയിരിക്കുന്നു. പരസ്പര പൂരകങ്ങളായ ഒന്നിലധികം സ്വത്വങ്ങളെക്കുറിച്ചുള്ള ഈ ആശയത്തെ Intersectionality എന്നാണ് ക്രെൻഷോ വിശേഷിപ്പിച്ചത് ("Intersectionality is basically a lens, a prism, for seeing the way in which various forms of inequality often operate together and exacerbate each other").

കേരളത്തിന്റെ പശ്ചാത്തലത്തിൽ ചിന്തിക്കുമ്പോൾ ദളിത് വിമോചന മുന്നേറ്റങ്ങളിലും ചെറുത്തുനില്പുകളിലും ഇടം നേടാനായുള്ള പോരാട്ടങ്ങളിലുമെല്ലാം ശക്തമായ ദളിത് ക്രിസ്ത്യൻ സ്ത്രീ സാന്നിധ്യം ഉണ്ടായിരുന്നു. പക്ഷേ, വിമോചന നേതാക്കന്മാരുടെ ഗണത്തിലോ, രാഷ്ട്ര നിർമ്മാണത്തിനു മുതൽക്കൂട്ടായവരുടെ കൂട്ടത്തിലോ പേരെടുത്തു പറഞ്ഞു അംഗീകരിക്കുവാനും, ആദരിക്കുവാനും തക്കവണ്ണം ഇതിൽ എത്ര പേരെ ചരിത്രം രേഖപ്പെടുത്തിവച്ചിട്ടുണ്ട്? ജാതിചിന്തയിൽ അടിയുറച്ചുപോയ സാമൂഹിക വ്യവസ്ഥിതിയോടുള്ള ശക്തമായ പ്രതികരണം എന്നോണം ആദ്യമായി മതപരിവർത്തനത്തിനൊരുങ്ങിയ അടിയാള വർഗ്ഗങ്ങളിൽ സ്ത്രീകളായിരുന്നു മുൻപന്തിയിൽ എന്ന് പഠനങ്ങൾ വെളിപ്പെടുത്തുന്നുണ്ട്.

ദളിത് പെണ്ണുടൽ ഒരു തടവറയാണെന്ന ചിന്ത ഊട്ടിയുറപ്പിക്കപ്പെട്ടിട്ടും അതേ ഉടൽകൊണ്ടുതന്നെ വ്യവസ്ഥാപിതമായ ശ്രേഷ്ഠതാ സങ്കല്പങ്ങളെയും സവർണ്ണ ലാവണ്യബോധത്തെയും വെല്ലുവിളിച്ചുകൊണ്ട് മലയാള സിനിമയുടെ തന്നെ ആദ്യ നായിക എന്ന പദവിയിലേക്കെത്തുന്നത് പി കെ റോസിയെന്ന ദളിത് ക്രിസ്ത്യൻ വനിതയാണ്. മലയാള സിനിമയിലെ ആദ്യ നായികയായി, ഇന്ത്യൻ സിനിമയിലെ ആദ്യ ദളിത് നായികയായി തിരുവിതാംകൂറിൽനിന്നും ഒരു ദളിത് ക്രിസ്ത്യൻ സ്ത്രീ കടന്നുവരികയെന്നാൽ എത്രയധികം വാർപ്പു മാതൃകകളോടുള്ള പരസ്യമായ വെല്ലുവിളിയാണത്! പി കെ റോസിയുടെ പേര് തിരുവനന്തപുരത്തെ ക്യാപിറ്റോൾ തിയറ്ററിൽ വലിച്ചു കെട്ടിയ വെള്ളത്തുണിയിൽ, ആകാംക്ഷയോടെ തടിച്ചു കൂടിയ, സവർണ്ണ ജാതിയെ പ്രതിനിധീകരിക്കുന്ന പുരുഷാരത്തിന് മുമ്പിൽ പ്രദർശിപ്പിക്കപ്പെടുമ്പോൾ സാമൂഹിക വികാസത്തിന്റെ എല്ലാ തലങ്ങളിൽനിന്നും തഴയപ്പെട്ടിരുന്ന, സർവ്വ മേഖലകളിലും ഒടുവിലായി പരിഗണിക്കപ്പെട്ടു പോന്നിരുന്ന ഒരു വിഭാഗത്തിൽനിന്നും 'ആദ്യമായൊരാൾ ആദ്യമെത്തുക' എന്ന വിപ്ലവം സംഭവിക്കുകയായിരുന്നു. പില്ക്കാലത്ത് ഒരു ദളിത് ക്രിസ്ത്യൻ സ്ത്രീയുടെ ഈ ഒറ്റയാൾ പോരാട്ടത്തെ ചരിത്രം എങ്ങനെയാണ് രേഖപ്പെടുത്തിയത്?

സ്വയം ദൃശ്യത (visibility) നല്കിക്കൊണ്ട് ഒരിക്കൽ നിഷേധിക്കപ്പെട്ട ഇടങ്ങളിലേക്ക് ഒരു ദളിത് സ്ത്രീ നടന്നു കയറുക എന്നത് പ്രത്യക്ഷമായ ഒരു സമരം തന്നെയായിരുന്നു. ശരീരം കൊണ്ടുള്ള സമരം. ദളിത് സ്ത്രീ ശരീരങ്ങളെ എളുപ്പത്തിൽ പ്രാപ്യമായ ലൈംഗിക ഉപാധിയായി മാത്രം കണ്ട് നിരന്തര ചൂഷണങ്ങൾക്ക് വിധേയമാക്കിയിരുന്ന

ഒരു കാലത്താണ് സ്വന്തം ശരീരത്തെ ആത്മപ്രകാശനത്തിനുള്ള ശക്തമായ മാധ്യമമായി റോസി ഉപയോഗിച്ചത്. വ്യവസ്ഥകളോടും വ്യവസ്ഥാപിതമായ ചിന്താധാരകളോടുമുള്ള ഒരു തുറന്ന പ്രതിഷേധം തന്നെ ആയിരുന്നുവത്. പക്ഷേ, റോസിക്കും അവർക്കു മുൻപും പിമ്പുമുള്ള ദളിത് ക്രിസ്ത്യൻ സ്ത്രീകൾക്കും എന്താണ് സംഭവിക്കുന്നത്?

ചേർന്നുനിന്നയിടങ്ങളിൽ നിന്നെല്ലാം പിതൃലീന വ്യവസ്ഥയാൽ ബോധപൂർവ്വം ഛേദിക്കപ്പെട്ടവരായിട്ടാണ് ദളിത് ക്രിസ്ത്യൻ സ്ത്രീകളെ ഇന്ന് വായിക്കേണ്ടത്. ഇത്തരം അരികുവല്ക്കരണങ്ങളെ ചോദ്യം ചെയ്തും നിലപാടുകൾ ഉയർത്തിപ്പിടിച്ചുകൊണ്ടും ധാരാളം ദളിത് സ്ത്രീകൾ മുന്നോട്ട് വരുന്നുവെന്നത് തികച്ചും അഭിനന്ദനാർഹമാണെന്നു പറയുമ്പോഴും ദളിത് ക്രിസ്ത്യൻ സ്ത്രീകളുടെ ദൃശ്യത ഇപ്പോഴും ചോദ്യചിഹ്നമായിത്തന്നെ അവശേഷിക്കുന്നു. ജാതി, ശരീരം, മതം, പ്രദേശം തുടങ്ങി നിരവധി അടുക്കുകളിൽ കുരുങ്ങിക്കിടക്കുന്നുവെന്നത് മാത്രമല്ല, പലപ്പോഴും മതപരിവർത്തനാനന്തരം പരമ്പരാഗത തൊഴിലിടങ്ങളിൽ നിന്നും പരിസ്ഥിതിയിൽനിന്നുമുള്ള പറിച്ചു നടലുകളും അവരുടെ സ്വത്വബോധത്തെ ബാധിക്കുന്നുവെന്നു പറയാതെ വയ്യ. അവരുടെ ബഹുവിധങ്ങളായ പ്രശ്നങ്ങളെ എഴുതുകയും ചർച്ചചെയ്യപ്പെടുകയുമെന്നാൽ അർഹിക്കുന്ന ശ്രദ്ധ നല്കപ്പെട്ടിട്ടില്ലാത്ത ഒരു വിഭാഗത്തെ പ്രതിനിധീകരിക്കുക എന്ന രാഷ്ട്രീയം കൂടിയാണ്.

ദളിത് ജീവിതങ്ങൾക്ക് ഒരു ഏകീകൃത മാനം നല്കിക്കൊണ്ടു മലയാളത്തിൽ പ്രസിദ്ധീകരിക്കപ്പെട്ട സാഹിത്യ സൃഷ്ടികൾ പലതും വൈരുദ്ധ്യങ്ങളുടെ നൈരന്തര്യങ്ങൾക്കൊണ്ട് നിരന്തരം മുറിവേല്പിക്കപ്പെടുന്ന ദളിത് ക്രൈസ്തവ സ്ത്രീകളുടെ ജീവിതം സ്പഷ്ടമായി അവതരിപ്പിക്കുന്നതിൽ പൂർണ്ണമായി വിജയിച്ചുവെന്നു പറയാൻ വയ്യ. പോത്തേരി കുഞ്ഞമ്പുവിന്റെ *സരസ്വതീവിജയ*ത്തിന് ശേഷം ദളിത് ക്രിസ്ത്യൻ വിഷയങ്ങൾ ശ്രദ്ധേയമാം വിധം നോവൽ സാഹിത്യത്തിൽ കടന്നുവരുന്നത് തകഴിയുടെ നോവലുകളോട് കൂടിയാണ്. അദ്ദേഹം രചിച്ച *രണ്ടിടങ്ങഴി* (1948) ഇതിനുദാഹരണമാണ്. മണ്ണും മനുഷ്യനും എന്ന ജൈവീക ബന്ധം അടിമയും ഉടമയുമെന്ന ഫ്യൂഡൽ വ്യവസ്ഥിതിയിലേക്ക് പരിവർത്തനം ചെയ്യപ്പെട്ടപ്പോൾ അധികാരവും അവകാശവും കൈയാളുന്ന ജാതികേന്ദ്രീകൃതവും പിതൃലീനവും പ്രാമാണികവുമായ പുതിയൊരു ഭൂമികയായി മാറിയ കുട്ടനാടിന്റെ ചരിത്രത്തോടു ചേർന്ന് നില്ക്കുന്ന പുലയരുടെ ജീവിതമാണ് നോവലിന്റെ ഇതിവൃത്തം. കാർഷിക അടിമത്തത്തിൻകീഴിൽ തളച്ചിടപ്പെട്ട നിസ്വരും നിസ്സഹായരുമായ അയിത്ത ജാതിക്കാരായി കുട്ടനാട്ടിലെ ദളിതരെ അരികിലേക്കൊതുക്കുകയായിരുന്നില്ല *രണ്ടിടങ്ങഴി*യിൽ തകഴി ചെയ്തത്. അവർക്കുള്ളിലെ സ്നേഹവും പ്രണയവും അഭിപ്രായ ഭിന്നതകളും അധികാര പ്രയോഗങ്ങളും അനഭിമതമായ ജാതി വഴക്കങ്ങളും ലിംഗ വ്യത്യാസങ്ങളുമെല്ലാം നോവലിൽ കടന്നുവരുന്നുണ്ട്. നോവൽ ആരംഭിക്കുന്നത്

തന്നെ പിതൃലീന വ്യവസ്ഥ ദളിതരിലുണ്ടാക്കിയ സ്വാധീനത്തെക്കുറിച്ചും അത് ദളിത് സ്ത്രീയെ പിന്നെയും അരികുകൾക്കുമപ്പുറത്തേക്ക് മാറ്റി നിർത്തുന്നതിനെയും പരാമർശിച്ചു കൊണ്ടാണ്. ആണധികാര വ്യവസ്ഥ എങ്ങനെയാണ് സ്ത്രീകളെ വിവാഹമെന്ന പ്രക്രിയ വഴി നിർല്ലോഭം ക്രയവിക്രയം നടത്താവുന്ന വസ്തുവാക്കി തീർക്കുന്നതെന്ന ചിന്ത ഈ ഭാഗം തുറന്നു കാട്ടുന്നു. അച്ഛനായ കാളിപ്പറയനെ സംബന്ധിച്ചിടത്തോളം തന്റെ മകളായ ചിരുത ഏറ്റവും കൂടുതൽ 'പെൺ പണം' നേടിത്തരുന്ന മുടക്കുമുതലാണ്. "പത്തു പറ നെല്ലിനും പത്തു രൂപായ്ക്കും ഒന്നും പെണ്ണിനെ അയക്കത്തില്ല" എന്ന കാളിപ്പറയന്റെ വാക്കുകൾ പുരുഷ കേന്ദ്രീകൃത വ്യവസ്ഥിതി എങ്ങനെയാണ് സ്ത്രീകൾക്കുമേൽ അധി കാരം പ്രയോഗിക്കുന്നതെന്നും അവരെ ഭാഗിക്കുവാനും ഭോഗിക്കുവാനും മാത്രമുള്ള വസ്തുക്കളെന്നപോൽ തരംതാഴ്ത്തുന്നതെന്നും വ്യക്തമായി കാണിച്ചു തരുന്നു. മകളുടെ അഴകൊത്ത ശരീരവും വയലിൽ പണി യെടുക്കാനുള്ള മികവുമാണ് അയാൾ പെണ്ണുകാണാനെത്തുന്ന ദളിത് പുരുഷന്മാർക്കെല്ലാം നല്കുന്ന വാഗ്ദാനം. ചിരുതയെ കല്യാണം കഴി ക്കുക എന്ന ഒറ്റ ഉദ്ദേശ്യത്താൽ പുഷ്പവേലിൽ ഔസേപ്പ് എന്ന സവർണ്ണ ക്രിസ്ത്യൻ ഭുവുടമയ്ക്ക് സ്വയം കാർഷിക അടിമയായി പണയം വച്ചുകൊണ്ടു കോരൻ തിരിച്ചെത്തിയിട്ടും പിന്നെയും കുടിയാൻ പണത്തിന്റെയും തമ്പുരാൻ പണത്തിന്റെയും കണക്കു പറഞ്ഞുകൊണ്ട് നോവലിലെ ദളിത് പുരുഷന്മാർ പരസ്പരം കലഹിക്കുമ്പോൾ, ആ വിവാഹ വ്യാപാരത്തിൽ കൈമാറ്റം ചെയ്യപ്പെടുന്ന ചിരുതയെന്ന സ്ത്രീയോ അവളുടെ അഭിപ്രായമോ അവിടെ വിഷയമായി വരുന്നേയില്ല എന്നുള്ളത് ദളിത് സ്ത്രീകളുടെ മർദ്ദിതാവസ്ഥ കൂടുതൽ വ്യക്ത മാക്കിത്തരുന്നു. ഫ്യൂഡൽ ഭൂവുടമകൾ അടിമകളെ സ്വന്തമാക്കുകയും നിർല്ലോഭം കച്ചവടം ചെയ്യുകയും ചെയ്യുന്ന അതേ രീതിശാസ്ത്രം തന്നെയാണിത്.

പുരുഷകേന്ദ്രീകൃത സമൂഹം വെറും 'ശരീര'മായി മാത്രം നിർവ്വ ചിക്കുന്ന സ്ത്രീയെ ചിരുതയിലൂടെ കാണിച്ചുകൊണ്ട് നോവൽ ആരം ഭിക്കുന്ന തകഴി, പിന്നീട് ഒരു വിസ്തൃതമായ ക്യാൻവാസിലേക്ക് പലവിധ സംഭവങ്ങളെയും സന്ദർഭങ്ങളേയും സംഘർങ്ങളെയും കണ്ണിചേർത്തു വയ്ക്കുന്നു. ജാതീയതയുടെ ഭവിഷ്യത്തുകൾ ഏറ്റവും കൂടുതൽ അനു ഭവിക്കേണ്ടി വരുന്നതു ദളിത് സ്ത്രീകൾക്കാണെന്ന സാമൂഹിക യാഥാർ ത്ഥ്യത്തെ വെളിവാക്കുന്ന ധാരാളം സന്ദർഭങ്ങൾ നോവലിൽ കാണാം. ഡോ. അംബേദ്കറിന്റെ നിരീക്ഷണത്തിൽ, ദളിത് സ്ത്രീശരീരത്തെ ജാതിയുടെ പ്രവേശന കവാടമായാണ് സവർണ്ണ സമൂഹം കരുതിപ്പോന്നി രുന്നത്. അതുകൊണ്ട് തന്നെ അവർക്കുമേൽ ജാതിയാചാരങ്ങൾ നിർല്ലോഭം പ്രയോഗിക്കപ്പെട്ടു. വിവാഹം, പ്രത്യുല്പാദനം തുടങ്ങി, തികച്ചും ജൈവികമായ പ്രക്രിയകൾക്കെല്ലാം ദൈവികത കല്പിക്കുക വഴി സ്ത്രീ ശരീരത്തെ കൂടുതൽ നിയന്ത്രണ വിധേയമാക്കുകതന്നെ

യായിരുന്നു.

ദളിത് വിഷയങ്ങൾ പൊതുവായി നോക്കിക്കാണുകയെന്ന രീതിയിൽനിന്നും വിഭിന്നമായി അക്കാലത്ത് മുഖ്യധാരാ സാഹിത്യം അർഹിക്കുന്ന തോതിൽ ചർച്ച ചെയ്യാത്ത, ദളിത് സ്ത്രീകളുടെ വിഹ്വലതകൾ വായനക്കാർക്കു മുമ്പിൽ തുറന്നുവച്ചുകൊണ്ടാണ് നോവൽ ആരംഭിക്കുന്നത് എന്നത് കൊണ്ടുതന്നെ ദളിത് സ്ത്രീകളുടെ അടിസ്ഥാന പ്രശ്നങ്ങൾ വിശാലമായ തലത്തിൽ കേരളത്തിലെ ജാതിയിടങ്ങളിൽ ചർച്ച ചെയ്യപ്പെടുവാനുള്ള സാദ്ധ്യതയാണ് തകഴി. തുറന്നിട്ടതെന്നു ഒരർത്ഥത്തിൽ പറയാം. നോവൽ പ്രധാനമായും ആൺലോകത്തിന്റെ വീക്ഷണങ്ങളിലൂടെയാണ് കടന്നു പോകുന്നതെങ്കിലും സാമൂഹിക സാഹചര്യങ്ങളും ചെറുത്തുനില്പിന്റെ രാഷ്ട്രീയവുമെല്ലാം പ്രധാനമായും കടന്നു വരുന്നത് നോവലിലെ സ്ത്രീ കഥാപാത്രങ്ങളുടെ സംഭാഷണങ്ങളിലൂടെയാണ്. കാലത്തിനു തമസ്കരിക്കാനാവാത്ത മനുഷ്യാവകാശ ലംഘനത്തിന്റെയും നീതി നിഷേധത്തിന്റെയും ഉള്ളും പുറവും പൊള്ളിക്കുന്ന അടിമയനുഭവങ്ങളുടെയും മേലടരുകൾക്ക് കീഴിൽ പലതരത്തിൽ കെട്ടു പിണഞ്ഞു കിടക്കുന്ന ജാതിയും, മതവും, ലിംഗവും, പ്രദേശവും നിർവ്വചിക്കുന്ന വ്യതിരിക്തതങ്ങളായ സ്വത്വങ്ങൾക്കൊണ്ട് ചേർത്തെഴുതപ്പെട്ട ദളിത് ക്രിസ്ത്യൻ സ്ത്രീകൾക്ക് സാഹിത്യത്തിലും സമൂഹത്തിലും പൂർണ്ണമായ ദൃശ്യത ലഭിക്കുന്നില്ല എന്നതിന് ഒരുദാഹരണമാണ് *രണ്ടിടങ്ങഴി*യിൽ തകഴി മെനഞ്ഞെടുത്ത ദളിത് ക്രിസ്ത്യൻ സ്ത്രീ കഥാപാത്രങ്ങൾ. ഒട്ടും 'പരിഷ്കൃതമല്ലാത്ത' അവരുടെ ഭാഷയും, പെരുമാറ്റ രീതികളും ദളിത് പുരുഷന്മാരും സവർണ്ണ പുരുഷന്മാരും ഉൾക്കൊള്ളുന്ന മുഖ്യധാരാ സമൂഹത്തോടും അവർ കാണിക്കുന്ന വിധേയത്വവും നോവലിലുടനീളംകാണാം. ഏറ്റവും പ്രധാനമായി, ജാതിശ്രേണിയുടെ ഏറ്റക്കുറച്ചിലുകൾക്കനുസൃതമായി മുപ്പത്തിയാറടിയും അറുപത്തിനാലടിയും കണക്കുകൾ വച്ച്, അടിയാള സമൂഹത്തിൽനിന്നും വഴി മാറി നടന്നിരുന്ന സവർണ്ണ പുരുഷന്മാർ പക്ഷേ, ദളിത് സ്ത്രീകളെ മിക്കപ്പോഴും എളുപ്പത്തിൽ പ്രാപിക്കാവുന്ന ശരീരം മാത്രമായി കണ്ടു. അയിത്താചാരങ്ങൾ നിഷ്ഠയോടെ പാലിച്ചു പോന്നിരുന്നപ്പോഴും വരേണ്യ പിതൃലീന വ്യവസ്ഥ മെനഞ്ഞെടുത്ത 'പെണ്ണുടലിനു മാത്രം ജാതിയില്ലയെന്ന' എഴുതപ്പെടാത്ത നിയമം നൂറ്റാണ്ടുകളോളം ചോദ്യം ചെയ്യാതെ തന്നെയിരുന്നു. സവർണ്ണ പുരുഷരും ദളിത് പുരുഷരും തങ്ങളുടെ അധികാരം യഥേഷ്ടം അവരിൽ പ്രയോഗിക്കുകയും ദളിത് സ്ത്രീകൾ സ്വാഭാവികമായും ഏറ്റവും താഴെക്കിടയിൽ ചൂഷിത വിഭാഗമായി തുടരുകയും ചെയ്തു. ശാരീരികവും മാനസികവുമായ അടിമത്തത്തോടൊപ്പം തൊഴിൽപരമായ ചൂഷണങ്ങൾക്കും അവർ നിരന്തരം വിധേയരായിക്കൊണ്ടിരുന്നു. അതുകൊണ്ടു തന്നെ ക്രിസ്തുമത സ്വീകരണമെന്നത് സ്ത്രീകളെ സംബന്ധിച്ചിടത്തോളം പലവിധങ്ങളായ അടിമത്തങ്ങളിൽ നിന്നുള്ള മോചന മാർഗ്ഗമായിരുന്നു.

പക്ഷേ, സവർണ്ണ ജാതിയിൽനിന്നും പരിവർത്തനം ചെയ്ത ക്രിസ്ത്യാനികൾ ജാതിരീതികൾ ക്രിസ്തുമതത്തിലും പാലിച്ച് പോരുക വഴി ദളിത് സ്ത്രീകളുടെ മർദ്ദിതാവസ്ഥ മാറ്റമില്ലാതെ തുടരുകയാണുണ്ടായത്. *രണ്ടിടങ്ങഴി*യിലെ മറിയ എന്ന കഥാപാത്രം ഇതിനെ സാധൂകരിക്കുന്നു. പണിയിടങ്ങളിൽ ഭൂവുടമകളുടെ പീഡന ശ്രമങ്ങളെ അതിജീവിച്ചു കൊണ്ട് ഓടി വന്ന ചിരുതയെ മറിയ ആശ്വസിപ്പിക്കുന്ന രീതിയിൽ നിന്ന് തന്നെ ഇത് വ്യക്തമാകും.

"അങ്ങനാ മോളേ, ഈ ചെറുവാല്യക്കാര് തമ്രാക്കമ്മാർ. അവർക്ക് പറക്കിടാങ്ങളേം പെലിക്കിടാങ്ങളേം മതി. പറകി ജമ്പറിട്ടപ്പഴാ അത് തൊടങ്ങിയെ ... നോക്കിക്കണ്ടിരുന്നാ മതി. അങ്ങനെ ഒന്നുരണ്ടു കൊല്ലം കഴിയുമ്പം ഒന്ന് പെറുക കൂടി ചെയ്താല് പിന്നെ നീ പേടിക്കണ്ട മോളെ. മിണ്ടല്ലേ (89)."

പ്രതിഷേധിക്കുകയോ പ്രതിരോധിക്കുകയോ ചെയ്യുകയല്ല മറിയ ഇവിടെ മറിച്ച്, തങ്ങളുടെ അവസ്ഥകളോട് സമരസപ്പെടുകയും, അടിമ ജാതിയായതിനാൽ എന്തും നിശ്ശബ്ദം ഏറ്റുവാങ്ങാൻ അവർ ബാദ്ധ്യസ്ഥരാണെന്ന മിഥ്യാബോധം ഊട്ടിയുറപ്പിക്കുകയാണ്. ദളിത് സ്ത്രീകളുടെ ശരീരത്തിൻമേലുള്ള ആണധികാര വ്യവസ്ഥയുടെ കടന്നുകയറ്റത്തെ അതിജീവിക്കുവാനുള്ള മാർഗ്ഗമായി അവർ ഉപദേശിക്കുന്നതാകട്ടെ മാതൃത്വവും. അവർ തമ്മിലുള്ള സംഭാഷണത്തിൽ ഉടനീളം സമാനാനുഭവങ്ങളിലൂടെ കടന്നുപോയ നിരവധി ദളിത് ക്രിസ്ത്യൻ സ്ത്രീകളെക്കുറിച്ച് പരാമർശിക്കുന്നുണ്ടെങ്കിലും അവരാരും തന്നെ തങ്ങളുടെ ശരീരത്തിൻ മേലുള്ള കടന്നാക്രമണങ്ങളെ ശക്തമായി പ്രതിരോധിച്ചതായി കാണുന്നില്ല. ഐതിഹാസികമായ ചാന്നാർ ലഹളയെയും ഒറ്റ വാക്കുകൊണ്ടു ഈ സംഭാഷണത്തിൽ രേഖപ്പെടുത്തുന്നുണ്ട്. കേരളത്തിലെ വിമോചന സമരങ്ങളുടെ ചരിത്രം ആരംഭിക്കുന്നതു തന്നെ 1813 മുതൽ 1859 വരെ നീണ്ടു നിന്ന ചാന്നാർ ലഹളയോട് കൂടിയാണ്. ക്രിസ്തുമതത്തിലേക്കു പരിവർത്തനം ചെയ്ത ചാന്നാർ സ്ത്രീകൾ തങ്ങൾക്കു മാറുമറയ്ക്കുവാനുള്ള സ്വാതന്ത്ര്യത്തിനുവേണ്ടി സധൈര്യം സമരം ചെയ്യുകയും അത് വിപ്ലവകരമായ സാമൂഹിക മുന്നേറ്റത്തിലേക്കുള്ള ആദ്യ ചുവടുകളായി മാറുകയും ചെയ്തുവെന്ന് ചരിത്രം രേഖപ്പെടുത്തുന്നു. പക്ഷേ, പിന്നീടങ്ങോട്ട് സ്ത്രീകൾക്കു ആർജ്ജവത്തോടെ തങ്ങളുടെ അവകാശങ്ങൾക്കുവേണ്ടി പൊരുതുവാനുള്ള ആർജ്ജവത്തെയും സാമൂഹിക രാഷ്ട്രീയ വിമോചന മുന്നേറ്റങ്ങളിൽ അവർക്കുണ്ടായിരുന്ന അനിഷേദ്ധ്യമായ പങ്കാളിത്തത്തെയും മുഴുവനായി തമസ്കരിക്കുക തന്നെയായിരുന്നു. പറയി മേൽവസ്ത്രം ധരിച്ചുതുടങ്ങിയത് മുതലാണ് പ്രമാണിമാർ അവരുടെ ശരീരങ്ങളെ തങ്ങളുടെ ആഗ്രഹ പൂർത്തീകരണത്തിനായി ഉപയോഗിച്ചു തുടങ്ങിയതെന്ന മറിയയുടെ നിരീക്ഷണം പോരാട്ട ചരിത്രത്തിലെ ദളിത് സ്ത്രീ സാന്നിദ്ധ്യത്തെയും ആ സമരം കൊണ്ട് അവർ നേടിയെടുത്ത സാമൂഹിക മാറ്റത്തെയും ഒന്നാകെ റദ്ദു

ചെയ്യുകയാണ്. തങ്ങൾ നിരന്തരമനുഭവിക്കുന്ന ശാരീരികവും സ്വാഭാവികവുമായ അടിമത്തങ്ങൾക്കു കാരണം തങ്ങളുടെ ജന്മമാണെന്ന് പറഞ്ഞു പരിതപിക്കുന്ന മറിയ, മതപരിവർത്തന ശേഷവും യാതൊരു ആന്തരിക ബാഹ്യ, സാമൂഹിക മാറ്റവും സംഭവിച്ചിട്ടില്ലാത്ത ദളിത് ക്രിസ്ത്യൻ സ്ത്രീകളെ പ്രതിനിധീകരിക്കുകയാണിവിടെ. കുട്ടനാട്ടിലെ പറയികൾക്കും പുലയികൾക്കും മാത്രമറിയാവുന്ന പീഡനചരിതങ്ങളെക്കുറിച്ച് കോരനോട് പറയുന്നതിൽനിന്നും ചിരുതയെ വിലക്കുന്നതു മറിയയുടെ വാക്കുകളാണ് "ഇതൊന്നും ആണുങ്ങളെ അറിയിക്കരുതേ, അവരെ കൊലയ്ക്കു കൊടുക്കരുതേ" (120). ഇതിനെ സാധൂകരിക്കുവാൻ തകഴി തുടർന്നെഴുത്തുന്ന വരികൾ സ്ത്രീ ശരീരത്തെക്കുറിച്ചുള്ള സാമ്പ്രദായിക സങ്കല്പങ്ങളെയെല്ലാം ഊട്ടിയുറപ്പിക്കുന്നതാണ്. കുട്ടനാടൻ പുലയന്റെയും പറയന്റെയും പരമ്പരാഗത സംസ്കാരത്തിന്റെ ജീവനാഡി ചാരിത്ര്യ ബോധമാണെന്നും, പുലയരും പറയരുമായ തങ്ങളുടെ സ്ത്രീകളുടെ ചാരിത്ര്യം അപകടത്തിലാവുകയാണെങ്കിൽ അതിമാനുഷികമായൊരു കരുത്ത് അവർക്ക് ലഭിക്കുമെന്നും അതവരുടെ സർവ്വനാശത്തിലേക്ക് നയിക്കുമെന്നുമുള്ള വിശ്വാസം നിലനില്ക്കുന്നതിനാൽ സ്ത്രീകൾ അവർ നേരിടുന്ന ലൈംഗിക അതിക്രമങ്ങളെ നിശ്ശബ്ദം സഹിച്ചു. പൊതുവിൽ സ്ത്രീകളെ നിയന്ത്രിക്കാനും അവരുടെ മാനസികവും ശാരീരികവുമായ സ്വാതന്ത്ര്യങ്ങളെ തങ്ങളുടെ വരുതിയിൽ കൊണ്ടുവരുന്നതിനും പ്രാമാണിക ഗ്രന്ഥങ്ങൾ വഴി ആചാര്യന്മാർ എഴുതിയുണ്ടാക്കിയ ബ്രാഹ്മണിക മൂല്യങ്ങൾ എങ്ങനെയാണ് താഴെക്കിടയിൽപ്പെട്ട ജനങ്ങളിലേക്കും ഇറങ്ങിച്ചെല്ലുന്നതെന്നു വ്യക്തമാക്കിത്തരുന്ന സന്ദർഭമാണിത്. ഇത്തരത്തിൽ ഒരേസമയം സവർണ്ണ പുരുഷനാലും ദളിത് പുരുഷനാലും നിയന്ത്രിക്കപ്പെടുന്ന ദളിത് സ്ത്രീകൾ, മതപരിവർത്തനാനന്തരവും സാമൂഹിക മുന്നേറ്റങ്ങളിലോ സ്വയം നവീകരണ പ്രക്രിയകളിലോ ഭാഗമാവാതെ തങ്ങളുടെ അധമാവസ്ഥയോടു സമരസപ്പെടുന്ന ചിത്രമാണ് നോവൽ വരച്ചു കാട്ടുന്നത്.

ഒരു ദളിത് ക്രിസ്ത്യൻ എഴുത്തുകാരൻ അദ്ദേഹത്തിന്റെ സങ്കീർണ്ണമായ ജീവിതാനുഭവങ്ങളെയും, സമുദായത്തിന്റെ ഉള്ളടരുകളെയും, അവരുടെ മാനസിക വ്യാപാരങ്ങളെയും എറ്റവും തന്മയത്തത്തോടെ മുഖ്യധാരാ സാഹിത്യത്തിനുമുൻപിൽ വരച്ചു കാട്ടിയിട്ടും, പ്രസിദ്ധീകരിക്കപ്പെട്ട് ഏതാണ്ട് അരനൂറ്റാണ്ടിനു ശേഷം മാത്രം മലയാള സാഹിത്യലോകം ഏറ്റെടുത്ത നോവലാണ് പോൾ ചിറക്കരോടിന്റെ *പുലയത്തറ*. *പുലയത്തറ*യ്ക്കുവേണ്ടി ഭൂമികയൊരുക്കുവാൻ ചിറക്കരോടിനു അദ്ദേഹത്തിന്റെ ഭാവനയെ ആശ്രയിക്കേണ്ട കാര്യമില്ല. കാരണം, നോവലിലെ കഥാപാത്രങ്ങളും കഥാ സന്ദർഭങ്ങളും അദ്ദേഹം പ്രതിനിധീകരിക്കുന്ന കേരളത്തിലെ ദളിത് ക്രൈസ്തവ ജീവിതത്തിന്റെ അക്കാലത്തെ നേർച്ചിത്രം തന്നെയാണ്. മതപരിവർത്തനം ദളിത് ജീവിതങ്ങളുടെ അടിസ്ഥാന പ്രശ്നങ്ങൾക്കുള്ള ശാശ്വത പരിഹാരമല്ലായെന്ന്,

പള്ളിക്കുള്ളിലും ആരാധനാ രീതികളിലും സവർണ്ണ ജാതിയിൽനിന്നും പരിവർത്തനം ചെയ്ത ക്രൈസ്തവ കഥാപാത്രങ്ങൾ നിലനിർത്തി പോന്ന ജാതീയതയെ വെളിപ്പെടുത്തിക്കൊണ്ട് ചിറക്കരോട് വ്യക്തമാക്കുന്നുവെങ്കിലും കഥാഗതിയിൽ ദളിത് പുരുഷനുള്ള സ്ഥാനം ദളിത് ക്രിസ്ത്യൻ സ്ത്രീക്ക് ലഭിക്കുന്നില്ല.

പ്രമേയപരമായി ദളിത് ക്രിസ്ത്യൻ സ്വത്വ രാഷ്ട്രീയത്തെ ശക്തിയുക്തം പിന്താങ്ങുന്ന ആഖ്യാനമായി പുലയത്തറ മാറിയിട്ടുണ്ടെങ്കിലും ഉൾക്കൊള്ളിക്കലിന്റെ പൂർണ്ണതയിലേക്ക് എത്തിയിട്ടില്ലയെന്നതിന്റെ ഉത്തമ ഉദാഹരണമാണ് നോവലിലെ സ്ത്രീ കഥാപാത്രങ്ങൾ. അക്ഷരാർത്ഥത്തിൽ നോവലിലുടനീളം അവർ അദൃശ്യരാണ്. ദളിത് ക്രിസ്ത്യൻ ജീവിതങ്ങളെ പൊതുവായി നോക്കിക്കാണുക എന്ന രീതിശാസ്ത്രമാണ് നോവലിൽ അവലംബിച്ചിരിക്കുന്നതെന്ന കാരണം കൊണ്ട് ഇത് സാധൂകരിക്കുകയും വയ്യ. മുഴുവൻ സമയ സാമൂഹിക പ്രവർത്തകനും അഭിഭാഷകനുമായിരുന്ന എഴുത്തുകാരൻ സാമൂഹിക മുന്നേറ്റത്തിനായുള്ള ദളിതരുടെ പോരാട്ടങ്ങളിൽ ദളിത് സ്ത്രീകൾ വഹിച്ച പങ്കിനെക്കുറിച്ച് അജ്ഞനാകുവാൻ സാദ്ധ്യതയില്ല. ദളിത് സ്ത്രീയുടെ ശരീരം ഒരു പരിമിതിയായി നിജപ്പെടുത്തിയ സവർണ്ണ പ്രത്യയശാസ്ത്രങ്ങൾ ക്രിസ്തുമതത്തിലും പിന്തുടർന്നു പോന്നതിന്റെ പരിണതഫലമായിതിനെ വായിക്കാം. അതു കൂടാതെ നോവലിൽ, സുവിശേഷ പ്രഘോഷണം വഴി ഊട്ടിയുറപ്പിക്കപ്പെടുന്ന ശരീര കേന്ദ്രീകൃത കാഴ്ചപ്പാടുകളും ദളിത് ക്രിസ്ത്യൻ സ്ത്രീകളെ അദൃശ്യരാക്കിത്തീർത്തു. നോവലിൽ ആകെയുള്ള രണ്ടു സ്ത്രീ കഥാപാത്രങ്ങളായ മറിയയും അവരുടെ മകൾ അന്ന കിടാത്തിയും പ്രധാന കഥാപാത്രങ്ങളായ പുരുഷന്മാരുടെ നിഴലിൽ ഒതുങ്ങുന്ന ഭാര്യമാർ മാത്രമായി പരിമിതപ്പെടുകയാണ്. ജാതിയധിഷ്ഠിത സമൂഹവും ക്രിസ്തുമതവും മുന്നോട്ട് വയ്ക്കുന്ന 'ഉത്തമയായ സ്ത്രീ/ഉത്തമയായ കുടുംബിനി' എന്ന സങ്കല്പത്തെ ഭേദിക്കുവാൻ ഈ രണ്ടു കഥാപാത്രങ്ങൾക്കും സാധിക്കുന്നേയില്ല. ഇഹലോകത്ത് അനുഭവിക്കേണ്ടിവരുന്ന സഹനങ്ങളും അപമാനങ്ങളും ഒരു ക്രിസ്ത്യാനി സന്തോഷത്തോടെ സ്വീകരിക്കണമെന്നും, ഈ ലോക ജീവിതം നശ്വരമാണെന്നും മരണത്തിന് ശേഷം ലഭ്യമാകുന്ന അനശ്വരമായ കാനാൻ ദേശത്തിനുവേണ്ടി എല്ലാ ദുരിതങ്ങളും ക്ഷമയോടും ധൈര്യത്തോടും ഏറ്റെടുക്കണമെന്നും പറയുമ്പോൾ സത്യത്തിൽ യാഥാർത്ഥ്യ ബോധമില്ലാത്ത, അവകാശ ബോധം നഷ്ടപ്പെട്ട പരിവർത്തിത ക്രൈസ്തവരിലെ ആദ്യ തലമുറയെയാണ് പത്രോസ് പ്രതിനിധീകരിക്കുന്നത്. ഉരിഞ്ഞെറിഞ്ഞു കളഞ്ഞിട്ടും വിട്ടുപോകാൻ കൂട്ടാക്കാത്ത വണ്ണം ആഴത്തിൽ പതിഞ്ഞിരിക്കുന്ന അടിയാൻ – ജന്മി ബന്ധത്തിന്റെ ഓർമ്മ പത്രോസിനെ താൻ മിഷൻ ഭൂമിയിലെ കുടിയാൻ ആണെന്ന വിശ്വാസത്തിൽ എത്തിച്ചു. വിരുന്നു വന്നവർക്കു ഭക്ഷണമൊരുക്കുവാൻ പുരയിടത്തിലെ തെങ്ങിൽനിന്നും ഏതാനും തേങ്ങകൾ പറിച്ചു നല്കു

വാൻ ആവശ്യപ്പെടുന്ന മറിയയും അവളുടെ പ്രലോഭനത്തിൽ വഴങ്ങി താൻ അതു പറയിക്കു നല്കുകയായിരുന്നു എന്ന് കുറ്റബോധത്തോടെ പറയുന്ന പത്രോസും *ബൈബിളിൽ* വിലക്കപ്പെട്ട കനി ഭക്ഷിച്ച ആദി മാതാപിതാക്കളുടെ കഥയാണ് ഓർമ്മിപ്പിക്കുന്നത്. ആദിമുതല്ക്കെ സ്ത്രീയെയും അവളുടെ ശരീരത്തെയും പുരുഷന്റെ പ്രലോഭന ഹേതുവായി മാത്രം നോക്കിക്കാണുന്ന രീതിശാസ്ത്രം ഇവിടെയും പിന്തുടരുന്നതായി കാണാം. അവരനുഭവിക്കുന്ന ഭൂമിയില്ലായ്മയും തൊഴിൽ നിഷേധവും ജാതി വ്യവസ്ഥയുടെ സൃഷ്ടിയാണെന്നു ചിന്തിക്കുവാൻ പോലും കഴിയാത്ത വിധം വിശ്വാസം കൊണ്ട് അന്ധരായ ആദ്യകാല ക്രൈസ്തവർക്ക്, അവരിലെ സ്ത്രീകളനുഭവിക്കുന്ന പ്രശ്നങ്ങളെ പ്രത്യേകമാം വിധം തോന്നാത്തത് വിദ്യാഭ്യാസത്തിന്റെയും സാമൂഹിക വികാസത്തിന്റെയും അഭാവം കൊണ്ടാവാം.

പുലയത്തറ യാഥാർത്ഥത്തിൽ, ദളിത് പുരുഷന്മാരുടെ ജീവിത വ്യവഹാരങ്ങളിലൂടെയാണ് കടന്നു പോകുന്നത്. അവരുടെ ജീവിതാനുഭവങ്ങളും, അവർ തുടങ്ങി വയ്ക്കുന്ന പോരാട്ടങ്ങളുമാണ് നോവലിനെ മുന്നോട്ട് നയിക്കുന്നത്. അതേ സമയം, പരമ്പരാഗത വാർപ്പു മാതൃകയ്ക്കുള്ളിൽ തളച്ചിടപ്പെട്ട സ്ത്രീ കഥാപാത്രങ്ങളെയാണ് *പുലയത്തറയിൽ* കാണാനാകുന്നതെന്ന വസ്തുത നിരാശാജനകം തന്നെയാണ്. പള്ളിത്തറ പത്രോസിന്റെ ഭാര്യ മറിയയും മകൾ അന്ന കിടാത്തിയും മാത്രമാണ് നോവലിലെ പ്രധാനപ്പെട്ട സ്ത്രീകഥാപാത്രങ്ങൾ. ദേവാലയ സംഗീതത്തിനു സഹായിക്കുന്ന ഏതാനും സ്ത്രീകളെപ്പറ്റി പരാമർശിക്കുന്നുണ്ടെന്നതൊഴിച്ചാൽ നോവൽ പൊതുവിൽ സ്ത്രീകളുടെ അസാന്നിദ്ധ്യംകൊണ്ടു ശ്രദ്ധേയമാണെന്നു പറയാം. നോവലിലെ സ്ത്രീ കഥാപാത്രങ്ങളിൽനിന്നും പ്രതിരോധത്തിന്റെയോ പ്രതിഷേധത്തിന്റെയോ സ്വരം ഉയരുന്നേയില്ല. മറിച്ച്, അവരുടെ ശബ്ദം ദൈവ സ്തുതിക്ക് ഉപയോഗിക്കുവാനാണ് ഉപദേശികളും സുവിശേഷകരും ആവശ്യപ്പെടുന്നതെന്ന് കാണാം (152). ചോദ്യം ചെയ്തും പരസ്പരം ചോദ്യങ്ങൾ ചോദിച്ചും സംഘടിത പോരാട്ടങ്ങളിലേക്ക് തങ്ങളെ പാകപ്പെടുത്തുന്ന ദളിത് ക്രിസ്ത്യൻ പുരുഷന്മാരെയാണ് നോവൽ അടയാളപ്പെടുത്തുന്നതെങ്കിൽ, സ്ത്രീകളുടെ ജീവിതം പ്രണയവും വിവാഹവും പ്രസവവും വീട്ടുപണികളും ഈശ്വര ഭക്തിയും മാത്രമായി പരിമിതപ്പെടുന്നു. തേവൻ പുലയനിൽ തുടങ്ങിയ നോവൽ അവസാനിക്കുന്നത് അയാളുടെ തന്നെ മുഴുവൻ പേരാൽ (തിരുവഞ്ചൻ) വിളിക്കപ്പെട്ട ചെറുമകനിലാണ്. പുരുഷന്മാരാൽ മാത്രം നിയന്ത്രിക്കുകയും നയിക്കപ്പെടുകയും ചെയ്യുന്ന സമൂഹം എന്ന വ്യവസ്ഥാപിതമായ രീതി ശാസ്ത്രത്തിലേക്ക് നോവൽ അറിയാതെ ചെന്നു ചേർന്നു എന്ന് പറയാം. തന്റെ മകനിലൂടെ എന്നെങ്കിലും സാദ്ധ്യമായേക്കാവുന്ന സമത്വാധിഷ്ഠിതമായൊരു 'ഉട്ടോപ്യ' സ്വപ്നം കാണുന്ന അന്ന കിടാത്തി പിന്നെയും രക്ഷാധികാര സ്വഭാവം പുലർത്തുന്ന ആണധികാര വ്യവസ്ഥയുടെ

ഭാഗമായിതീരുന്നുവെന്നു പറയാതെ വയ്യ. ഇത്തരത്തിൽ, ദളിത് ക്രൈസ്തവരുടെ ശബ്ദം ആദ്യമായി മലയാള നോവൽ ലോകത്ത് ശക്തമായി മുഴങ്ങിക്കേൾക്കുവാൻ *പുലയത്തറ* കാരണമായി എന്ന് പറയുമ്പോഴും അദൃശ്യമായിപ്പോകുന്ന ദളിത് ക്രിസ്ത്യൻ സ്ത്രീകളേയും വിസ്മൃതമാക്കപ്പെടുന്ന അവരുടെ പോരാട്ടങ്ങളെയും ഒരു ദളിത് ക്രിസ്ത്യൻ എഴുതിയ നോവലിലും അർഹിക്കുന്ന പ്രാധാന്യത്തോടെ അവതരിപ്പിച്ചിട്ടില്ല എന്നത് അനിഷേധ്യമായ വസ്തുത തന്നെയാണ്. അരികുവല്ക്കരിക്കപ്പെട്ടവരിലും ദളിത് സ്ത്രീയുടെ/ ദളിത് ക്രിസ്ത്യൻ സ്ത്രീയുടെ സ്ഥാനം പലപ്പോഴും അടരുകൾക്കുള്ളിൽ തന്നെയാണ് എന്നു വരച്ചു കാട്ടുകയാണ് ഈ രണ്ടു നോവലുകളും. സ്വത്വബോധവും സ്വാതന്ത്ര്യവുമുള്ള ദളിത് ക്രിസ്ത്യൻ സ്ത്രീ കഥാപാത്രങ്ങളെ മെനഞ്ഞെടുക്കുന്നതിൽ തകഴിയും ചിറക്കരോടും വേണ്ടത്ര ശ്രദ്ധ പതിപ്പിച്ചില്ലായെന്നു മാത്രമല്ല, ശരീര കേന്ദ്രീകൃതമായ കാഴ്ചപ്പാടുകൾക്കപ്പുറം സ്വയം നവീകരിക്കാനും അറിവ് നിർമ്മിക്കാനുമുള്ള അവകാശം സ്ത്രീകൾക്കുമുണ്ടെന്ന വിശാലമായ ആശയത്തെ അവതരിപ്പിക്കുന്നതിലും പരാജയപ്പെട്ടു.

ദളിത്, ദളിതേതര എഴുത്തുകാരുടെ സൃഷ്ടികളിൽ ദളിത് ക്രിസ്ത്യൻ സ്ത്രീകളുടെ സ്ഥാനം പലരാൽ നിർമ്മിക്കപ്പെടുന്ന ചരിത്രത്തിൽ പരിമിതപ്പെടുന്ന രൂപങ്ങൾ മാത്രമാണ്. ഈ സാമൂഹിക, സാംസ്കാരിക, വിദ്യാഭ്യാസ മുന്നേറ്റങ്ങളുടെ ഈ പരിവർത്തനാനന്തര കാലഘട്ടത്തിൽ ദളിത് ക്രിസ്ത്യൻ സ്ത്രീകൾ സ്വയം എങ്ങനെയാണ് വിലയിരുത്തുന്നത് എന്ന ചിന്ത കൂടി പ്രശ്നവല്ക്കരിക്കേണ്ടത് ആവശ്യമാണ്. എഴുത്തിലൂടെയും മറ്റ് ബോധന പ്രക്രിയകളിലൂടെയും ഊട്ടിയുറപ്പിക്കപ്പെടുന്ന അധമബോധത്തോട് സമരസപ്പെടുന്ന അപകടകരമായ നിസംഗത അസ്തിത്വ പ്രശ്നങ്ങളെ കൂടുതൽ സങ്കീർണ്ണമാക്കുകയേ ഉള്ളൂ. സവർണ്ണ പൊതുബോധത്തിന്റെ പൊള്ളത്തരങ്ങളെ പൊളിച്ചെഴുതി പുനർ നവീകരിക്കപ്പെടണമെങ്കിൽ വിദ്യാഭ്യാസത്തിലൂടെ മുന്നേറുക മാത്രമല്ല ജാതി വ്യവസ്ഥയും മതവും ലിംഗവും സ്റ്റേറ്റിന്റെ പോളിസികളും സങ്കീർണ്ണമാക്കുന്ന അവരുടെ സ്വത്വത്തെ തിരിച്ചറിയാനുള്ള നിലപാടുകളും (Standpoint) രൂപപ്പെടുത്തേണ്ടിയിരിക്കുന്നു. അപര നിർമ്മിതികൾക്കപ്പുറം, സ്വയം നിർമ്മിക്കുവാനും നിവർന്നുനില്ക്കുവാനുള്ള (Upward social mobility) അവരുടെ ആഗ്രഹങ്ങൾ ലക്ഷ്യ പ്രാപ്തിയിൽ എത്തണമെങ്കിൽ ബ്രാഹ്മണിക മൂല്യങ്ങളും ശ്രേഷ്ഠതാ സങ്കല്പവും ഉടച്ചു വാർത്തേ മതിയാവൂ. Dr. അനന്ദിത പാനിന്റെ നിരീക്ഷണത്തിൽ ദളിത്ഫെമിനിസത്തിന്റെ വിമോചനാത്മകമായ ആശയത്തെയും വ്യതിരിക്തതകളെ അഭിസംബോധന ചെയ്യാനുള്ള സാദ്ധ്യതകളെയും (Plurality) സൂക്ഷ്മമായി തിരിച്ചറിയേണ്ടത് അത്യന്താപേക്ഷിതമാണ്. പാൻ അതിനെ നിർവ്വചിക്കുന്നത് Dalit Feminist Intersectional Standpoint എന്നാണ്. ഇത്തരത്തിൽ, വൈരുദ്ധ്യങ്ങളുടെ വ്യവസ്ഥകൾക്ക് സ്വയം

സമർപ്പിതരാവാതെ, സ്വയം ചോദ്യം ചെയ്യുകയും കാഴ്ചപ്പാടുകളിൽ ഉറച്ചു നില്ക്കുകയും സ്വത്വത്തിന്റെ രാഷ്ട്രീയത്തെക്കുറിച്ച് അവബോധം ഉണ്ടാക്കി സ്വയം നവീകൃതരാവുകുയും ചെയ്യുന്ന പക്ഷം ദളിത് ക്രിസ്ത്യൻ സ്ത്രീകൾക്കും ക്ഷതമേല്ക്കാത്ത ആത്മാഭിമാനവും, സ്വത്വബോധവും, ആർജ്ജവവും, സംഘടിതബോധവും നിലപാടുകളുമുള്ളവരായി സ്വയം പരിവർത്തനപ്പെടുത്തുവാൻ സാധിക്കും.

ഗ്രന്ഥസൂചി

Crenshaw, Kimberle. *Mapping the margins: intersection-ality, identity politics and violence against women of color*, Stanford Law Review, 43(6), 1241-1299. JSTOR, www. Jstor.org/stable/129039.

Holmstrom, Lakshmi, translator. Karukku. By Bama, Oxford India Paperbacks, 2012

Kalathil, Jayasree, translator. Moustache, By S Hareesh, Harperperennial, 2020.

Pan, Anandita. Mapping Dalit Feminism: Towards an Intersectional Standpoint, Sage, 2021.

Pandit, M, Translator. The weave Of My Life By Urmila Pawar. Kolkata. 2008.

Thomas, Vinoy. Karikkottakkari, DC Books, 2014.

Rao, Anupama. *Indian Feminism and the Patriarchy of Caste* Himal South Asian, February, 2003.

Rege, Sharmila. *Dalit Women Talk Differently:A Critique of 'Difference' and Towards a Dalit Feminist Standpoint Position*, Vol 33, No 44, (Oct31-Nov6, 1998), pp.39-46.

Thankamma, Catherine. translator. *Pulayathara*, By Paul. Chirakkarode, Oxford University Press, 2019.

ലേഖകപരിചയം

ഡോ. ശാരദാ ദേവി വി

ഡോ. ശാരദാ ദേവി വി ഡിസബിലിറ്റി സ്റ്റഡീസ് ഗവേഷകയും വീൽ ചെയർ യൂസറുമാണ്. 2021 ഡിസംബറിൽ, അന്താരാഷ്ട്ര ഡിസബിലിറ്റി ദിനത്തിൽ കേരള സർവ്വകലാശാലയ്ക്ക് ഇംഗ്ലീഷിലുള്ള പിഎച്ച്ഡി പ്രബന്ധം സമർപ്പിച്ചു. 2022 നവംബർ മാസത്തിൽ ഗവേഷണ ബിരുദം കരസ്ഥമാക്കി. ഡിസബിലിറ്റികളുള്ള വ്യക്തികളുടെ അവകാശങ്ങളെക്കുറിച്ചുള്ള ബോധവല്ക്കരണത്തിന് അക്കാഡമിക് ഇടങ്ങളിലും മറ്റു ഇടങ്ങളിലും ഇടപെടലുകൾ നടത്താറുണ്ട്. യു ജി സി നെറ്റ്പരീക്ഷ എഴുതി അസിസ്റ്റന്റ് പ്രൊഫസർ ആകാനുള്ള യോഗ്യത നേടി. കേരള സർവ്വകലാശാലയിലെ ഇൻസ്റ്റിറ്റ്യൂട്ട് ഓഫ് ഇംഗ്ലീഷിൽ നിന്ന് എംഫിൽ ബിരുദം നേടിയതിനുശേഷം തിരുവനന്തപുരം സർക്കാർ വനിതാ കോളേജിൽ ഇംഗ്ലീഷ് ഗസ്റ്റ് അദ്ധ്യാപികയായി പ്രവർത്തിച്ചിട്ടുണ്ട്. ഉപനയൻ പബ്ലിക്കേഷൻസിന്റെ ഡിസബിലിറ്റി സ്റ്റഡീസ് പുസ്തകത്തിൽ ഒരു ലേഖനം എഴുതി. റിസോഴ്സ് പേഴ്സൺ എന്ന നിലയിൽ ഇന്ത്യയിലെ ഉന്നത വിദ്യാഭ്യാസ സ്ഥാപനങ്ങൾക്കായി ഏഴോളം പ്രഭാഷണങ്ങൾ നടത്തി.

അമിത്ത് കെ

ഇരിങ്ങാലക്കുടയിൽ പ്രവർത്തിക്കുന്ന നടനകൈരളിയിലെ മോഹിനിയാട്ട വിദ്യാർത്ഥിയായ ലേഖകൻ, സാൻ ഫ്രാൻസിസ്കോയിലെ Nava Dance Theatre സൗത്ത് ഏഷ്യൻ നർത്തകർക്ക് വേണ്ടി നടത്തുന്ന വിർചൽ റെസിഡൻസി പ്രോഗ്രാമിൽ, മോഹിനിയാട്ടത്തിൽ ഫെല്ലോഷിപ്പ്

കരസ്ഥമാക്കിയിട്ടുണ്ട്. കാലടി സംസ്കൃത സർവ്വകലാശാലയിൽ ഗവേഷക വിദ്യാർത്ഥി കൂടിയാണ് ലേഖകൻ.

ജയിൻസി ജോൺ

ജയിൻസി ജോൺ കാസർകോട് കേന്ദ്ര സർവ്വകലാശാല, ഇംഗ്ലീഷ് താരതമ്യ സാഹിത്യ വിഭാഗത്തിൽ ഗവേഷകയാണ്. ദളിത് രാഷ്ട്രീയം, സ്ത്രീവാദം, ഗോത്രസാഹിത്യം എന്നീ വിഷയങ്ങളിൽ ആനുകാലികങ്ങളിലും ജേണലുകളിലും ലേഖനങ്ങൾ പ്രസിദ്ധീകരിച്ചിട്ടുണ്ട്. ഗ്രോണിങൺ യൂണിവേഴ്സിറ്റിയുടെ 2021 ക്രിട്ടിക്കൽ തിയറി സമ്മർ സ്കൂളിൽ ഫെല്ലോഷിപ്പോടുകൂടി പങ്കെടുത്തു. 2021,2022 വർഷങ്ങളിൽ കേന്ദ്ര സാഹിത്യ അക്കാദമി സംഘടിപ്പിച്ച ഗോത്ര സാഹിത്യ സെമിനാറുകളിൽ ക്ഷണിതാവായി പ്രബന്ധങ്ങൾ അവതരിപ്പിച്ചിട്ടുണ്ട്. 2022 ൽ NCST (National Commission for Scheduled Tribes) യുടെ ഗോത്ര വിദ്യാഭ്യാസ സമ്മേളനത്തിൽ കേരളത്തിൽനിന്നുള്ള പ്രതിനിധിയായി പങ്കെടുത്തു സംസാരിച്ചു.

ഡോ. നീതു ദാസ് കെ

ഡോ നീതു ദാസ് സെന്റ് ജോസഫ് കോളേജ് ഫോർ വിമെൻ, ആലപ്പുഴയിലെ ഇംഗ്ലീഷ് വിഭാഗത്തിൽ അസിസ്റ്റന്റ് പ്രൊഫസറാണ്. സെൻട്രൽ യൂണിവേഴ്സിറ്റി ഓഫ് കേരളയിൽനിന്ന് പിഎച്ച്ഡി പൂർത്തിയാക്കി. ദേശീയ – അന്തർദ്ദേശീയ ജേർണലുകളിൽ ഗവേഷണ പ്രബന്ധങ്ങൾ പ്രസിദ്ധീകരിച്ചിട്ടുണ്ട്. ജെൻഡർ സ്റ്റഡീസ്, തിയേറ്റർ ആൻഡ് പെർഫോമൻസ് സ്റ്റഡീസ് എന്നിവ താല്പര്യമുള്ള മേഖലകളിൽ ഉൾപ്പെടുന്നു.

ഡോ. ജിജി ജെ അലക്സ്

ഇന്ത്യൻ ഇൻസ്റ്റിറ്റ്യൂട്ട് ഓഫ് സ്പേസ് സയൻസ് ആൻഡ് ടെക്നോളജി തിരുവനന്തപുരം ഹ്യൂമാനിറ്റീസ് വിഭാഗം അസ്സോസിയേറ്റ് പ്രൊഫസറായായ ഡോ. ജിജി ജെ അലക്സ് നിരവധി ജേർണലുകളിലും ആനുകാലികങ്ങളിലും പഠന ലേഖനങ്ങൾ പ്രസിദ്ധീകരിക്കുകയും പഠന കോഴ്സുകൾ ഡിസൈൻ ചെയ്യുകയും യൂണിവേഴ്സിറ്റികളിൽ അതിഥി പ്രഭാഷണങ്ങൾ നടത്തുകയും ചെയ്തിട്ടുണ്ട്. ഫുഡ്, ജെൻഡർ, സാംസ്കാരിക പഠനങ്ങൾ, സിനിമ പഠനങ്ങൾ എന്നിവയാണ് പ്രധാന ഗവേഷണ മേഖലകൾ.

ഡോ. ഇപ്ഷിത പ്രധാൻ

ആന്ധ്ര പ്രദേശിലെ എസ് ആർ എം യൂണിവേഴ്സിറ്റിയിൽ ലിബറൽ ആർട്സ് വിഭാഗം അസിസ്റ്റന്റ് പ്രൊഫസർ ആയ ഡോ ഇപ്ഷിത പ്രധാൻ

ജെൻഡർ സ്റ്റഡീസ്, തൊഴിലിന്റെ മാറുന്ന രീതികൾ, ഉപഭോഗ സംസ്കാരം, എന്നീ ഗവേഷണ മേഖലകളിൽ തല്പരയാണ്. ഹൈദരാബാദ് സർവ്വകലാശാലയിലെ സോഷ്യോളജി വിഭാഗത്തിൽനിന്നും 2020 ൽ ഗവേഷണ ബിരുദം നേടി. ദില്ലി യൂണിവേഴ്സിറ്റിയിൽനിന്നും ബിരുദ ബിരുദാനന്തര കോഴ്സുകൾ പൂർത്തിയാക്കി. യു ജി സി നെറ്റ് – ജെ ആർ എഫ് നേടിയിട്ടുണ്ട്. 2018 ൽ അമേരിക്കയിലെ ഡ്യൂക്ക് യൂണിവേഴ്സിറ്റിയിൽ ഫെമിനിസ്റ്റ് തിയറി വർക്ഷോപ്പിലേക്ക് ട്രാവൽ ഗ്രാൻഡോടെ തെരഞ്ഞെടുക്കപ്പെട്ടു.

നിരുപമ സുനീത

കാലടി ശ്രീശങ്കര കോളേജിലെ ഒന്നാം വർഷ ഗവേഷണ വിദ്യാർത്ഥിനിയായ നിരുപമ സുനീതയുടെ ഗവേഷണ മേഖല ഇന്ത്യൻ ഇംഗ്ലീഷ് സാഹിത്യമാണ്.

അഡ്വ. ബിൻസി നാരകശ്ശേരി

2019 ൽ യു എന്നിലേക്ക് തിരഞ്ഞെടുക്കപ്പെട്ട യൂത്ത് പീസ് അംബാസഡർ (Youth Peace Ambassedor). ഇന്ത്യയിലെ ഏറ്റവും സ്വാധീനം ചെലുത്തിയ നൂറു വ്യക്തികളിലൊരാളായി തെരഞ്ഞെടുക്കപ്പെട്ടു. 2021 ലെ 'ലോയർ ഓഫ് ദ ഇയർ' ജേതാവാണ്. ലീഗൽ ക്വിസ്സിങ് (Legal Quizzing) രംഗത്ത് പ്രവർത്തിക്കുന്ന 'ക്വിസ് ഇന്ത്യ' യുടെയും നീതിക്കും സമാധാനത്തിനുംവേണ്ടി പ്രവർത്തിക്കുന്ന 'ദി റെനൈസൻസ്' (The Renaissance) എന്ന ആഗോള സംഘടനയുടെയും സ്ഥാപകയാണ്. യു എൻ ഇ പി മുതലായ നിരവധി അന്തർദ്ദേശീയ പരിസ്ഥിതി സംഘടനകളിൽ പ്രവർത്തിച്ചു വരുന്നു.

സജ്ന എൻ

വയനാട്ടിലെ നൂൽപ്പുഴ ഗവ. ട്രൈബൽ ഹയർ സെക്കണ്ടറിയിൽ ഇംഗ്ലീഷ് അദ്ധ്യാപികയാണ്, ദളിത് പഠനങ്ങൾ, സാംസ്കാരിക പഠനം, സാഹിത്യം എന്നിവയിൽ തല്പരയാണ്. കോഴിക്കോട് ദേവഗിരി കോളേജിൽനിന്നും ഇംഗ്ലീഷ് സാഹിത്യത്തിൽ ബിരുദാനന്തര ബിരുദവും തുടർന്ന് യു ജി സി നെറ്റ് പരീക്ഷയിലും യോഗ്യത നേടി.

റോസ്മരിയ മാത്യു & ഡോ. എസ് ബാലസുന്ദരി

തമിഴ്നാട്ടിലെ ഗാന്ധിഗ്രാം റൂറൽ ഇൻസ്റ്റിറ്റ്യൂട്ടിലെ, ഇംഗ്ലീഷ് ആൻഡ് ഫോറിൻ ലാംഗ്വേജ് സ്കൂളിൽ സീനിയർ റിസർച്ച് ഫെല്ലോ ആണ് റോസ് മരിയ മാത്യു.

ഡോ. എസ് ബാലസുന്ദരി ഇംഗ്ലീഷ് ആൻഡ് ഫോറിൻ ലാംഗ്വേജ്

സ്കൂളിൽ അസോസിയേറ്റ് പ്രൊഫസറാണ്. പതിനാലു വർഷത്തിലധികം അദ്ധ്യാപന പരിചയമുള്ള ഡോ. ബാലസുന്ദരി ഇംഗ്ലീഷ് ഭാഷ, അദ്ധ്യാപനം, ഇന്ത്യൻ ഇംഗ്ലീഷ് സാഹിത്യം എന്നീ മേഖലകളിൽ തല്പരയാണ്.

സുദിന പി വി

സുദിന പി വി കോഴിക്കോട് മലബാർ ക്രിസ്ത്യൻ കോളേജ്, മലയാള വിഭാഗത്തിൽ ഗവേഷകയാണ്. തുഞ്ചത്ത് എഴുത്തച്ഛൻ മലയാളം സർവ്വകലാശാലയിൽനിന്നും എം എ യും കേരള സർവ്വകലാശാലയിൽനിന്നും ബി എഡും പൂർത്തിയാക്കി.

ഡോ. ഗായത്രി ജി ആർ

ഡോ. ഗായത്രി ജി ആർ ഇന്ത്യൻ ഇൻസ്റ്റിറ്റ്യൂട്ട് ഓഫ് ഇൻഫർമേഷൻ ടെക്നോളജി കോട്ടയം ഇംഗ്ലീഷ് അദ്ധ്യാപികയാണ്. ലേഖിക തിരുവനന്തപുരം ഇന്ത്യൻ ഇൻസ്റ്റിറ്റ്യൂട്ട് ഓഫ് സ്പേസ് സയൻസ് ആൻഡ് ടെക്നോളജിയിൽ നിന്നാണ് ഡോക്ടറേറ്റ് പഠനം പൂർത്തിയാക്കിയത്. ചലച്ചിത്ര പഠനം, ഡിസബിലിറ്റി പഠനം എന്നിവയാണ് താല്പര്യമുള്ള ഗവേഷണ മേഖലകൾ.

ശരണ്യ പി എസ്

തൃശ്ശൂർ വിമല കോളേജിൽ രണ്ടാം വർഷ എം എ മലയാളം വിദ്യാർത്ഥിനി.

ബിൻസി മരിയ എൻ

ബിൻസി മരിയ എൻ ഇന്ത്യൻ ഇൻസ്റ്റിറ്റ്യൂട്ട് ഓഫ് സയൻസ് എഡ്യുക്കേഷൻ ആൻഡ് റിസർച്ച് ഭോപ്പാലിൽ (IISER Bhopal) ഗവേഷക വിദ്യാർത്ഥിനിയാണ്. കണ്ണൂർ സ്വദേശിനിയായ ബിൻസി ഇംഗ്ലീഷിലും മലയാളത്തിലും കവിതകളും ലേഖനങ്ങളും എഴുതുകയും പുരസ്കാരങ്ങൾ നേടുകയും ചെയ്തിട്ടുണ്ട്.

www.ingramcontent.com/pod-product-compliance
Lightning Source LLC
LaVergne TN
LVHW060120051026
849517LV00007B/2349
* 9 7 8 9 3 9 4 7 5 3 5 6 3 *